मृत्यायुषी

ओशो

अनुवाद
स्वाती चांदोरकर

मेहता पब्लिशिंग हाऊस

MRUTYAUSHI by OSHO

Published by Mehta Publishing House, Pune

Originaly published in Hindi as *Main Mrityu Sikhata Hun, chapter 9 to 15*

Photos: Courtesy OSHO International Foundation

The material in this book is a Marathi translation of a series of original Hindi OSHO Talks '*Main Mrityu Sikhata Hun, #9-15*' given to a live audience. All of Osho's talks have been published in full as books, and are also available as original audio recordings. Audio recordings and the complete text archive can be found via the online OSHO Library at www.osho.com/library

Translated into Marathi Language by Swati Chandorkar

मृत्यायुषी / वैचारिक

अनुवाद   : स्वाती चांदोरकर
            बी-२, ओम पुष्पांजली सोसायटी, वीरा देसाई रोड,
            अंधेरी (प.), मुंबई – ४०० ०५८ ⓒ ०२२-२६७६२९८६

मराठी अनुवादाचे व प्रकाशनाचे हक्क : मेहता पब्लिशिंग हाऊस, पुणे

प्रकाशक   : सुनील अनिल मेहता, मेहता पब्लिशिंग हाऊस,
            १९४१, सदाशिव पेठ, माडीवाले कॉलनी, पुणे – ४११ ०३०

मुखपृष्ठ   : सतीश भावसार

प्रथमावृत्ती : मार्च २०१५

ISBN for Printed Book 9788184987041
ISBN for E-Book 9788184987058

दोन शब्द

''मेरे प्रिय आत्मन्'' –

ओशोंनी अशी हाक मारली की, लगेचच 'ओ' द्यावीशी वाटते.

ही हाक आपणा सर्वांसाठी आहे.

'आत्मन्' शब्दाची गोडी 'आत्म्यांनो' या शब्दात नाही. म्हणून 'आत्मन्'च.

प्रत्येक भाषेचा एक 'लहेजा' असतो. तो भाषांतरित होऊ शकत नाही.

भावनांचंही भाषांतर होत नाही.

म्हणजे 'भाव' भाषेत सांगता येत नाहीत. शब्द पोचतात, पण भाव तसेच राहतात.

आयुष्यभर प्रत्येक जण काही ना काही व्यक्त करू इच्छितो. शब्दांच्या, स्पर्शाच्या माध्यमातून.

पण, जीवनातलं एकमेव सत्य 'मृत्यू' मात्र व्यक्त करता येत नाही.

शतायुषी,

अल्पायुषी

असे शब्द आणि भाव आपण व्यक्त करत राहतो.

आज

'मृत्यायुषी'!

हा शब्द आजतागायत माझ्या वाचनात आलेला नाही. भाषा-पंडित कदाचित म्हणतील की, 'मृत्यायुषी' असा शब्दच नाही.

असेल-नसेल. पण 'मैं मृत्यू सिखाता हूँ' असं ओशो जेव्हा म्हणतात, तेव्हा 'मृत्यू शिकवता येतो' हे तरी कुठे माहीत होतं?

मृत्यू असतो, मृत्यू होतो, अमरत्व असतं, आत्मा असतो, शरीर नष्ट होतं, असंच सर्व बोललं जातं.

पण आयुष्यात, जागरूकतेत, जाणतेपणी मृत्यू अनुभवता येतो. हे ओशोच शिकवू शकतात. प्रत्येक मृत्यू आणि म्हणून पुन्हा प्रत्येक जन्म! मृत्यू आहे म्हणून जन्म घेता येतो. काळोख नित्य आहे. त्याला घालवण्यासाठी सूर्याला उगवावं लागतं. काळोख शाश्वत आहे. त्याला घालवण्यासाठी ज्योत पेटवावी लागते. दिवा लागावा लागतो आणि दिवा जरी लावला तरी त्यामागे पुन्हा काळोखच आहे. 'मृत्यू आहेसच तू. तुला अनुभवण्याठी जन्म घ्यावा लागतो,' असं जर मृत्यूला म्हटलं तर ते गैर होणार नाही.

म्हणजे मृत्यूचं आयुष्य शाश्वत आहे.

म्हणून असं म्हणावं की, 'मृत्यायुषी' – सतत सतत मृत्यू यावा म्हणजे जन्म घेता येईल आणि प्रत्येक जन्मात वृद्धी होत राहील. आणि ही वृद्धी एखाद्या जन्मात अशा ठिकाणी नेऊन पोचवेल की, मग पुढे दुसरं काही उरणारच नाही.

ना अल्पायुषी

ना शतायुषी

ना मृत्यायुषी...

पण त्यासाठी सातत्य,

त्यासाठी विश्वास,

त्यासाठी समर्पण

आणि

हे सर्व होण्यासाठी हवं जीवन – जागरूकतेने आणि जाणीवपूर्वक जगता येण्यासारखं.

कुठल्याही आयुष्याच्या पलीकडे जाण्यासाठी...

स्वाती चांदोरकर

अनुक्रम

मी मृत्यू शिकवतो...

भविष्यकाळात मनुष्याला विक्षिप्त, वेडं होण्यापासून जर वाचवायचं असेल; तर संपूर्ण आयुष्याचा स्वीकार करायला हवा. पूर्ण, पूर्ण...! जेणेकरून आयुष्याचा एक भाग किंवा खंड पाडून विरोधात उभं करावं लागणार नाही.

मेरे प्रिय आत्मन्!

त्यांनी योग्य विचारलं आहे. मी मरणाच्या गोष्टीच शिकवत आहे. मरणाची कला शिकवत आहे. कारण ज्याला मरणाची कला अवगत झाली, तो जीवनकलेतही निष्णात झाला. जो मरणासाठी तयार झाला, तो परमजीवनाचा अधिकारीही झाला. जे मिटून जाणं जाणतात, केवळ तेच असणंही जाणतात.

हे विरुद्ध वाटेल, कारण आम्ही जीवन आणि मृत्यू यांना विरोधार्थी मानलेलं आहे. ते विरोधी नाहीत, ना उलटे आहेत. आम्हीच एक खोटा विरोध दोघांमध्ये निर्माण केला आहे. त्याचे परिणामही अतिशय वाईट झाले आहेत. यामुळेच मनुष्यजातीची इतकी हानी झाली आहे. हा विरोध अनेक पातळ्यांपर्यंत पसरला आहे. ज्या गोष्टी एकत्र आहेत, त्यांना जर आम्ही तुकड्या-तुकड्याने वाटून टाकलं, तेही विरुद्ध खंडामध्ये, तर त्याचा अंतिम परिणाम मनुष्याच्या विक्षिप्ततेमध्ये होईल, याव्यतिरिक्त काहीही होणार नाही.

समजा, एक वेड्यांची वस्ती आहे, जिथे थंड आणि गरम यांना ते विरुद्ध मानत आहेत, दोन वेगवेगळ्या गोष्टी; तर त्या वस्तीत सर्व कठीण होऊन जाईल. कारण थंड आणि गरम या एकाच गोष्टीच्या दोन मात्रा आहेत. विरोधी नाहीयेत. थंड आणि गरम हा सापेक्ष अनुभव आहे.

एक छोटासा प्रयोग करून बघितलात, तर लक्षात येईल. असा प्रयोग कधी केला नसेल. कारण नेहमी हेच बघत आलो आहोत की, काही गोष्टी गरम असतात, काही गोष्टी थंड असतात.

एक भांड्यात गरम पाणी घ्या. एका भांड्यात बर्फ घ्यो आणि एका भांड्यात साधं पाणी घ्या. एक हात गरम पाण्यात घाला, एक हात थंड पाण्यात घाला, मग दोन्ही हात काढून साध्या पाण्यात घाला, तेव्हा दोन्ही हात वेगवेगळं सांगतील. एक हात सांगेल की, हे पाणी गरम आहे आणि एक हात सांगेल की, हे पाणी थंड आहे. मग आता सांगा की, ते पाणी गरम आहे की थंड? म्हणजेच आपल्याला हे समजून घ्यावं लागेल की, पाणी ना गरम आहे, ना थंड. आमच्या हातांच्या सापेक्षतेवर गरम आणि थंड अवलंबून आहे.

थंड आणि गरम विभिन्न नाहीत. त्यांच्यातला फरक मात्रेचा आहे. बालपण आणि वृद्धत्व यांत कसा फरक आहे, याचा विचार कधी केला आहेत? उलट वाटतं, सर्वसाधारणपणे. कुठे बालपण, कुठे म्हातारपण – पण फरक आहे तो केवळ वर्षांचा, दिवसांचा. गुणात फरक कुठे आहे? एक पाच वर्षांचं मूल आहे. हवं तर असं म्हणू की, पाच वर्षांचा वृद्ध. यात गैर काय? केवळ आमच्या भाषेची

ही सवय आहे की, पाच वर्षांचं मूल. आणि इंग्रजीत तर म्हणतातच की, फाइव्ह इयर्स ओल्ड! म्हणजे पाच वर्षांचा म्हातारा. आणि एक सत्तर वर्षांचं मूल आहे. दोघांत फरक काय? मूलच तर मोठं होत होत म्हातारं होतं. पण आम्ही जेव्हा दोघांना वेगवेगळं बघतो, तेव्हा वाटतं की, दोन विरुद्ध गोष्टी आहेत.

जर बालपण आणि वृद्धत्व वेगवेगळ्या गोष्टी असतील, तर मूल कधी म्हातारं होणारच नाही. कसं होणार? विरुद्ध गोष्ट कशी घडेल? आणि तुम्हाला कधी समजलं आहे का की, कोणत्या दिवशी-रात्री मूल म्हातारं झालं? कॅलेंडरवर लिहू शकता का की, फलाणा माणूस या दिवशी मूल होता, अमुक दिवशी म्हातारा झाला. नाही लिहू शकत.

कठीण आहेत काही गोष्टी – जशा – एक शिडी आहे छतावर चढण्यासाठी. खालच्या पायऱ्या दिसतात, वरच्या पायऱ्या दिसतात आणि मधल्या दिसत नाहीत. तर आम्हाला वाटतं की, खालच्या आणि वरच्या पायऱ्यांमध्ये खूप अंतर आहे, वेगळ्या आहेत. पण ज्याला सगळ्या पायऱ्या दिसतात, त्याला अंतर जाणवणार नाही. खालच्या पायऱ्या आणि वरच्या पायऱ्या यांमध्ये केवळ पायऱ्यांचाच फरक आहे. खालची पायरीच वरच्या पायरीला जोडली गेली आहे. नरक आणि स्वर्ग गुणाचा फरक नाही, मात्रेचाच फरक आहे. तसाच फरक आहे जो थंड आणि गरम यांमध्ये, जो खालची पायरी आणि वरची पायरी यात आहे; जो मूल आणि म्हातारा यांत आहे.

आणि जन्म-मृत्यूमध्येही तितकाच फरक आहे. नाही तर जन्मलेलं मूल कधी मरणारच नाही. विरुद्ध असेल, तर जन्म-मृत्यूपर्यंत पोचेलच कसा? आम्ही तिथे पोचू शकतो, जिथे सहज विकास आहे. जन्म वाढत-वाढत मृत्यू बनतो. हे दोघं एकाच गोष्टीचे दोन बिंदू आहेत.

एक बी आपण पेरतो, जे वाढत वाढत झाड बनतं. मग फूल बनतं. बी आणि फूल यांत कधी विरोध मानला आहेत? बीमध्येच विकास आहे. बीमध्येच फूल आहे.

जन्मच मृत्यू होतो. पण न जाणो, हा कसला गैरसमज, कसा गैरसमज पसरला की, जन्म आणि मृत्यू विरोधी आहेत. दोन वेगळ्या गोष्टी आहेत. आम्ही जगू इच्छितो. मरण आम्हाला मान्य नाही. आणि आम्हाला माहीत नाही की, जगण्यातच मृत्यू लपलेला आहे. आणि आम्ही ठरवलं की, आम्ही मरणार नाही, मरायचं नाही आम्हाला, तर तेव्हाच जगणं कठीण झालं, हे ठरून गेलं.

संपूर्ण मनुष्यजात स्क्रिझोफ्रेनिक झाली आहे. आम्ही संपूर्ण जीवन विभागलं आहे. आणि हे विभाजन खंडनविरोधात उभं केलं आहे. एक माणूस, त्या माणसाचे आम्ही तुकडे तुकडे केले आहेत आणि त्या तुकड्या-तुकड्यांमध्ये विरोध निश्चित केला आहे. हे असं आम्ही सर्वत्र केलं आहे. माणसांना सांगतो की, रागावू नका,

क्षमा करा. आणि आम्हाला हे जाणवतही नाही की, राग आणि क्षमा यांत काही फरक नाही. केवळ मात्रेचा फरक आहे. त्या अंशाचा भेद आहे, जो थंड आणि गरम यांत आहे. असं म्हणू शकतो की, अतिशय कमी रागाचं नाव क्षमा आहे.

पण माणसांचं जुनं शिक्षण असं सांगतं की, राग सोडा, क्षमा धारण करा. जणू या दोन्ही वेगळ्या गोष्टी आहेत. याचा परिणाम एकच होतो की, मनुष्य अनेक खंडांत विभागला जातो, अडचणीत सापडतो. जुनं शास्त्र सांगतं की, काम आणि ब्रह्मचर्य या विरुद्ध गोष्टी आहेत. याहून चुकीची गोष्ट असू शकत नाही. ब्रह्मचर्य कमीत कमी होत गेलेलं काम आहे. काम – सेक्स जास्तीत जास्त उतरत गेलेलं, कमी कमी होत गेलेलं ब्रह्मचर्य आहे. या दोघांमधलं अंतर हे शत्रुत्वाचं – विरोधाचं नाही.

लक्षात ठेवा, जगात विरोध अशी कोणतीच गोष्ट नाही. अशी असू शकतच नाही. नाहीतर दोन विरुद्ध गोष्टींना एक करण्याचा मार्गच राहणार नाही. मृत्यू जर वेगळा असेल आणि जन्म वेगळा असेल, तर मृत्यू आपल्या वाटेने जाईल आणि जन्म आपल्या वाटेने जाईल. पॅरलल – समांतर! कधीही भेटणार नाहीत. जशा दोन समांतर रेषा कधीही मिळत नाहीत, तशीच जन्म-मृत्यूची भेट होणार नाही. आणि हे कसं शक्य आहे?

जन्म-मृत्यू एकमेकांत मिसळलेले आहेत. एकाच गोष्टीची दोन टोकं. जेव्हा मी असं म्हणतो, तेव्हा त्याचा अर्थ खरा तर असा आहे की, भविष्यात माणसाला विक्षिप्त – वेडं होण्यापासून जर वाचवायचं असेल, तर संपूर्ण जीवनाचा पूर्णपणे स्वीकार करावा लागेल. अगदी पूर्णपणे. खंडन करून नाही.

आश्चर्याची गोष्ट आहे, जो म्हणेल की, काम आणि ब्रह्मचर्य या दोन विरोधी गोष्टी आहेत, तर सेक्स – कामला मारून टाका, तो हा प्रयत्न करण्यातच संपून जाईल. आणि ब्रह्मचर्यही अवगत होणार नाही. सेक्स मनातून काढून टाकण्याच्या प्रयत्नात सेक्स मनावर कब्जा करेल, अडकून राहील. ब्रह्मचर्य उपलब्ध होणार नाही. आणि त्या व्यक्तीचं चित्त तणावपूर्ण, त्रासदायक होऊन बसेल. तर ते मरणच. त्याचं जीवन ओझं, जड होऊन जाईल. तो जगूच शकणार नाही.

आणि मी जे म्हणतो आहे, तसंच जरी समजलं गेलं, कारण ते सत्य आहे की, सेक्स आणि ब्रह्मचर्य यांमध्ये खालची पायरी आणि वरची पायरी असा संबंध आहे. सेक्सवरच पाच ठेवत ठेवत, ठेवत ठेवत, ठेवत ठेवत माणूस ब्रह्मचर्यंत प्रवेश करतो. ती सेक्सचीच कमीत कमी होत गेलेली मात्रा आहे. अशी जागा, असं स्थान की, जिथे जवळ जवळ सर्व शून्य होत गेलं आहे, शेवटचं टोक! तर मग जीवनात विरोध, ताण असणार नाही. मग जीवनात अशांतता नसते. मग आपण जीवन सहज जगू शकतो.

जे मी विचार तुम्हाला सांगत आहे, ते सहजीवनाचे आहेत, म्हणजे सहज-जीवनाचे. सर्व पातळ्यांवर अत्यंत सहजता. पण आपण कधीही सहजतेने जगत नाही. कारण आम्ही जीवन कठीण बनवायला शिकलो आहोत. जर आपण कुणाला सांगितलं की, तू फक्त डाव्या पायाने चाल, कारण डावा पाय धर्म आहे आणि उजवा पाय अधर्म – आणि त्याने विश्वास ठेवला – विश्वास ठेवणारे असतात... कारण असमंजस लोकांना समजवणारे मिळालेले आहेत, तर तो फक्त डाव्या पायाने चालेल; तसा प्रयत्न करत राहील. पण अशी माणसं कधीही चालू शकणार नाहीत.

डावा आणि उजवा पाय मिळूनच चालणं होतं. कुठल्या एका पायाने नाही चालता येत. जरी एका वेळेस एकच पाय उठत असला तरी. असं वाटू शकतं की, एका पायाने चालता येतं. पण, ज्या वेळेस एक पाय उठतो, त्या वेळेस दुसरा पाय तो पाय उठण्यासाठी, उचलता येण्यासाठी साहाय्यक असतो. जो थांबला आहे, स्थिर आहे, तो तितकाच एक मोठा आधार आहे.

जेव्हा कुणी ब्रह्मचर्यापर्यंत पोचतो, त्या दिवशी तो थांबला, स्थिर झाला; त्यासाठी सेक्स तितकाच आधार देणारा असतो, जितका डावा पाय जेव्हा उचलला जातो, तेव्हा उजवा पाय त्याचा आधार देणारा असतो. आणि ब्रह्मचर्येंचं पाऊल उचललं जातं, कारण सेक्सचं पाऊल आधार बनतं. पण सेक्सचं पाऊल कापून टाकलं, तर सेक्स कापला जाईल, पण ब्रह्मचर्य उपलब्ध होणार नाही. लोंबकळत राहील. जसं सगळ्या पुरातन शिकवणीने मनुष्याला हवेत लटकवत ठेवलं आहे.

जीवनात जे काही आम्हाला दिसत आहे, ते सगळं डावं-उजवं पाऊल आहे. इथे सगळं एकत्र आहे, गोळा झालेलं आहे. एकच मोठा संगीताचा स्वर आहे. यातून काहीही कापलं, तर कठीण जाईल. कुणी म्हणतं की, काळा रंग वाईट आहे. आहेत अशी माणसं, जी म्हणतात, लग्नात काळी साडी नेसायची नाही. कुणी मेलं, तर काळ्या रंगाचे कपडे घाला. आणि पांढरा रंग – पवित्र असं म्हणणारी माणसं आहेत. ठीक आहे. एक प्रतीक म्हणून असं म्हणू शकता. पण जर काळा रंग जगातून नष्टच करा म्हटलं, तर मात्र कठीण होईल, कारण मग पांढरा रंग फारच कमी पांढरा होईल. कारण पांढऱ्या रंगाचं महत्त्व त्याच्या आजूबाजूला असलेल्या काळ्या रंगामुळेच तर आहे. त्याचं पांढरेपण, शुभ्रता काळ्या रंगामुळे दिसते, हे लक्षात ठेवा.

ज्याने रागाचा विरोध केला; त्याची क्षमता एकदम नपुंसक, पुसट होईल. कारण क्षमा करण्याची जी ताकद आहे, ती रागामुळे आहे. जो रागावू शकतो, तोच क्षमा करू शकतो. जितका राग जास्त मनात साठवला जातो, तितकी मोठी क्षमा होऊ शकते. आणि त्या क्षमेत जे तेज असेल, ते रागाच्या तेजामुळे असेल. जर राग नसेल, तर ती क्षमा एखादी मृत... मेलेली... अशी क्षमा असेल. आणि जर कुणा

व्यक्तीचा सेक्स थांबेल, तो थांबवता येतो – तसे उपायही आहेत, तर लक्षात ठेवा, तो ब्रह्मचारी होऊ शकणार नाही. केवळ नपुंसक होईल. आणि सेक्स कापून टाकण्यावर उपाय आहेत, पण सेक्स संपवून कुणी ब्रह्मचारी नाही होऊ शकत. सेक्सला रूपांतरित करून, स्वीकारून, सेक्सची ऊर्जा पुढल्या प्रवासासाठी नेऊन ब्रह्मचर्य उपलब्ध होऊ शकतं. पण लक्षात ठेवा, ब्रह्मचाऱ्याच्या डोळ्यात जे तेज आहे, ते सेक्सच्या शक्तीचंच तेज आहे. तीच शक्ती आहे, जी आता रूपांतरित झाली आहे.

तर मी तुम्हाला असं सांगू इच्छितो की, जीवनात आपण ज्यांना विरोध म्हणतो, ते प्रत्यक्षात विरोधी नसतात. जीवन ही अतिशय रहस्यपूर्ण व्यवस्था आहे. अशा या रहस्यपूर्ण व्यवस्थेत विरोध निर्माण केले गेले आहेत की, गोष्टी घडाव्यात. घर बांधलं जात असतं. भिंत उभी राहत असते. त्या भिंतीत दार तयार केलं जात असतं. अगदी एकसारख्या विटा असतात, पण दार तयार करण्यासाठी त्यांना एकमेकांसमोर उभं केलं जातं – विरोधात. तो दाराचा आर्च निर्माण करण्यासाठी. तो जर केला नाही, तर दरवाजा तयार होणार नाही. विटा एकसारख्या, पण इथे एकमेकींच्या विरोधात उभ्या असतात. एकमेकींना सांभाळत. जर त्या विटांना एकसारखं उभारलं तर, तर आर्च बनणार नाही, दरवाजा लगेचच पडून जाईल. कारण एकसारख्या विटांमध्ये रेझिस्टन्स नसतो. जिथे विरोध असतो, तिथे ताकद येते. सर्व ताकद विरोधातून निर्माण होते. सर्व ऊर्जा विरोधातून निर्माण होते. जीवनात जी ऊर्जा, शक्ती, एनर्जी निर्माण होते; त्याचं सूत्र विरोध आहे.

तो जो परमात्मा आहे, तो जो जीवनाचा शिल्पकार आहे, तो अतिशय हुशार आहे. तो जाणून आहे की, जीवन एकदम थंड, विलीन होऊन जाईल, जर विटा विरोधात ठेवल्या गेल्या नाहीत. तर त्याने विटांना विरोधात ठेवलं. आणि त्यामुळे शक्ती आणि ऊर्जा निर्माण झाली. क्रोधाच्या विटा आहेत, क्षमेच्या आहेत. सेक्सच्या विटा आहेत, ब्रह्मचर्येच्या आहेत. विरोधात आहेत. त्याने जन्म आणि मृत्यू यांच्या विटांना साठवून ठेवलं आहे आणि त्या दोघांच्या मदतीने जीवनाचं दार बनवलं आहे.

आता काही माणसं आहेत, जी म्हणतात की, आम्ही जीवनविटांचाच स्वीकार करू, आम्हाला मृत्यूच्या विटा अस्वीकार आहेत. नाही स्वीकारल्यात, तर तत्क्षणी मरून जाल. कारण मग एकसारख्याच विटा राहतील, ज्या लगेचच पडतील.

ही चूक अनेकदा घडत आली आहे – कमीत कमी दहा हजार वर्षांपासून. माणूस त्यामुळे ग्रासला गेला आहे. त्यांना विरोध नको आहे. तो म्हणतो की, आम्ही जर परमात्मा मानतो, तर केवळ त्यालाच मानू, मग आम्हाला संसार नको. परमात्मा असेल, तर संसार नसेल. मानू शकतच नाही. जंगलात जाऊ, संन्यासी होऊ.

विचार करा. चुकून-माकून जर जगाचं डोकं बिघडलं आणि सगळीच माणसं

संन्यासी झाली, तर काय परिणाम होईल? त्याच दिवशी, अगदी त्याच दिवशी, एक दिवसही पुढे नाही, पृथ्वी राख होऊन जाईल.

खरंतर जो संन्यासी आहे, त्याला कल्पना नाहीये की, तो संन्यासीही जिवंत आहे, त्याचा डावा पाय उचलला जातोय, कारण कुणी एक संसारी दुकानावर बसून काम करत आहे. तिथे एक पाय थांबलेला आहे, म्हणून इथे दुसरा पाय उचलता येतो आहे. संन्यासींचे प्राण संसारातून येत आहेत. हा त्याचा भ्रम आहे की, तो स्वत:मुळे जगतो आहे. त्याचे प्राण तर संसारी... आणि तो त्यांनाच लाखोली वाहतो आहे. सांगतो आहे की, संसारी माणसा, संसार सोडून दे आणि संन्यासी हो. त्याला कल्पनाही नाही की, तो हा आत्महत्येचा प्रयत्न करतो आहे. तोही मरेल या प्रयत्नांत. कारण तो एकसारख्या विटा रचण्याच्या प्रयत्नात आहे.

आणि याहून उलटी माणसंही आहेत. ते म्हणतात की, परमात्मा वगैरे कुणी नाही, संसारच संसार आहे. आम्ही केवळ पदार्थच मानतो. त्यांनीही केवळ पदार्थांचं जग निर्माण करण्याचा प्रयत्न केला; पण त्यात अडचणी, उपद्रव आले. ते अशा ठिकाणी पोचले की, तिथेही आत्महत्या आहे. कारण जर केवळ पदार्थच पदार्थ आहेत, परमात्मा नाही; तर ती गोष्टच संपली, जी रस निर्माण करते, गती आणते, एक अभिप्सा, लगाव आणते. जीवनातला अर्थच हरवतो मग. जीवन व्यर्थ होतं.

म्हणून पाश्चात्त्य देशांमध्ये व्यर्थता – 'मिनिंगलेसनेस'च्या गोष्टींची चर्चा होते. सार्त्र आहे, कामू आहे, काफ्का आहे, मार्सेल्स... आज या विचारकांचा एक स्वर आहे की, जीवन जे आहे, ते अर्थहीन आहे. शेक्सपिअरचं एक वचन अगदी सार्थ ठरलं, 'अ टेल टोल्ड बाय ऑन एडिटर, फूल ऑफ फ्युरी अँड नॉइज् सिग्निफाइंग नथिंग!' एका मूर्ख माणसाद्वारे सांगितलेली गोष्ट आहे की, हे जीवन ज्यात आवाज, आरडाओरडा पुष्कळ आहे; पण अर्थ काहीही नाही. अर्थ असू शकतच नाही. कारण पदार्थांच्याच विटा रचल्यात तुम्ही, तर अर्थ हरवणारच. जसे केवळ संन्यासी संसारातला अर्थ हरवून टाकतील, तसेच एकटे संसारीसुद्धा अर्थ हरवून टाकतील.

अगदी गमतीशीर गोष्ट आहे की, संसारीमुळे संन्यासाचं पाऊल उचललं जातं. हीसुद्धा गमतीशीर गोष्ट आहे की, संन्यासामुळे संसारी माणसाचं पाऊल उचललं जातं. डाव्या पायावर उजवा पाय अवलंबून आहे आणि उजव्यावर डावा. हा विरोध वाटतो. पण खोलवर बघाल, तर विरोध नाहीये. एकाच व्यक्तित्वाची दोन पावलं आहेत. ज्यावर एक व्यक्तित्व साधलं जातं, एक व्यक्तित्व चालतं.

जीवनातल्या या विरोधाला नीट समजून नाही घेतलं, तर कोणत्याही व्यक्तीला जीवनाचं संपूर्ण सत्य समजणं शक्य नाही. आणि जो असं म्हणेल की, अर्धा भाग आम्ही कापून टाकू, तर त्याला बुद्धिमान म्हणता येणार नाही. अर्धा भाग कापता येतो, पण तो कापला गेला, तर उरलेलाही वाचणार नाही, तोही भाग नष्ट होईल.

कारण त्या अर्ध्या भागाचं जीवन, प्राण या अर्ध्याकडूनच पूर्ण केले जात होते, मिळत होते.

एकदा दोन फकीर होते. त्यांच्यात वाद होता. एक फकीर अशा मताचा होता की, अडीअडचणीला आपल्याजवळ पैसे हवेत, तर दुसरा फकीर म्हणायचा की, पैशांची गरज काय? आपण संन्यासी आहोत. आम्हाला पैशांची गरजच नाही. पैसे त्यांना लागतात, जे संसारी आहेत. दोघंही एकमेकांना पैसे कसे हवेत आणि कसे नकोत; यावर उदाहरणं देत, चर्चा आणि वादविवाद करत. आणि दोघांचंही म्हणणं योग्य वाटायचं.

या जगाचं हे रहस्य आहे. या रहस्यात ज्या विटा ठेवल्या गेल्या आहेत, त्यातल्या कुठल्याही एका विटेसंबंधी पूर्ण चर्चा, उदाहरणं देता येतात, योग्य वाटतात. आणि दुसऱ्या विटेसंबंधी असंच घडतं. या वादाला अंत नाही. कारण त्या विटा लागलेल्या आहेत. कुणीही म्हणू शकतं की; माझ्या विटांनी मी हे घडवलं. आणि दुसराही तसं म्हणू शकतो. आयुष्य इतकं मोठं आहे की, खूप जण इतका विकास करू शकतात की, त्यांना संपूर्ण दार दिसतं. पण जास्तीत जास्त जणांना एक-एक वीटच दिसते. ते म्हणतात की, बरोबर आहे, संन्यासामुळेच – ब्रह्मामुळे – आत्म्यामुळेच सगळं बनलं आहे. तर दुसरा म्हणतो पदार्थांमुळे – मातीमुळे... माती आहे, मातीतच मिसळणार. आणि म्हणूनच ना आस्तिक जिंकत, ना नास्तिक. ना पदार्थवादी जिंकत, ना अध्यात्मवादी. जिंकू शकतच नाहीत, कारण जीवनाचे ते दोन भाग करत आहेत.

तर त्या दोघांत मोठा वाद होता. एका संध्याकाळी दोघं जण धावत नदी किनारी पोचले. रात्र व्हायला आली होती. नावाडी बोट बांधत होता. ते म्हणाले, ''बोट बांधू नकोस. आम्हाला तातडीने पैलतीरी पोचव. आमचे गुरू आजारी आहेत. पहाटेपर्यंत जिवंत राहतील की नाही, अशी शंका आहे. त्यांनी आमची आठवण काढली आहे, भेटायला बोलावलं आहे. पोचव.'' नावाडी म्हणाला, ''खरंतर माझी घरी जायची वेळ झाली आहे. पण, ठीक आहे. पाच रुपये घेईन.'' तर तो जो फकीर, जो म्हणायचा, जवळ पैसे ठेवायला हवेत, तो हसला, म्हणाला, ''मित्रा, आता बोल, पैसे ठेवणं व्यर्थ आहे की सार्थक?'' तो दुसरा तरीही हसत होता. याने पाच रुपये नावाड्याला दिले आणि दोघं पैलतीरी पोचले.

''आपण पैसे असल्यामुळे पैलतीराला पोचलो.''

''पैसे होते म्हणून नाही, तर तू पैसे सोडू शकलास म्हणून. मी नेहमी म्हणतो, पैसा सोडून द्यायला हिंमत लागते. ती संन्याशामध्ये असायला हवी. पैसे सोडू शकलास, म्हणून पोचलो. सोडले तर नसतेस, पार कसे पोचलो असतो?''

दोघं गुरूंकडे पोचले. त्यांनी गुरूला म्हटलं की, कठीण आहे, आज अशी

घटना घडली की, एक म्हणाला पैसे होते, म्हणून पोचलो, दुसरा म्हणाला पैसे सोडले, म्हणून उतरलो. दोघंही आपापल्या सिद्धान्तावर अडून बसले. आणि दोघांचेही सिद्धान्त योग्य वाटतात. गुरू खूप हसू लागला. म्हणाला की, तुम्ही दोघेही वेडे आहात. तुम्ही तसाच वेडेपणा करत आहात, जो माणसं युगानंयुगं करत आले आहेत. दोघांनी विचारलं, ''काय वेडेपणा आहे?'' गुरू म्हणाला, ''तुम्ही एका सत्याची अर्धी बाजू बघत आहात. हे सत्य आहे की, पैसे सोडलेत, म्हणून तुम्ही बोटीने इथे पोचू शकलात. आणि हेही सत्य आहे की, पैसे जवळ होते, नाहीतर तुम्ही नदी पार करू शकला नसता. तुम्ही ते जवळचे पैसे दूर करू शकलात, म्हणून नदी पार करता आली. दोन्ही गोष्टी सत्य आहेत. या दोन्ही गोष्टी जेव्हा एकत्र होतात, तेव्हा जीवन असतं. यांत काहीही विरोध नाही.''

जीवनातल्या प्रत्येक स्तरावर आम्ही असा विरोध वाटून ठेवला आहे. आणि ते ते विरोध सत्य मानणारा आपापली बाजू मांडू शकतो, त्यात काहीच कठीण नाही. कारण त्याच्याजवळ अर्ध आयुष्य आहेच. ती असणं हे काय कमी आहे? खूप आहे, बाजू मांडण्यासाठी पुरेसं आहे. म्हणून बाजू मांडण्याने प्रश्न सुटत नाहीत. संपूर्ण आयुष्याचा शोध घ्यायला हवा.

मी जरूर मृत्यू शिकवतो. पण याचा अर्थ असा नाही की, मी जीवनाच्या विरोधात आहे. याचा अर्थ असा की, जीवन जगण्याचा, जाणून घ्यायचा दरवाजा मृत्यू आहे. मी जीवन-मृत्यूला विरोध मानत नाही. मी त्याला हवं तर मृत्यूची कला म्हणू हवं तर, जीवनाची कला म्हणू, दोन्ही गोष्टींचा अर्थ एकच आहे. आपण ते कोणत्या दृष्टिकोनातून बघतो, हाच फरक आहे. तुम्ही मग मला विचाराल की, मी याला जीवनाची कला असं का म्हणत नाही? आहे कारण.

पहिली गोष्ट अशी की, आम्हा सर्वांना जीवनाच्या बाबतीत अतिशय मोह आहे. हा मोह अनबॅलन्स्ड झाला आहे. जीवनाची कला असं म्हणू शकतो मी, पण तरीही म्हणत नाही, कारण तुम्ही जीवनासाठी मोहाने भरून गेला आहात. मी जर म्हणतो की, जीवन शिकायला या, तर तुम्ही धावत याल; कारण जीवनासंबंधीच्या मोहाला तुम्ही खतपाणी घालू इच्छिता, तो मोह प्रबळ करू इच्छिता.

म्हणून मी मृत्यूची कला म्हणतो. म्हणजे मग तुम्ही संतुलित होऊ शकाल. तुम्ही मरण शिका, म्हणजे जन्म आणि मृत्यू एकसारखे होतील, डावा आणि उजवा पाय बनतील. तर तुम्हाला परमजीवन उपलब्ध होईल. परमजीवनात ना जन्म आहे, ना मृत्यू, पण परमजीवनाचे दोन पाय आहेत, ज्यांना जन्म आणि मृत्यू असं म्हणतो.

म्हणून मी... हो, पण असं एखादं आत्महत्या करणारं गाव असेल, जिथे सगळ्यांना मरण्याचाच मोह, कुणी जीवन जगू इच्छित नाही; तर तिथे जाऊन मी मृत्यूची कला सांगणार नाही. तिथे मी म्हणेन – या, तुम्हाला मी जीवनाची कला

शिकवतो, आपण जीवनकला शिकू, याऽ! मी सांगेन की, ध्यान हे जीवनाचं दार आहे, जसं तुम्हाला मी सांगतो की, ध्यान मृत्यूचं दार आहे, सांगेन की, या, जगायला शिका. कारण तुम्ही जगणं शिकलात, तर मृत्यूही शिकाल. तेव्हा ती गावातली माणसं येतील.

तुमचं गाव उलटं आहे. तुम्ही उलट्या गावातले रहिवासी आहात. जिथे कुणाला मृत्यू नको आहे, जिथे सगळ्यांना जगायचं आहे. आणि जीवनाला इतकं घट्ट धरून ठेवत आहात की, मृत्यू येताच कामा नये. म्हणून नाइलाजाने तुमच्याशी मृत्यूसंबंधी बोलावं लागतं. तुमच्यामुळे मी मृत्यूची कला सांगत आहे, मला सांगावी लागत आहे. मी कायम एक गोष्ट सांगत आलो आहे –

बुद्ध एकदा एका गावात गेले. पहाट होती, सूर्योदय होत होता. एक माणूस त्यांना भेटायला आला, म्हणाला, ''मी असं ऐकलं आहे की, तुम्ही नास्तिक आहात. मीसुद्धा नास्तिक आहे. मी परमेश्वर वगैरे मानत नाही. आहे का परमेश्वर?'' बुद्ध म्हणाले, ''तू चुकीचं ऐकलं आहेस. मी महाआस्तिक आहे. परमेश्वर आहे. त्याच्या अतिरिक्त काहीही नाही.'' तो माणूस आश्चर्य वाटून तसाच त्या झाडाखाली उभा राहिला. बुद्ध पुढे गेले.

दुपारी एक माणूस आला, म्हणाला, ''मी आस्तिक आहे. मी परम आस्तिक आहे. जे नास्तिक आहेत, ते मला शत्रूसमान वाटतात. मी तुम्हाला असं विचारायला आलो आहे की, देवाबद्दल तुमचं काय मत आहे?'' बुद्ध म्हणाले, ''देव? ना आहे, ना असू शकत.'' तो म्हणाला, ''काय बोलताय काय? मी तर ऐकलं आहे की, एक धार्मिक माणूस गावात आला आहे. म्हणून मी आलो. हे काय बोलताय?'' बुद्ध म्हणाले, ''धार्मिक? आस्तिक? मी तर महानास्तिक आहे.'' तो माणूस हतबुद्ध होऊन उभा राहिला.

त्यांची हतबुद्धता तर ठीकच होती. बुद्धांबरोबर एक भिक्षुक होता आनंद नावाचा. त्याचे प्राण जणू संकटातच पडले. त्याने दोन्ही गोष्टी ऐकल्या होत्या. त्याला कळत नव्हतं की, हे काय चाललंय. सकाळची गोष्ट बरोबर होती, पण दुपारची गोष्ट? बुद्धांना काय झालं? सकाळी म्हणाले की, महाआस्तिक आहे; दुपारी म्हणाले, महानास्तिक आहे. त्याने विचार केला की, संध्याकाळी बोलू. पण संध्याकाळ अजूनच कठीण झाली.

संध्याकाळ होता होता आणखी एक माणूस आला, म्हणाला बुद्धांना की, मला समजत नाही की, ईश्वर आहे की नाही? तो माणूस अज्ञेयवादी असणार, जो म्हणत होता की, देव आहे की नाही, हेच माहीत नाही. विचारलं, ''तुम्ही काय म्हणता? तुम्हाला काय वाटतं?'' बुद्ध म्हणाले, ''जर तुला माहीत नाही, तर मलाही माहीत नाही आणि या विषयाबाबत आपण गप्पच राहिलेलं चांगलं.'' तो माणूस आश्चर्यचकित

झाला. तो म्हणाला, ''मी तर असं ऐकलं होतं की, तुम्हाला ज्ञान प्राप्त झालं आहे.'' बुद्ध म्हणाले, ''चुकीचं ऐकलं आहेत. मी तर परम अज्ञानी. मला कुठे ज्ञान?''

आनंदचा गोंधळ तुम्ही समजून घ्या, स्वतःला ठेवा त्याच्या जागी. अगदी अडचणीत सापडला. रात्र झाली. सगळी माणसं निघून गेली. आनंदने बुद्धांचे पाय धरले. म्हणाला, ''माझा जीव घेता तुम्ही. काय करत आहात? दिवसभर मी इतका बेचैन आहे. काय तुम्ही बोलत आहात? सकाळी एक, दुपारी एक, संध्याकाळी काही तिसरंच.'' बुद्ध म्हणाले, ''मी तुला तर काही उत्तर दिलं नाही. तू का ऐकलंस? दुसऱ्यांच्या गोष्टी ऐकणं बरोबर आहे का? मी त्यांच्याशी बोलत होतो, तू का ऐकलंस?''

''मी हजर होतो तिथे. कान तर बंद नाही करता येत. ऐकू आलं. आणि तुम्ही बोलत आहात, तर ऐकावंसं वाटणार नाही का? घडलं असेल हातून पाप. पण तुमचं बोलणं... मग ते कुणाशीही असेना... तुम्ही मला उत्तर दिलं नाहीत, हे सत्य. पण तरीही मी संभ्रमावस्थेत आहे. आता मला उत्तर द्या. सत्य काय आहे?''

बुद्ध म्हणाले, ''तिघांचंही संतुलन साधायचं होतं. सकाळचा माणूस आस्तिक होता, दुपारचा नास्तिक. कुणीही केवळ आस्तिक अथवा नास्तिक अपूर्ण आहे.''

हे समजून घ्या की, खरोखरच जो धार्मिक आहे, त्याच्यात दोन्ही गोष्टी असतात. तो एका बाजूने नास्तिकही असतो आणि दुसऱ्या बाजूने आस्तिकही असतो. दोन्ही बाजू असतात. या दोन्ही बाजूंचा मध्य साधून जो सामंजस्य राखतो, यातच धर्म आहे.

तर बुद्धांनी सांगितलं की, त्याला मध्यात आणायचं होतं. त्याचं एक पारडं जड होतं. म्हणून दुसऱ्या पारड्यात मला दगड ठेवावा लागला. आणि मला त्यांना अस्वस्थही करायचं होतं की; त्याचा दृष्टिकोन निश्चित, ठोस, भक्कम झाला होता. तो निश्चय ढळायला हवा होता. कारण जो निश्चित होतो, त्याचा मृत्यू होतो. प्रवास चालू राहिला पाहिजे. जीवन म्हणजे संतुलन. ज्याने संतुलन आत्मसात केलं, त्याला सत्य गवसलं.

तुम्हाला हे जे मी सांगतो आहे की, मृत्यूची कला शिकायला हवी, हे एवढ्याचसाठी, कारण जीवनाचं पारडं जड झालं आहे. जीवनाच्या पारड्यात तुम्ही मांडी ठोकून बसला आहात, म्हणून सगळं जड झालं आहे दगडासारखं. संतुलन हरवलं आहे. मृत्यूलाही आमंत्रित करा, की ये, पाहुणचार घे. आपण एकत्र राहू. आणि ज्या दिवशी मृत्यूबरोबर राहण्यास जीवन तयार झालं, तो दिवस म्हणजे परम जीवन. ज्या दिवशी मृत्यूला मिठी माराल, त्या दिवशी सगळ्या गोष्टी संपल्या. मृत्यूचा दंश गेला, कारण दंश जो होता; तो मृत्यूपासून पळवाट काढण्यात, भयभीत होण्यात होता. मृत्यूलाच मिठी मारलीत, मृत्यूचा पराजय झाला. मृत्युंजयी

झालात. आता मृत्यू काहीही करू शकत नाही, कारण तुम्हीच मिटून जायला तयार झाला आहात.

दोन तऱ्हेची माणसं आहेत. एक जी मृत्यूचा शोध घेतात आणि एक ज्यांना मृत्यू शोधून काढतो. तुम्हाला यातलं काय व्हायचं आहे? मृत्यूपासून पळणारे की मृत्यूला मिठी मारणारे? मृत्यूपासून पळणारा हरतच जाणार. त्याचं संपूर्ण आयुष्य पराजित. आणि मृत्यूला आपणहून भेटणारा, त्याच्या आयुष्यात पराजय असणं शक्य नाही. त्याचं जीवन विजयी यात्रा बनून जातं.

तर मी म्हणालो की, निश्चितच योग्य विचारलंत, मी मृत्यूची कलाच शिकवत आहे. मी मरण शिकवतो आहे, म्हणजे जीवन उपलब्ध होईल. जो अंधारात जगायला शिकतो आणि संपूर्ण अंधार स्वीकारतो – तुम्हाला हे रहस्य माहीत आहे का की, त्याच्यासाठी तो दिवस – काळोख, संपूर्ण अंधारातला प्रकाश होऊन जातो? जो विषही प्रेमाने, आनंदाने, अमृतासम पितो. तुम्हाला ठाऊक आहे का की, त्याच्यासाठी विषही अमृत झालेलं असतं?

जर माहीत नसेल, तर शोध घ्यायला हवा. जीवनातलं खोलातलं खोल असं हे सत्य आहे की, ज्याने विष प्राशन केलं प्रेमाने, त्याच्यासाठी ते अमृत होतं. अंधाराला कवटाळलं, तर जाणवतं अचानक की, अंधार लोप पावला. ज्याने दुःखाशी मैत्री केली, समजतं की, दुःख नाहीच आहे, सुख उरलंय फक्त. आणि ज्याने अशांती मान्य केली, त्याच्यासाठी शांतीचे दरवाजे उघडतात.

आता आम्हाला हे उलटं वाटेल. पण लक्षात ठेवा, जो माणूस म्हणतो की, मला शांत व्हायचं आहे, तो माणूस कधीही शांत होऊ शकत नाही. कारण मला शांत व्हायचं आहे, हेसुद्धा अशांती शोधणं आहे. म्हणूनच माणसं अशांत आहेत आणि काही अशांत असेही आहेत की, जे नवीन अशांती शोधत राहतात. म्हणतात, "मला शांत व्हायचं आहे."

एक माणूस मला भेटायला आला, म्हणाला, "मी पाँडेचेरी, रमण आश्रम, रामकृष्ण आश्रम सगळीकडे जाऊन आलो, सगळीकडे पाखंडी आहेत, बाकी काहीही नाही. मला शांती हवी, पण कुठेही मिळत नाही. गेले दोन वर्ष मी फिरतोय. कुणी तुमचं नाव मला सांगितलं, तर मी सरळ तुमच्याकडे आलो. मला शांती हवी आहे." मी म्हणालो, "तू ऊठ आणि सरळ निघून जा बाहेर. नाहीतर मीही पाखंडी ठरेन. तू निघून जा. वळूनही बघू नकोस मागे."

"पण मला शांत..."

"तू खरंच जा. मला तुला विचारायचं आहे की, अशांत होण्यासाठी तू कुणाकडे गेला होतास? कोणत्या गुरूकडून तू अशांतीची दीक्षा घेतलीस? कोणत्या आश्रमात अशांतीचा पाठ शिकवला?" तो म्हणाला, "मी कुठेच गेलो नव्हतो."

"तर मग तू इतका हुशार माणूस आहेस की, अशांतीसुद्धा निर्माण करू शकतोस, तर मी तुला काय सांगणार? ज्या पद्धतीने तू अशांती निर्माण केलीस, त्याविरुद्ध जा परतून. शांत होशील. माझ्याशी काय देणं-घेणं?"

"तुम्ही कसंही करून मला शांतीचा रस्ता दाखवा."

"तू अजून अशांतीचा रस्ता शोधत आहेस. शांत होण्याचा एकच रस्ता आहे, तो म्हणजे जो आपल्या अशांतीलाही शांततेने स्वीकारतो. अशांतता परिपूर्णतेने स्वीकारतो, आमंत्रित करतो की ये, माझी पाहुणी बन. आणि अचानक अशांती निरोप घेते. कारण अशांती वृत्तीमुळे निर्माण होते. ज्याने अशांती स्वीकारली, त्याची वृत्ती शांत झाली."

अशांती निर्माण होते अस्वीकार या वृत्तीमुळे. मग तो अस्वीकार अशांतीचाही असू शकतो. अशांती स्वीकारली जात नाही, अशी माणसं अशांत होत जातात. कारण स्वीकार न करणं हेच अशांतीचं मूळ आहे. आम्ही अशांती, दु:ख, अंधार, मृत्यू नाही स्वीकारणार – तर नका स्वीकारू. जे तुम्ही मान्य करणार नाही, स्वीकारणार नाही, त्यानेच वेढले जाल. स्वीकारून बघा, जे कुणीही स्वीकारत नाही, मग जाणवेल अगदी अनपेक्षितपणे की, तुम्हाला जो शत्रू वाटत होता, तो मित्र झाला. शत्रूला जर पाहुणा म्हणून घरात घ्यावं लागलं, तर मित्र बनवण्यापलीकडे दुसरा उपायच काय आहे?

तुम्ही मृत्यूवर विजय मिळवण्याच्या आकांक्षेने आलात की, मी काहीतरी युक्ती सांगेन की, तुम्हाला मरण येणार नाही. पण तुमची निराशा झाली असेल. एका मित्राने विचारलंही होतं की, पुष्करजींना विचारलं होतं की, इथे कायाकल्प केला जातो का? कुठला प्रयोग सांगितला जातो का? तर आम्ही खर्च करून येऊ. निराशा झाली असेल तुमची, कारण मी तर इथे मृत्यूची कला शिकवत आहे. मी सांगतो आहे की, मरून जा, पळून जाऊ नका मरणापासून, स्वीकारा. आणि लक्षात ठेवा की, मी मृत्यूच्या विजयाचीच सूत्रं सांगत आहे. मृत्यूवर विजय म्हणजे कायाकल्प नाही. मरावं तर लागेलच, काया मरणारच.

कायाकल्पमुळे एकच गोष्ट घडू शकते की, मरण लांबणीवर पडतं, म्हणजे चिंता अधिकच मोठी होत जाईल. सत्तराव्या वर्षी मरायच्या ऐवजी सातशे वर्षं जगाल. सातशे वर्षं दु:ख, त्रास, भांडणं, संकटं... चालू राहतील; जी आधी सत्तराव्या वर्षापर्यंतच होती. याहून अधिक काय होणार?

तुम्हाला जाणीव नाही या गोष्टीची की, खरंच कुणी आला आणि म्हणाला, हे औषध घे आणि जग सातशे वर्षं; तर तुम्ही म्हणाल की, जरा थांब, विचार करू दे. तर मला नाही वाटत की, कुणी ते औषध घेईल. याचा अर्थ काय? याचा अर्थ इतकाच की, जो 'मी' आहे, तो तर 'मी'च राहील आणि या 'मी'ला सातशे वर्षं

जगावं लागेल. तर फार महाग पडेल. जड जाईल हे जगणं.

जर शास्त्रज्ञांनी खरंच अनंत काळ जगण्यासाठीचा काही शोध लावला आणि तसा लागू शकतो, त्यात काही कठीण नाही, तर लक्षात ठेवा, असा शोध, तशी व्यवस्था जर झाली; तर माणूस अशा गुरूंच्या शोधात राहिल, जे सांगतील – जीवन कसं संपवता येतं, मरणाच्या युक्त्या, ज्याने माणसाला लवकर मृत्यू येईल. जसे आत्ता कायाकल्प करणाऱ्या गुरूंच्या शोधात माणसं आहेत, तसंच मृत्यूचं रहस्य सांगा की, तो कसा लवकर येईल, अशा गुरूंच्या शोधात माणसं असतील. जीवन किती मोठं, यापेक्षा ते कसं जगलं, याला महत्त्व आहे. एखादा माणूस एका क्षणात इतकं जगतो की, कुणी माणूस अनंत काळ जन्मन्जन्म जगूनही, जगू शकत नाही. ही 'जगण्याची' गोष्ट आहे. आणि असाच माणूस जगू शकतो, ज्याला मृत्यूचं भय नाही.

तुम्हाला या गोष्टीची जाणीव आहे का, की जगाचा वेग वाढत चालला आहे. प्रत्येक गोष्टीत गती आहे. बैलगाडी ते रॉकेट असा वेगाचा विकास आहे. पण या गतीचा इतका आग्रह का?

तुमच्या लक्षातही येणार नाही, या गतीचा सतत चालू असणारा माणसाचा प्रयत्न आहे, तो एवढ्याचसाठी की, तो जिथे आहे, तिथून त्याला पळायचं आहे. जिथे आहे, तिथे इतका घाबरलेला आहे की, सतत त्याला वाटतं, की इथून जावं कुठेही. तिथे इथल्यापेक्षा चांगलं असेल. युरोप-अमेरिकेत सुट्टीचे दिवस उपद्रवी झाले आहेत. सुट्टीच्या दिवशी माणसं इतकी दमून जातात, जितकी कधीही दमत नाहीत. कारण, पळा, आपापल्या गाड्या घेऊन पळा, पन्नास मैल, शंभर मैल, दोनशे मैल दूर, पिकनिक स्पॉटवर, डोंगरावर, हिल-स्टेशनवर, समुद्रकिनारी, पळा; जोरात पळा, कारण अजून माणसं जात आहेत, ती आधी पोचतील, आपल्या अगोदर, जिथे आपल्याला जायचं आहे. पण विचारा, कुठे पोचायचं आहे? तर ते नक्की माहीत नाही. एकच गोष्ट नक्की आहे की, जिथे आहोत तिथून निघा. घरातून, बायकोपासून, ऑफिसपासून... पळा दूर...

माणूस जगू शकत नाहीये, म्हणून इतकं धावणं, पळणं निर्माण झालं आहे. गाडी अजून जोरात पळवा, म्हणजे पळण्याला गती येईल. पण विचारा की, कुठे जात आहात? कुठे पोचण्याचा मानस आहे? तर उत्तर येईल की, आत्ता वेळ नाही सांगत बसायला, मला लवकर पोचायचं आहे! पण कुठे? आम्हाला चंद्रावर, मंगळावर पोचायचं आहे.

आम्ही आयुष्यभर पळत आहोत. कशापासून? कुणापासून? कसली भीती आहे? एक भीती आहे की, जीवन जगू शकत नाही आणि एक भीती आहे, मरणाची. या दोन्ही गोष्टी जोडल्या गेल्या आहेत. यातून मार्ग कसा साधणार?

तुम्ही विचारता की मार्ग कुठला? मी सांगतो, हे मरण स्वीकारा. मृत्यूला सांगा की, ये, जगू नंतर, तू आधी ये, तुझ्याशी हात जुळवू देत, मग आरामात जगेन. जो मनुष्य या तऱ्हेने मरणाला झेलतो, तो सजग राहतो, त्याचा वेग थांबतो, स्थिरता येते.

तुम्ही कधी बघितलं आहे की, तुम्ही सायकल चालवताना ज्या दिवशी तुम्ही रागात असता, तुमचं पायडल जोरजोरात फिरत असतं. गाडी चालवता, तर एक्सिलेटर जोरात दाबलं जातं. मानसशास्त्रज्ञ सांगतात की, जास्तीत जास्त अपघात याच कारणाने होतात. कारण मनात तशीच इच्छा असते की, ठोकावी गाडी कुठेतरी. अगदी जोरात. कारण आयुष्य अगदी बेकार वाटतं. निदान ठोकताना तरी रस वाटेल. तेवढ्या काळापुरती एक्सायटमेंट, थ्रिल, थरथर, जरा चांगलं वाटेल, काहीतरी तरी घडलं, आयुष्य अगदीच वाया गेलं नाही.

अमेरिका-युरोपमधले जे खुनी आहेत, त्यांतले अनेक जण सांगतात की, त्या माणसाचा आणि आमचा काहीच संबंध नव्हता, आम्ही फक्त आमचं नाव वर्तमानपत्रात छापून यावं, म्हणून खून केला. अजून काही मार्गच नव्हता, नाव कधीच छापलं गेलं नसतं. दोन प्रकारचे खुनी आहेत. एक, जे आपापली व्यक्तिगत हत्या करणारे. त्यांची नावं छापून येतात. आणि एक सामूहिक हत्या करणारे, जसे राजकारणी – त्यांची नावं छापून येतात. अजून कुणाची नावं तर छापून येत नाहीत. तर साधू झालात, तरी उपयोग नाही, त्यामुळे नाव छापून येणार नाही. कुणा माणसाला सुऱ्याने भोसका, तर वर्तमानपत्रांत पहिल्या पानावर हेडिंगमध्ये ती बातमी छापून येते – अमुक माणसाला तमुक माणसाने भोसकलं. आणि मग कोर्टात तो सांगतो की, मी त्याला ओळखतही नव्हतो. केवळ त्याची पाठ दिसली, चांगली वाटली, भोसकलं, तर रक्ताची चिळकांडी उडाली. तर मलाही वाटलं की, आयुष्यात काहीतरी केलं, ज्याची चर्चा झाली, कोर्टात वकील चर्चा करत आहेत, जनता चर्चा करत आहे – आता मी साधारण माणूस नाही.

मरणापासून पळणारा माणूस इतका निराश, उबलेला आहे की, तो काय वाटेल ते करतो आहे. पण मरणाचा स्वीकार मात्र करत नाही.

परमात्म्याच्या मंदिरावर लिहिलं आहे की – 'मरा.' आणि परमात्म्याच्या मंदिरात जीवनाची रसधारा वाहत आहे. 'मरा!' असा फलक वाचून लोक परतून जातात. आत कुणी जात नाही. हुशारी आहे ही, नाहीतर आत गर्दी झाली असती, जगणं कठीण झालं असतं. तर जीवनाचं जे मंदिर आहे, तिथे बाहेर लिहिलं आहे, मरा! जे घाबरतात ते पळून जातात. म्हणून मी म्हणतो की, मरण शिकायला हवं.

आणि जीवनाचं सर्वांत मोठं रहस्य हेच आहे की, कसं आम्ही मरण शिकू आणि ते स्वीकारू. रोज रोज जे घडून गेलेलं आहे, ते मरून जावं, पण आम्ही ते

मरू देत नाही. सत्तर वर्षांचा म्हातारा, त्याचं बालपण अजूनही मेलेलं नाही. तो सांगत राहतो की, ते दिवस असे होते, त्या काळातल्या गोष्टी वेगळ्याच. अजूनही त्याला असंच वाटत राहतं की, जे होतं, ते तसंच राहावं; पुन्हा घडावं. अजून त्याचं तारुण्य संपलेलं नाही. 'काल' अजूनही मेलेला नाही. आमच्यात ती हिंमतच नाही. कोणत्याही गोष्टीला आम्ही मरू देत नाही. एक ओझं साठवतो, त्या ओझ्यामुळे आम्ही जगू शकत नाही.

तर मरण्याच्या कलेचं एक सूत्र हेही आहे की, जे मेलेलं आहे, त्याला मरू द्यावं.

जीझस एका सरोवराच्या जवळून जात होते, तेव्हा एक मजेशीर घटना घडली. सकाळची वेळ, सूर्योदय होत होता, आत्ताशी लाली पसरली होती. एका कोळ्याने मासे पकडण्यासाठी जाळं फेकलं होतं. मासे पकडून तो ते जाळं खेचत होता. जीझसनी त्याच्या खांद्यावर हात ठेवून विचारलं, ''माझ्या मित्रा, आयुष्यभर मासेच पकडणार आहेस का?''

हा प्रश्न त्याच्याही मनात अनेकदा येत असे. कुणाच्या मनात येत नाही? मासे आहेत वेगवेगळे, जाळं वेगळं, पाणी वेगळं. पण तरीही प्रश्न पडतोच. त्याने वळून बघितलं की, कोण माणूस आहे हा, जो माझ्या मनातला प्रश्न मलाच विचारतो आहे? त्याने जीझसना बघितलं. त्यांची शांत मुद्रा, डोळे, व्यक्तिमत्त्व...! 'पण दुसरा मार्गच नाही, अजून सरोवर कुठे आहे? मासे कुठे आहेत? जाळं कुठे फेकू? मीही विचारतो स्वतःला...' तर जीझस म्हणाले, ''मीही एक कोळी आहे, पण दुसऱ्या समुद्रात जाळं फेकतो. इच्छा असेल तर ये माझ्या मागोमाग. पण लक्षात ठेव, नवं जाळं तोच फेकू शकतो, जो जुनं जाळं टाकून द्यायची हिंमत ठेवतो. सोडून दे जुनं जाळं इथेच.''

कोळी खरोखरच हिंमतवान होता. अशी माणसं फार कमी असतात. त्याने ते जाळं तिथेच टाकलं, ज्यात मासे होते. वाटलं तर असणार की खेचावं, कमीत कमी हे जाळं तरी... पण नाही. त्याने सोडलं जाळं, विचारलं, ''सांगा, कुठे येऊ?''

जीझस म्हणाले, ''हिंमत आहे तुझ्यात, जाऊ शकतोस, तर सर्व सोडून ये.'' ते जात होते गावाबाहेर, तर एक माणूस पळत पळत आला आणि त्याने कोळ्याला अडवून विचारलं, ''कुठे जातो आहेस? तुझ्या आजारी वडिलांचा मृत्यू झाला आहे. तू पहाटे लवकर उठून निघून गेलास... ते मरण पावले आहेत. आम्ही तलावापाशी गेलो होतो, तिथे जाळं दिसलं पडलेलं. कुठे निघालास?'' कोळी जीझसला म्हणाला, ''मला क्षमा करा. दोन-चार दिवसांची सूट द्या. मी वडिलांचे अंतिम संस्कार करून येतो.'' जीझस जे म्हणाले, ते अगदी अद्भुत आहे. म्हणाले, ''वेड्या! गावात जे मृत आहेत, ते प्रेताला दफन करतील. तुला जायची काय

गरज? तू चल. जो मेलाच आहे, तो मेलाच, आता दफन तरी करण्याची आवश्यकता काय? माझा गैरसमज झाला की, तू जुनं जाळं सोडू शकतोस.'' क्षणभर तो थांबला आणि मग जीझसच्या मागोमाग चालू लागला. जीझस म्हणाले, ''मला तुझं कौतुक वाटतं. तू मेलेल्यांना सोडू शकतोस, तर तुला जिवंत नक्की मिळतील.''

खरंतर जे मागे मेलेलं आहे, ते सोडून द्या. तुम्ही ध्यानाला बसता, पण मला सांगता की, नाही होत. सतत विचार येतात. ते येत नाहीत. तुम्ही त्यांना कधी सोडलं आहेत? धरून ठेवलं आहेत. त्या विचारांची काय चूक?

जर कुणी एखाद्या कुत्र्याला आपल्या घरात बांधून ठेवत असेल, खायला घालत असेल आणि अचानक एक दिवस सोडून देत असेल, तर कुत्रा फिरून घरातच येणार. त्यात त्याची काय चूक? अचानक तुम्ही ध्यान करू लागता आणि कुत्र्याला हाकलता; सकाळपर्यंत त्याला खायला घातलंत, प्रेम केलंत, चुचकारलंत, गोंजारलंत, आणि अचानक विचार आला की, ध्यान करायचं आहे. त्या कुत्र्याला काय माहीत? त्याला वाटतं की, हा खेळ चालला आहे. जितकं तुम्ही त्याला पळवता, त्याला तो खेळाचाच भाग वाटतो. तो अजून उत्तेजित होतो. त्याला वाटतं, आज मालक फार आनंदात आहे. तेव्हा तुम्ही मला येऊन सांगता की, विचार जात नाहीत.

कसे जाणार? याच विचारांचं पालनपोषण केलं आहेत तुम्ही. त्या विचारांना पट्टा बांधून ठेवला आहेत आपापल्या नावाचा. म्हणा असं कधी कुणाला की, तुझा हा विचार चुकीचा आहे. तो लगेच म्हणेल की, माझा विचार आणि चूक? शक्यच नाही. पट्टा बांधलेले हे विचार परतून येतात. त्यांना काय माहीत, की तुम्ही ध्यान करत आहात.

विचारांना आम्ही पाळत आहोत. भूतकाळातल्या विचारांना बांधून ठेवत आहोत आणि अचानक जर हाकलून द्याल, तर ते नाही हाकलले जाणार. त्यांचं पोषण बंद करायला हवं.

लक्षात ठेवा, जर विचार सोडायचा असेल, तर 'माझा' विचार असं म्हणणं सोडून द्या. कारण जिथे 'माझा' हा भाव आहे, तिथे तो सोडता येणं कठीण. विचारांत रस घेणं बंद करा. विचारांना हे कसं कळेल, की आता रस राहिलेला नाही?

विचार म्हणजे आमच्या भूतकाळातल्या आठवणी. त्यांचं जाळं आहे, जे आम्ही धरून ठेवलं आहे, त्यांना आम्ही मरू देत नाही. त्यांना मरू दे. लेट द डेड बी द डेड. जे मेलेलं आहे, त्याला मेलेलंच राहू दे. त्याला जिवंत ठेवण्याचा प्रयत्न करू नका.

पण आम्ही जिवंत ठेवतो. कालची मैत्री, कालचं शत्रुत्व जिवंत आहे. केवळ जिवंत आहे, असं नाही. काल भेटलेला मित्र जर आज नमस्कार म्हणत नाही, तर

आम्ही विचारतो, ''काय झालं?'' नवरा सकाळी बायकोला प्रेमाने बघत नाही, तर ती विचारते, ''काय झालं? तीस वर्षं तू मला प्रेमाने बघत आलास...'' भूतकाळाला आम्ही इतकं गच्च धरून ठेवलं आहे, की आम्ही म्हणतो, तसेच रहा, जसे होतात. स्वत:बद्दलही हेच करतो. जसे काल होतो, तसेच आज! सर्वांना दिलासा देतो की, घाबरू नका, मी तोच – तसाच आहे – तसाच राहीन.

मरण्याच्या कलेचा हाही एक भाग आहे. हे सूत्रही लक्षात ठेवायला हवं की, जर मरण्याची कला शिकायची असेल, तर जो मरतो, त्याला मेलेलंच ठेवा. भूतकाळाला भूतकाळात राहू दे. आता तो कधीही नाही. त्याला जाऊ द्या. काल, काल झाला, आता नाही. पण हेच आपण धरून ठेवतो.

एक अजून एक लहानसा प्रश्न आहे. एका मित्राने विचारलं आहे की, कन्फ्युजन आणि क्लॅरिटी, भ्रमाने भरलेलं चित्त, गुंतलेलं, कन्फ्यूज्ड माइंड काय आहे? क्लॅरिटी ऑफ माइंड काय आहे? आणि मन साफ, ताजं आणि स्वच्छ होणं म्हणजे काय?

हे जरा समजून घेणं गरजेचं आहे. कारण हे ध्यानासाठी आणि मरणाच्या कलेसाठीही उपयोगी होईल. हा प्रश्न मौल्यवान आहे. ते विचारत आहेत की, हे संभ्रमित मन काय आहे? पण यात एक चूक होते. आम्ही म्हणतो संभ्रम, अशांत मन – इथे चूक होते. काय चूक होते? चूक अशी होते की, आम्ही दोन शब्दांचा उपयोग करत आहोत – संभ्रमित मन. खरी गोष्ट अशी आहे की, मन संभ्रमित नसतं. संभ्रमावस्था जी आहे, त्याचं नाव मन आहे. असं नाही की, अशांत मन असतं. अशांतीचं नाव मन आहे. आणि अशांती नसते, तेव्हा असं होत नाही की, मन शांत झालं. असं आहे, की मन उरतच नाही.

समजा, समुद्रात वादळ आलं आहे. समुद्र अशांत आहे, तर तुम्ही म्हणाल, अशांत वादळ. कुणी विचारेल कीष्ट अशांत वादळ? तुम्ही इतकंच म्हणा, की वादळ आहे. कारण अशांतीचं नावच वादळ आहे. वादळ शमलं, तर तुम्ही म्हणाल की, शांत वादळ चाललं आहे? तर म्हणता की, वादळ नाहीये.

मनाला समजून घ्यायचं, तर लक्षात ठेवा की, मन म्हणजे अशांतीचंच दुसरं नाव. आणि जेव्हा शांती असते, तेव्हा असं नाही की, शांत मन राहतं, मनच राहत नाही. नो-माइंड. अ-मन अशी स्थिती होते. आणि जेव्हा मन राहत नाही, तेव्हा जे राहतं, त्याचं नाव आत्मा आहे. वादळ राहत नाही, तरीही समुद्र असतोच. तसंच जेव्हा कन्फ्युजन संपतं, तेव्हा जे शेष राहतं, तो आत्मा आहे.

मन अशी गोष्टच नाही. मन हे केवळ अव्यवस्थेचं नाव आहे, अराजकता. मन ही वस्तू नाहीये कुठली. शरीर एक वस्तू आहे आणि आत्मा एक वस्तू आहे. मन

या दोघांमधल्या अशांतीचा जो संबंध आहे, त्याचं नाव आहे. शांती असली की, शरीर आणि आत्मा उरतो, पण मन नाही राहत.

शांत मन अशी कुठली गोष्टच नाही. पण ही चूक एवढ्यासाठी होते की, आम्ही जी भाषा बनवली आहे, त्यात असं म्हणतो – अस्वस्थ शरीर-स्वस्थ शरीर हे ठीक आहे, कारण तसं असतं. अस्वस्थ्य संपतं, तर उरतं स्वस्थ शरीर. पण मनाच्या संदर्भात ही गोष्ट सत्य नाही. स्वस्थ मन, अस्वस्थ मन असं काही नसतं. मन अस्वस्थ असतं, कारण मनाचं असणं हेच कन्फ्युजन आहे. मनाचं असणं अस्वास्थ्य-आजार आहे.

म्हणून असं विचारू नका की, संभ्रमावस्थेतल्या मनाला शांत कसं करायचं. असं विचारा की, या मनापासून सुटका कशी मिळेल? हे मन मरेल कसं? हे मन संपवू कसं? निरोप कसा देऊ मनाला? मनच राहणार नाही, असं कसं होऊ शकेल?

मनाला समाप्त करण्याचा उपाय ध्यान आहे. ध्यानाचा अर्थ मनाबाहेर निघून जाणं. मन न राहणं. जिथे आम्ही गुंतलो आहोत, त्यातून बाहेर पडणं. हा गुंता सुटला, की शांत होता येतं. कारण आमच्या असण्यानेच गुंता तयार होतो. जर आम्ही तिथून बाहेर पडलो, तर ते निरोप घेतं.

आता समजा की, तुम्ही माझ्याशी भांडायला आला आहात. जर मी त्या भांडणातून बाहेर पडलो, तर भांडण कसं चालू राहणार? ते संपेल. कारण माझ्या असण्याने ते चालू होतं. मनाच्या पातळीवर आम्ही उभे आहोत, जिथे मनाचा सर्व उपद्रव चालू आहे. आम्ही तिथेच उभे आहोत. आम्हाला तिथून हलायचंच नाही आणि आम्ही म्हणत राहतो की, मनाला शांत करायचं आहे. ते शांत होणार नाही. तुम्ही कृपा करून निघा, बस. तुम्ही गेलात की, शांत होईल. तर ते ध्यान आहे, ते मनाला शांत करण्याची विधी नाही. मनापासून बाजूला होण्याची, जिथे अशांतीच्या लाटा उमटत आहेत, तिथून निघून जाण्याची व्यवस्था आहे.

आणखी एका मित्राने प्रश्न विचारला आहे. तोही याच्याशी संबंधित आहे. तोही जाणून घेणं योग्य आहे. प्रश्न असा आहे की, केलेलं ध्यान, ध्यान करणं आणि ध्यानात असणं यात फरक काय?

तोच फरक आहे, जो मी समजावतो आहे. जर कुणी मनुष्य ध्यान करत आहे, तर अशांत मनाला तो शांत करण्याच्या प्रयत्नात आहे. तो काय करेल? तो मनाला शांत करण्याचा प्रयत्न करेल. आणि जर कुणी मनुष्य ध्यानात असेल, तर तो मन शांत करण्याचा प्रयत्न करत नाही, तर मनापासून दूर जात आहे. ऊन लागतंय, तर छत्री वापरली जाते. पण मनात छत्री उघडता येत नाही, कारण मनात फक्त

विचारांच्या छत्र्या उघडतात. म्हणजे हे असं आहे की, कुणी मनुष्य उन्हात उभा आहे आणि डोळे बंद करून विचार करतो आहे; की डोक्यावर एक छत्री आहे आणि ऊन लागत नाहीये. पण ऊन तर लागत असतंच. तो उन्हाला शांत करण्याचा प्रयत्न करत आहे. हे ध्यान करण्याचा प्रयत्न करणं आहे. दुसरा मनुष्य आहे, बाहेर ऊन लागतंय, उठून घरात जातो. तिथे आराम करतो. तो उन्हापासून दूर जात आहे.

ध्यान करणं याचा अर्थ एफर्ट्स, प्रयत्न! मनाला बदलण्याचा प्रयत्न. आणि ध्यानात असणं म्हणजे प्रयत्न नव्हे, तर हळुवार स्वत:त सरकणं.

हा फरक लक्षात घ्यायला हवा. कारण ध्यान करायचा जर तुम्ही प्रयत्न केलात, तर तुम्ही कधीही ध्यानात जाऊ शकणार नाही. ठरवून बसलातच ध्यानाला, अट्टाहास की., आज ध्यान करणारच, मन शांत करणारच. कोण म्हणतंय हे? कोण करणार? तुम्ही? तुम्ही अशांत आहात आणि आता शांत करणार? अजून एक व्याप वाढवलात. आता तुम्ही आडमुठेपणाने बसून राहाल. जितके अडकाल, तितके टेन्स होत जाल.

नाही. मी ध्यान करायला एवढ्यासाठी सांगतो. कारण त्यात रिलॅक्सेशन आहे. काही करू नका. शिथिल व्हा. समजून घ्या. एका छोट्याशा सूत्रातून मी सांगतो, त्याला अंतिम सूत्र समजून लक्षात ठेवा.

एक माणूस नदीत पोहत असतो. पोहत राहतो. म्हणतो की, मला तिथे पोचायचं आहे. नदीचा प्रवाह जोरदार आहे. हा हात-पाय मारतोय, थकतोय, ढासळतोय, पण तरी पोहत राहतोय. प्रयत्न चालू आहे. पोहण्याचा प्रयत्न. ध्यान करणं हाही एक प्रयत्न आहे. आता एक दुसरा माणूस आहे. तो म्हणतो की, पोहायचं नाही. पडून राहायचं. त्याने नदीत स्वत:ला सोडून दिलं आहे. हात-पाय मारत नाही. फक्त पडून आहे. नदी वाहत राहते – तोही वाहत राहतो. वाहणं हा प्रयत्न नाही. फ्लोटिंग! अप्रयास!

मी ज्या ध्यानाबद्दल बोलतोय, ते वाहण्यासारखं आहे. पोहण्यासारखं नाही. लक्षात ठेवा की, एक माणूस पोहत आहे आणि एक पान वाहत आहे. बघा जरा एका पोहणाऱ्या माणसाला आणि वाहणाऱ्या पानाला. पानाची गंमत काही वेगळीच आहे. ना त्रास, ना अडचण, ना भांडण, ना झंझट. पान हुशार आहे. कसं? त्याची हुशारी अशी की, त्याने पाण्याला बोट बनवलं आहे आणि त्या बोटीत ते बसलं आहे. जिथे नेईल, तिथे ते जायला तयार आहे. त्याने नदीची ताकदच तोडली. त्याने नदीविरुद्ध बंड केलं नाही. पान राजा झालं. कारण त्याने राजा होण्याचा प्रयत्न केला नाही. नदी जशी, जिथे नेत आहे; ते तसं जात राहिलं.

हे लक्षात ठेवा, एका पानाचं वाहणं. तुम्ही असे वाहू शकता का नदीत? पोहण्याचा विचार मनात उद्भवणारच नाही, मनच राहणार नाही, भावही राहणार

नाही. तुम्ही असे वाहू शकता?

तुम्ही कधी बघितलं आहे की, जिवंत माणूस बुडतो आणि प्रेत नदीच्या पाण्यावर तरंगतं? असं का होतं? विचार केला आहे? फरक काय आहे? प्रेत प्रयत्न करत नाही. ते काहीच करत नाही. करू शकतच नाही. पण जिवंत माणूस बुडू शकतो, कारण तो प्रयत्न करतो. थकतो प्रयत्न करून आणि मग बुडतो. नदी बुडवत नाही, लढणं बुडवतं. प्रेत लढू शकत नाही. नदी मग त्याचं काहीही बिघडवू शकत नाही.

तर मी ज्या ध्यानाबद्दल बोलत आहे, ते पोहण्यासारखं नाही, तर वाहून जाण्यासारखं आहे. म्हणून मग जेव्हा मी म्हणतो की, शरीर शिथिल करा, त्याचा अर्थ असा की, शरीराने आपण वाहू द्या. आता आमची शरीरावर पकड नाही. सोडून दिलं आहे त्याला. मी सांगतो की, श्वासही सोडून द्या. तर आम्ही श्वासाचा काठाला – किनाऱ्यालाही नाही धरू शकत. सोडून देतो. मग जाणार कुठे? जेव्हा शरीर सोडून देतो, तर आत शिरतो त्याच्या. आणि शरीराला धरून ठेवलं, तर बाहेर येऊ. आता जर कुणी किनाराच धरून ठेवला, तर नदीत उतरणार कसं? किनारा सोडून देता, तर बाहेर येऊ शकतच नाही, नदीतच जाणार.

तर जीवनाचा एक प्रवाह वाहतो आहे आत. परमात्म्याचा प्रवाह वाहतो आहे आत, चेतनेचा. आणि आम्ही धरून ठेवला आहे किनारा. शरीराच्या किनाऱ्याला. सोडून द्या त्याला, श्वासही सोडा, विचारही सोडा. सर्व किनारा सुटला. मग कुठे जाणार? आता प्रवाहात वाहू लागाल. आणि जर कुणी स्वत:ला प्रवाहात सोडून दिलं, तर सागराला जाऊन मिळतो. सागरापर्यंत पोचतो.

इथे आत जे प्रवाह वाहत आहेत, ते नदीसारखे आहेत, ध्यान एक प्रवाह आहे. ज्याला वाहणं समजलं, तो परमात्म्यात पोचतो. पोहू नका. जो पोहेल, तो भरकटेल. तो जास्तीत जास्त या किनाऱ्यापासून त्या किनाऱ्यापर्यंत पोचेल. दोन्ही किनारे नदीच्या बाहेरच घेऊन जातात. गरीब माणूस खूप पोहला, तर श्रीमंत होईल. होऊ शकेल. छोट्या खुर्चीवर बसलेला – दिल्लीच्या खुर्चीपर्यंत पोहत पोहत पोचेल. याहून अधिक काय होणार? यामुळे काही फरक पडत नाही.

नाही. पोहणारा किनाऱ्यावरच पोचणार. पण वाहणारा? त्याला कुठलाही किनारा अडवू शकत नाही. कारण त्याने स्वत:ला प्रवाहात झोकून दिलं आहे. प्रवाह त्याला घेऊन जाईल, घेऊन जाईल, समुद्रापर्यंत पोचवेल.

समुद्रात पोचणं हेच लक्ष्य आहे. नदीने समुद्र व्हावं आणि व्यक्तीची चेतना परमात्मा व्हावी. एक-एक थेंब त्यात हरवावा, तर जीवनाचा परमअर्थ आणि जीवनाचा परमआनंद आणि जीवनाचं परमसौंदर्य उपलब्ध होईल.

मरण्याची कला वाहण्याची कला आहे. शेवटची गोष्ट, मरण्याची कला ही

वाहण्याची कला आहे. कारण ज्याने मरण स्वीकारलं आहे, तो पोहत नाही. तो म्हणतो की, जा घेऊन तुला कुठे घेऊन जायचं असेल तिथे. मी तयार आहे.

या चार दिवसांत मी याच संदर्भात सगळ्या गोष्टी सांगतो आहे. काही मित्रांना असं वाटतंय की, मी केवळ प्रश्नांची उत्तरं देत आहे. ते पुन्हा पुन्हा मला असं लिहून पाठवत आहेत की, तुम्ही केवळ प्रश्नांची उत्तरं देत आहात, तुम्ही काहीतरी बोला तर! पण खुंटीला महत्त्व प्राप्त होतं, कपड्यांना कमी महत्त्व मिळतं. ते म्हणतात की, तुम्ही कपड्यांबद्दल सांगा, खुंट्यांना महत्त्व का देता? पण मी खुंट्यावर काय टांगतो आहे?

मी असं ऐकलंय... एक सर्कस होती. त्यात माकडांचा एक मालक होता. रोज सकाळी तो माकडांना चार केली द्यायचा, तर संध्याकाळी तीन केळी द्यायचा. एकदा कमी केळी मिळाली बाजारात. तर त्याने माकडांना सकाळी तीन केळी दिली. तर माकडांनी संप केला. सकाळी चार केळी हवीतच. तो म्हणाला की, संध्याकाळी चार केळी देतो. तरी माकडं ऐकायला तयार होईनात. सकाळी चार केळी मिळत होती, तशी हवीतच. मालक चिडला, म्हणाला, ''वेड लागलंय का तुम्हाला? दिवसभरात सात केळी मिळतीलच ना!'' माकडं म्हणाली की, असले हिशोब आम्हाला समजत नाहीत. आम्ही चार केळीच खाणार, जशी आम्हाला रोज मिळतात. मित्र तसंच म्हणतात की, प्रश्नांची उत्तरं नकोत. तुम्ही बोला. मी बोलतोच आहे. प्रश्नांच्या उत्तराच्या स्वरूपात बोललो, तर त्यात फरक काय पडणार? प्रत्येक शिबिरात चार प्रवचनं आणि चार प्रश्नोत्तरं होतात. पण या वेळेस असं झालं की, सगळ्यांचेच प्रश्न होते. असा केळ्यांसारखा आकडा ठरवू नका. हिशोब करत बसू नका. आता आपण रात्रीच्या ध्यानाला सुरुवात करू.

शरीर – शिथिल – शांत, शांत, शांत.

श्वास – शांत शांत...

विचार... शांत...

आता रात्रीच्या ध्यानाला सुरुवात करू.

अंतर ठेवा. बोलू नका. ज्यांना जायचं असेल त्यांनी जावं. ज्यांना ध्यान करायचं असेल त्यांनी बसावं. जाणाऱ्यांनी शांतपणे जावं. जे थांबले आहेत, त्यांनी शांत बसावं. प्रेक्षकाप्रमाणे कुणीही थांबू नये.

डोळे बंद करा. बघा. वाहून जायचं आहे, मरणासाठी तयार व्हायचं आहे. डोळे बंद... शरीर मोकळं... सैल करा... शक्ती आतून वाहू दे. शरीराला किनाऱ्यावर सोडून दिलं आहे, असं समजा. अगदी सैल सोडा शरीर. अनुभवा माझ्याबरोबर.

शरीर सैल होत आहे... शरीर सैल होत आहे... शरीर सैल... भाव करा तसा

की, शरीर अगदी सैल होत आहे. शरीराची किनार सोडून द्यायची आहे आणि आत जायचं आहे. जसं कुणी नदीचा तट – किनारा सोडून देतं आणि आत प्रवाहात जातं. शरीर सैल, शिथिल होत आहे. शरीर शिथिल झालं. शरीर सैल झालं. सैल झालं...

श्वास शांत होत आहे, भाव करा तसा श्वास शांत होत आहे... श्वास शांत... श्वास शांत... श्वासही सोडून द्या. मागे व्हा... श्वास शांत झाला. श्वास शांत झाला.

विचार शांत होत आहेत. विचारांवरची पकड सोडून द्या. विचार शांत होत आहेत... विचार शांत होत आहेत. अजून आत अजून आत खोल... पकड सोडून द्या, सर्व श्वासावरची, शरीरावरची, विचारांवरची... अगदी बुडून जा. स्वत:ला वाळलेल्या पानाप्रमाणे सोडून द्या.

आता दहा मिनिटं आत जागं होताना बघा. आत जागून बघा. जशी एखादी ज्योत आत जळते आहे आणि तुम्ही केवळ ती बघत आहात. केवळ ते जाणवणं, बघणं रहा... शरीर लांब पडलं आहे, श्वास शांत झाला आहे. तोही लांब वाटेल. विचार येत असले जरी तरी फार लांबून येत आहेत असं वाटेल. मग हळूहळू तेही थांबतील. बघत रहा. आत द्रष्टा व्हा. दहा मिनिटांसाठी केवळ द्रष्टा व्हा.

मन शांत झालं आहे. स्वत:ला सोडून द्या. जसं खोल विहिरीत कुणी उतरतं. बघत रहा. मन शांत... मन शांत... (मौन, निर्जन... शांतता)

हळूहळू खोल श्वास घ्या. हळूहळू दोन-चार खोल श्वास! श्वास अगदी दूर वाटेल. शरीर दूर वाटेल आणि मन शांत. शांत... श्वास घ्या, परत खोल श्वास... हळूहळू डोळे उघडा. जी माणसं आडवी आहेत अथवा पडली आहेत. थोडा खोल श्वास घ्या. मग डोळे उघडा... मग हळुवार उठा... अगदी सावकाश...

◆

अंधाराकडून प्रकाशाकडे आणि
बेशुध्दीतून परम जागरणाकडे...

ध्यान आहे मूळ तत्त्व. ज्याची तरलता, सघनता, विरलता ठोसपणे
ठरवते की, तुम्हाला जागृत म्हणावं की निद्रिस्त? जागृत आणि बेशुद्ध
यांमध्ये जे तत्त्व प्रवास करतं, ते ध्यान होय.

बेशुद्ध आणि शुद्ध, जागृत या दोघांना समजून घेण्यासाठी प्रथम हे समजून घेणं गरजेचं आहे की, या दोन्ही अवस्था विरुद्ध नाहीत. साधारणपणे यांना विरुद्ध समजलं जातं. खरंतर जीवनाला आम्ही द्वैत समजून चालतो, बघतो. अंधार-प्रकाशाला दोन वेगळ्या स्थिती समजतो. तिथेच मूळ चूक होते. आणि या चुकीनंतर जे काही चिंतन केलं जाईल, तो भ्रम असेल, कधीही योग्य नसेल. प्रकाश आणि अंधार एकाच गोष्टीचं तारतम्य आहे. एकाच गोष्टीची दोन रूपं. ज्याला आम्ही अंधार म्हणतो, त्याला कमी प्रकाश आहे, असं म्हणणं अधिक योग्य होईल. असा प्रकाश, जो आमच्या डोळ्यांना दिसत नाही, त्याला आम्ही अंधार म्हणतो. प्रकाशाला म्हणू की, कमी अंधार आहे. आमचे डोळे पकडू शकतील असा अंधार. अंधार आणि प्रकाश दोन विरुद्ध गोष्टी नाहीत. अंधार आणि प्रकाश एकाच गोष्टीच्या दोन मात्रा आहेत.

अंधार आणि प्रकाश या संदर्भात जे सत्य आहे, तेच जीवनातल्या समस्त द्वंद्वांमधलं सत्य आहे. बेशुद्ध आणि चेतना या अशाच गोष्टी आहेत. बेशुद्धीला समजा अंधार आणि चेतनेला प्रकाश. खरंतर बेशुद्धातली बेशुद्ध गोष्ट ही अजिबात बेशुद्ध नाही. दगडही बेशुद्ध नाही. तोही चेतनेची एक अवस्था आहे; पण इतकी कमी की, ती आम्हाला पकडता येत नाही.

एक माणूस झोपला आहे, एक माणूस जागा आहे. जागं असणं आणि झोपणं या दोन गोष्टी नाहीत. एकच माणूस जागेपणापासून झोपण्यापर्यंतचा प्रवास करतो आहे, ज्याला आम्ही झोपणं म्हणतो, तेही पूर्णत: झोपणं नाही. कारण झोपताना आम्ही जोरात, मोठ्याने म्हणतो, 'राम!' पाचशे माणसं झोपलेली असतील, तर चारशे नव्व्याण्णव माणसं ऐकत नाहीत, पण ज्याचं नाव राम आहे, तो डोळे उघडतो की, मला कोण हाक मारतंय? माझी झोप का बिघडवतंय? जर तो झोपला असेल, तर त्याला हाक ऐकू येता कामा नये. आणि त्याला हेही आठवलं नाही पाहिजे की, त्याचं नाव राम आहे. त्याची ही झोप ही जागेपणापेक्षा कमी – अशी अवस्था होती. जागं असणं थोडं कमी, अस्पष्ट!

एका माणसाच्या घराला आग लागली आहे. तो धावतोय रस्त्यावरून. तुम्ही त्याला नमस्कार करता. तो तुम्हाला बघून न बघितल्यासारखं करतो. तो ऐकतो, पण नाही ऐकत. दुसऱ्या दिवशी तुम्ही त्याला विचारता, की काल मी तुला नमस्कार

केला, तू उत्तर दिलं नाहीस. तो सांगतो की, काल माझ्या घराला आग लागली होती. मला घराशिवाय दुसरं काहीही दिसत नव्हतं, ऐकू येत नव्हतं. तुम्ही भेटला असाल, नमस्कारही नक्की केला असणार; पण मी ना बघू शकलो, ना ऐकू शकलो. हा माणूस जागा होता की झोपलेला? पण त्या माणसासाठी जवळ जवळ झोपलेला होता. त्या माणसापेक्षाही जास्त झोपेत होता, ज्याने झोपेत ऐकलं होतं 'राम!'

जागं आणि निद्रिस्त म्हणजे काय? सर्वप्रथम मी हेच सांगू इच्छितो की, या विरुद्ध गोष्टी नाहीत. पदार्थ आणि परमात्मा दोन विरुद्ध गोष्टी नाहीत. चांगलं आणि वाईट दोन विरुद्ध गोष्टी नाहीत. पण आमची बुद्धी प्रत्येक गोष्ट दोनात विभाजित करते. खरंतर बुद्धीने प्रश्न प्रस्थापित केला की, विभाजन थांबलं.

विचार करणं आणि विभाजन करणं एकाच गोष्टीची दोन नावं आहेत. जसा तुम्ही विचार करायला लागाल, विभाजन कराल. विचार ही विभाजनाची प्रक्रिया आहे आणि माणूस जितका विचार करणारा, तितके जास्त तुकडे करत जाणार. मग केवळ तुकडे राहतात आणि ते जे एक आहे, पूर्ण आहे, ते हरवेल. आणि त्या पूर्णातच प्रत्येक प्रश्नाचं उत्तर आहे.

म्हणून बुद्धी कुठल्याही प्रश्नाचं उत्तर कधीही शोधू शकत नाही. पण बुद्धी प्रत्येक प्रश्नांतून अजून पन्नास प्रश्न नक्कीच तयार करू शकते. कितीही महत्त्वपूर्ण उत्तर दिलं तरीही. याला कारण आहे. उत्तर पूर्णत्वात आहे, पण बुद्धीचा नाइलाज आहे की, ती विभाजन केल्याशिवाय राहू शकत नाही.

असं समजा, मी इथे बसलो आहे, बोलतो आहे, मी हजर आहे इथे. तुम्ही मला बघत आहात, ऐकत आहात. ज्याला तुम्ही बघत आहात आणि ऐकत आहात, ती दोन माणसं – वेगवेगळी माणसं नाहीत. पण जिथे तुमचा संबंध आहे की, तुम्ही बघता आहात डोळ्यांनी आणि ऐकता आहात कानांनी. तुम्ही माझं दोनांत विभाजन केलंत. जर तुम्ही माझ्या जवळ बसला आहात, तर तुम्हाला माझ्या शरीराचा गंधही येतो. अजून एक, तिसरं विभाजन झालं. मग या तीन तुकड्यांना जोडून तुम्ही माझी प्रतिमा तयार करत आहात. ती माझी प्रतिमा नाही, ती तुमची जोडणी आहे आणि ही जोडणी नेहमी फसवी असेल, कारण कोणत्याही अंशांना जोडून पूर्ण बनवता येत नाही. पूर्ण तर तोच आहे, जो अंश बनवण्याआधी होता.

जेव्हा आम्ही म्हणतो जागृत – बेशुद्ध; तेव्हाच आम्ही विभाजन सुरू केलं. मी मानतो की, एकच आहे, पण मी असं जेव्हा म्हणतो, तेव्हा त्याचा अर्थ असा नसतो की, जागृतता म्हणजेच बेशुद्धता आणि बेशुद्ध म्हणजेच जागृत. जेव्हा मी असं म्हणतो की, अंधार आणि प्रकाश एकच आहे, तेव्हाही मी असं म्हणत नाही की, अंधार असला तर काय झालं. तुम्ही तसेच जा चालत, जसे प्रकाश असताना चालता. मी असं म्हणतो की, एकाच गोष्टीचं अस्तित्व कमी-अधिक मात्रांमध्ये

आहे. कमी आणि जास्त असा आणि इतकाच फरक आहे. असणं आणि नसणं असा फरक नाही.

अशी कोणती गोष्ट आहे की, जी कमी-जास्त होऊन बेशुद्ध होते आणि जागृत होते? आता मला समजावणं सोपं जाईल. अशी कोणती गोष्ट आहे की, जी जास्त झाली की, जागृत आणि कमी झाली की, बेशुद्ध होते? या एका तत्त्वाचं नावच ध्यान आहे. अटेंशन! जितकं ध्यान प्रगाढ आणि तीव्र होतं, तितकी जागृती होते आणि जितकं ध्यान प्रगाढ आणि तीव्र असत नाही, तितकी बेशुद्धावस्था असते. बेशुद्ध आणि जागृत ध्यानाच्या सघनतेची नावं आहेत. जितकी ध्यानाची स्थिती प्रगाढ, तितकं जागरण होईल. किती विरळ आहे ध्यानाची स्थिती, तितकी बेशुद्धावस्था दगड आणि आमच्यात जो फरक आहे, तो इतकाच आहे की, दगडापाशी कोणत्याही दिशेने सघन ध्यान नाही. ज्या दिशेने सघन ध्यान होतं, त्या दिशेने जागृतता येते. जिथे सघन ध्यान कमी होतं, त्या दिशेने बेशुद्धता येते.

जसं की, सूर्यकिरणांना एकत्रित करण्यासाठी काचेचं भिंग आपण घेतो, तर कागदाला लगेचच आग लागते. प्रकाश एकत्रित, सघन झाला की, आग निर्माण होते. आग विरळ झाली, तर प्रकाश उरतो. एका ठिणगीत आग आहे, कारण प्रकाश सघन झाला आहे. जिथे प्रकाश सघन होतो, तिथे आग निर्माण होते आणि जिथे आग नसते, तिथे प्रकाश विरळ असतो. आणि जितकी सघनता कमी होत जाते, अंधार निर्माण होतो. जर आम्ही सूर्याच्या दिशेने प्रवास केला, तर प्रकाश वाढत जातो, कारण त्याच्यापासून निर्माण होणारी किरणं सघन आहेत. जसे आम्ही सूर्यापासून दूर जातो, तसतसा प्रकाश कमी होत जातो. सूर्यापासून खूप दूर अंधार राहतो. तो अंधार म्हणजे सूर्याच्या किरणांची सघनता कमी कमी होत जाणारा प्रकाश आहे.

अगदी याच प्रकारे मी बेशुद्ध आणि जागृत यांचं मापन करतो. ध्यान आहे मूळ तत्त्व; ज्याची तरलता, सघनता, विरळता, त्याचं ठोस असणं ठरवतं की, तुम्ही जागृत आहात की निद्रिस्त. तुम्हाला बेशुद्ध म्हणावं की म्हणावं, तुम्ही जागे आहात.

आणि जेव्हा केव्हा आम्ही हा शब्दप्रयोग करू, तेव्हा लक्षात ठेवा की, हे सारे शब्द सापेक्ष अर्थाने प्रयुक्त होतात. जेव्हा आपण म्हणतो की, खोलीत प्रकाश आहे, तर त्याचा अर्थ केवळ इतकाच असतो की, बाहेर जितका प्रकाश आहे, त्यापेक्षा जास्त! इतकाच अर्थ असतो. आत्ता या खोलीत प्रकाश आहे, कारण बाहेर अंधार आहे. बाहेर जर सूर्य असेल आणि तीव्र प्रकाश असेल, तर ही खोली अंधारी – काळोखी वाटेल. तर जेव्हा आम्ही म्हणतो की, कुणी जागृत आहे अथवा झोपलेलं, तेव्हाही आमचा अर्थ इतकाच असतो, की कुणाच्यातरी तुलनेत. पण भाषा फार कठीण आहे. कारण आम्ही जर सतत तुलना करत राहिलो, तर काही बोलणं

कठीण जाईल. म्हणून भाषेत आम्ही शब्दांचा उपयोग संपूर्ण अर्थाने करतो, जो योग्य नाही. योग्य तर नेहमीच रिलेटिविटी – सापेक्षता असते.

आम्ही इथे इतके जण आहोत... एका अर्थी आम्ही सगळे जागे आहोत, पण ही गोष्ट तितकीशी योग्य नाही. पण सगळेच सम पातळीवर जागे नाही आहोत. म्हणून असं असू शकतं की, तुमच्या शेजारी तुमच्या मते झोपलेला असेल आणि तुमचा दुसरा शेजारी तुमच्या तुलनेत जागा असेल.

जागरण आणि मूर्च्छा यांमध्ये जे तत्त्व प्रवास करतं, ते ध्यान होय. म्हणून जर आम्ही 'ध्यान' समजून घेतलं, तर या दोघांनाही आम्ही समजून घेऊ, समजेल आम्हाला. ध्यानाचा अर्थ आहे एखाद्या गोष्टीचा बोध, अवेअरनेस, माहीत होणं, जाणीवपूर्वक त्या गोष्टीचं प्रतिबिंब बनवणं. आणि आमचं हे असं नेहमीचंच आहे की, चोवीस तास जर कुणी जागं असेल, तर ते जागेपण सारखं नसतं.

डोळ्यांच्या बुबुळाबद्दल काही समजून घेणं योग्य ठरेल. बाहेर उजेडात गेल्यावर बुबुळं आक्रसून आकुंचन पावतात, कारण इतक्या प्रखर उजेडाची आवश्यकता नसते. जेव्हा प्रकाशातून अंधारात येता, तर बुबुळं प्रसरण पावतात. तरच दिसू शकतं. जसा कॅमेऱ्याचा फोकस सतत आपण बदलतो, अगदी तसंच डोळे प्रकाश आणि उजेड यांचं तारतम्य पाळतात.

जसे आमचे डोळे हर क्षणी फ्लेक्झिबल असतात, तसंच आमचं ध्यानही दर क्षणी फ्लेक्झिबल असतं. तुम्ही ओळखीच्या रस्त्यावरून जर जात आहात, तर तुमचं लक्ष कमी असतं. सहजी जाता. पण रस्ता अनोळखी असेल, तर तुम्ही लक्षपूर्वक चालता. ओळखीच्या रस्त्यावरून जाणं-येणं बेशुद्धीत असतं. पण अनोळखी रस्त्यावरून तुम्ही जागृत असता. कारण अनोळखी वाटेवर जास्त लक्ष ध्यानाची मागणी असते.

म्हणून जो माणूस जितक्या सुरक्षित अवस्थेत जगेल, तितका बेशुद्ध जगेल. कारण सुरक्षिततेत सर्वच परिचित आहे. जो असुरक्षिततेत जगतो, तितका तो सजग होतो. म्हणून सर्वसाधारणपणे असं समजा की, संकटकाळ सोडून आम्ही कधीही जागृत नसतो, आम्ही निद्रिस्त असतो. जर मी तुमच्या छातीवर चाकू ठेवला आत्ता, तर तुम्ही एकदम जागे व्हाल, जणू आत्तापर्यंत निद्रिस्त होतात, इतके जागृत व्हाल. कारण इतकं मोठं संकट, अशा वेळेस निद्रा मानवणार नाही. कारण हे मृत्यूचं भय आहे. तुमचे सगळे प्राण गोळा होतील, सर्व लक्ष एकत्रित होईल. केवळ तो चाकूच लक्षात राहील. केवळ एखाद क्षणासाठी होईल. शक्यता आहे. संकट दूर होतं आणि मग आपण पुन्हा आपल्या जागी येतो. पुन्हा निद्रिस्त होतो.

कदाचित म्हणून संकटाचं आकर्षण आहे. आम्हाला संकटं हवी असतात. एक जुगारी जुगार खेळतो. का हा खेळतो? संकटात रस आहे त्याला. डाव लावताना

तो जागा होतो, इतका तो कधीही जागा नसतो. एक लाख रुपये लावलेत, फासे टाकतोय, संकट आहे. या एका क्षणात ते लाख रुपये समोर जाणार आहेत, त्या वेळी झोपून चालणार नाही. जागं असायलाच हवं. तो एक क्षण ध्यानाला प्रगाढ करेल. तुम्हाला आश्चर्य वाटेल की, माझ्या समजुतीप्रमाणे एक जुगारीपण ध्यानात जातो. त्याला ते समजतं की नाही, ही गोष्ट अलाहिदा.

लग्न झालेला माणूस आपल्या बायकोशी रोजच्या सहवासामुळे इतका ओळखीचा होतो की, तिच्या बाबतीत निद्रिस्त होतो. रोजचा रस्ता आहे, पायाखालचा. शेजाऱ्याची बायको खूप आकर्षित करते, कारण ती ध्यान, लक्ष जागृत करते. अपरिचित आहे. तिला बघताना सगळं लक्ष केंद्रित होतं. डोळे, नजर बदलते. नवरा-बायकोला एकमेकांना बघायला फोकसची गरज भासत नाही. उलट टाळत राहतात एकमेकांना, तसेच जगतात. म्हणून माझ्या लेखी दुसऱ्या पुरुषाचं दुसऱ्या स्त्रीबद्दल जे आकर्षण आहे, ते ध्यानाचंच आकर्षण आहे.

जुन्या घराच्या जागी नवीन जागेसाठी पळणं आहे. जुन्या कपड्यांच्या जागी, नव्या कपड्यांसाठी पळणं आहे. ही सर्व पळापळ खोलवर बघता ध्यानाची केंद्रित होण्याची आकांक्षा आहे. आणि जीवनातला कुठलाही आनंद ध्यान किती केंद्रित होत आहे, यावर अवलंबून आहे. आनंदाचे क्षण ध्यानाच्या एकाग्रतेचे क्षण आहेत. म्हणून ज्यांना आनंद हवा असेल, त्यांनी जागं होणं गरजेचं आहे, आवश्यक आहे. झोपल्या झोपल्या आनंद मिळवता येत नाही.

धर्मसुद्धा ध्यानासाठीचा शोध आहे आणि जुगारही आहे. आणि जो माणूस तलवार घेऊन लढायला गेला आहे, तोसुद्धा ध्यानाच्या शोधार्थ गेला आहे. जो जंगलात शिकारीसाठी गेला आहे, तोही ध्यानाच्या शोधार्थ गेला आहे. आणि जो माणूस जंगलात, एखाद्या गुहेत डोळे बंद करून आज्ञाचक्रावर श्रम घेत आहे, तोसुद्धा ध्यानाच्याच शोधात आहे. हा शोध शुभ-अशुभ असू शकतो, पण हा शोध एकच आहे. एक शोध वांच्छनीय, तर एक अवांच्छनीय असू शकतो. पण तो आहे मात्र शोधच. एखादा शोध सफल होऊ शकतो, एखादा असफल, पण शोध घेण्याची आकांक्षा एकच आहे.

ध्यानाचा अर्थ असा आहे की, माझ्या आत जाणून घ्यायची जी शक्ती आहे, ती पूर्णपणे प्रकट होवो. एखादा भागही माझ्या आत बीजरूपाने शिल्लक राहू नये. माझी जाणून घ्यायची जी काही क्षमता आहे, ती वास्तविक व्हावी.

जो या क्षणी पूर्णपणे जागा होतो, त्या क्षणी तो तिथे पूर्णत्वाने असतोही. दोन्ही घटना एकत्रच घडतात. जसं एक बी आहे. त्यामध्ये एक वृक्ष लपलेला आहे, पण ही एक शक्यता आहे केवळ. कारण बी वृक्षाला प्रकट करण्याआधीच मरूही शकतं. हे गरजेचं नाही की, त्या बीपासून वृक्ष तयार होईलच. होऊ शकतो! केवळ

एक शक्यता! मग बी वृक्ष होईल, ही त्या बीची दुसरी अवस्था आहे – 'प्रकट'. जर असं म्हटलं की, बी जे आहे, ते वृक्षाची अप्रकट अवस्था आहे, तर चुकीचं ठरणार नाही. कारण वृक्षात तेच प्रकट झालं आहे, जे बीमध्ये लपलेलं होतं. तर आम्ही जर असं म्हटलं की, झोप ही जागेपणाची अप्रकट अवस्था आहे, तर ते चूक ठरणार नाही. बेशुद्ध ही जागृताची अप्रकट अवस्था आहे, असं म्हटलं, तरी ते चूक ठरणार नाही. अथवा असं म्हणू की, जागृती बेशुद्धतेची प्रकट अवस्था आहे.

आणि यातून कोण प्रवास करत आहे, जो बीमध्ये होता आणि वृक्षामध्येही होता! कारण कुणी एक तरी असायला हवा, नाहीतर बी आणि वृक्ष यांना जोडणार कोण? बी जर वृक्ष बनत आहे, तर मध्ये एक सेतू असणार. तो मध्यस्थ कोण आहे, जो दोहोंमधून यात्रा करतो आहे? जो लपला होता बीमध्ये आणि प्रकट झाला वृक्षात? तो नाही बी असू शकत, नाही वृक्ष!

हे जरा समजून घ्यायला हवं. ती जी तिसरी ताकद आहे, जी बीमध्ये लपली होती आणि वृक्षात प्रकट झाली, जर ती केवळ बी असती, तर वृक्षात प्रकट झाली नसती. तसंच जर वृक्षात असती, तर बीमध्ये कशी असणार? ती ताकद दोघांमध्ये होती. जी जी प्राणशक्ती आहे, ती तिसरी आहे. तर जागणं आणि बेशुद्ध या दोन स्थिती आहेत. या दोघांतून जो प्रवास करत आहे – जे तत्त्व आहे, त्याचं नाव ध्यान आहे. ती तिसरी प्राणशक्ती आहे, तर तुम्ही किती ध्यानपूर्ण आहात, तितके जागे आहात. आणि तुम्ही किती ध्यानरिक्त आहात, तितके झोपलेले आहात.

दगड निद्रिस्त परमात्मा आहे. पूर्णपणे निद्रिस्त. बी आहे, जिथे अंकुर फुटणं शक्य नाही. माणूस वृक्ष नाही, तुटलेला अंकुर आहे, तुटलेलं बी आहे. वृक्षही होऊ शकला नाही आणि दगडही होऊ शकला नाही. दोहोंमधली यात्रा आहे. माणूस एक प्रवास आहे. बी वृक्ष होण्याच्या प्रवासात आहे. माणूस अंकुरित बी आहे. ज्याला आम्ही जागृत होणं, असं म्हणत आहोत, तोही अजून अंकुरित आहे. अत्यंत धूसर आहे. निद्रिस्त!

आम्ही जागेपणी असे जगतो की, जवळजवळ निद्रिस्तच आहोत. रस्त्यावरून चालतो, ऑफिसात काम करतो – जसं कुणी रात्री स्वप्नात उठतं, पाणी पितं किंवा टेबलावर बसून पत्र लिहितं आणि पुन्हा झोपतं. सकाळी म्हणतं की, मला माहीत नाही. मी तर झोपलो होतो. मी उठलोच नाही. त्याने रात्री स्वप्नात हे सर्व केलं. त्याचे डोळे उघडे होते, तो नीट गेला, त्याने दार उघडलं, पत्रही लिहिलं. पण तरीही तो झोपलेला होता. संपूर्ण भाग निद्रिस्त. एखादा बारीकसा कोपरा जागा झाला होता. तो इतका लहान होता की, त्याची आठवणही पूर्ण मनाला समजली नाही, जाणवली नाही. म्हणून सकाळी तो असं म्हणतो की, मला माहीत नाही.

आम्ही ज्याला जागणं म्हणतो, तेही जवळजवळ असंच झोपेत जागून काम

करण्यासारखं आहे. जर मी विचारलं की, १ जानेवारी, १९५० रोजी तुम्ही काय केलं होतंत, तर तुम्ही काहीही सांगू शकणार नाही. पण तुम्हाला जर संमोहित केलं, तर तुम्ही आश्चर्यचकित व्हाल, की तुम्ही त्या दिवशी काय काय केलंत, हे सगळं सांगाल. तुमच्या मनातल्या कुठल्याशा एका कोपऱ्यात ते संग्रहित झालेलं असतं, पण याची तुम्हाला जाणीव नसते. अशाच आमच्या मागच्या जन्मांच्या आठवणी संग्रहित झालेल्या असतात. आमचा कुठलासा एक भाग मागच्या जन्मात जागृत होता, त्याने काम केलं होतं. तो आता झोपलेला आहे. आता दुसरा भाग जागृत झाला आहे. त्याला माहीत नाही की, एका भागाने जागृत होऊन खूप काम केलं होतं. मागच्या जन्मात एक अंकुर फुटला होता, मग तो मेला. आता दुसरा अंकुर फुटला आहे. त्याला माहीत नाही की, असा प्रयत्न आधीही झाला होता. अनेक जन्म झाला होता. आणि जर मागच्या जन्माच्या आठवणींत जाल, तर आश्चर्यचकित व्हाल.

मागच्या जन्माच्या आठवणी या केवळ मनुष्यजन्माच्या आठवणी नाहीत. त्या आठवणींत जाणं अगदी सोपं आहे. पण माणसाच्या अनेक जन्माअगोदरचे जन्म प्राण्यांचेही होते. त्यात जाता येणं जरा कठीण आहे, कारण त्या आठवणी जास्तच खोलवर आहेत, लपलेल्या आहेत आणि त्याही अगोदरचे जन्म वृक्षांचे होते. त्यात जाता येणं तर अजूनही कठीण, कारण त्या अजूनही खोल आहेत. आणि वृक्षांच्याही आधी अनेक जन्म दगड आणि खनिज यांचेही होते. ते आणखीनच खोल आहेत. त्यात जाता येणं अजूनही कठीण आहे.

आत्तापर्यंत जातिस्मरणाचे जितके प्रयोग होत, ते जास्तीत जास्त पशूंपर्यंत जाऊ शकतात. बुद्ध-महावीरांनी जे काही प्रयोग केले, ते पशूंपुढे जाऊ शकले नाहीत. वृक्षांपर्यंतची आठवण अजून जागृत व्हायची आहे. आणि खनिजापर्यंतच्या आठवणी तर खूप दूर आहेत, पण त्या सगळ्या संग्रहित आहेत. पण हा संग्रह नक्कीच तंद्रीच्या अवस्थेत आहे, नाहीतर आम्हाला नक्कीच समजलं असतं.

ज्या गोष्टी आमच्या लक्षात राहतात, कधी विचारही केला नसेल की, का लक्षात राहतात? तुम्हाला तुम्ही पाच वर्षांचे असताना कदाचित कुणी थप्पड मारली असेल आणि ते तुम्हाला आजही आठवतं का? ज्या क्षणी तुम्हाला थप्पड मारली गेली, तुमचं संपूर्ण लक्ष जागृत होतं. म्हणून ती थप्पड अगदी खोलवर नोंदली गेली. जेव्हा अपमान होतो, दु:खाचे क्षण असतात, तेव्हा संपूर्णत: जागृतावस्था असते, म्हणून विसरलं जात नाही. सुखाचे क्षणही त्यामुळेच विसरले जात नाहीत. हे सगळे तीव्र क्षण आहेत. त्या क्षणात माणूस इतका जागृत असतो की, त्याच्या आठवणी संपूर्ण चेतना व्यापून टाकतात. साधारण गोष्टी तो विसरतो.

हे जे लक्ष आहे, हे आम्हाला कसं समजणार की, हे काय आहे? अनुभव आहे,

म्हणून जरा कठीण जाईल. जर मी तुम्हाला टाचणीने टोचलं, तर तुमच्या आत कोणती घटना घडते? लगेचच तुमचं लक्ष त्या टोचलेल्या भागाकडे केंद्रित होतं. तो बिंदू एकदम महत्त्वाचा होतो. असं म्हणायला हवं की, तुमचा सर्व जीव त्या टोचलेल्या छोट्याशा बिंदूकडे धावतो. तिथेच जागृत होतं. काय घडलं आत? टोचलं नव्हतं, तेव्हाही तो भाग तुमच्याच शरीराचा एक भाग होता. पण ते तुम्हाला माहीत नव्हतं, तुम्हाला त्या जागेची जाणीव नव्हती. तुम्हाला हे माहीतही नव्हतं की, असा हा भाग तुमच्या शरीराचा भाग आहे. पण अचानक एका टाचणीने तो भाग निर्माण केला आणि तुमचं सगळं लक्ष त्या बिंदूपाशी एकाग्र झालं, जिथे टाचणी टोचली गेली.

तुमच्या आत कोणती गोष्ट धावत आहे? काय होत आहे तुमच्या आत? कुठला फरक होत आहे? क्षणापूर्वी या बिंदूपर्यंत चेतना नव्हती. तो असून नसून सारखाच होता. अगदी क्षणात जाणवलं, हा बिंदू आहे. आता त्याच्या असण्यात-नसण्यात फरक आहे. आता तो आहे. त्याचं असणं हे जाणवलं. लक्ष झालं. ध्यानाची दोन रूपं असतात, जी समजून घेणं गरजेचं आहे. तुमचे प्रश्न समजून घेण्यासाठी ती उपयुक्त आहेत.

ध्यानाची दोन रूपं असतात. एक – ज्याला आम्ही एकाग्रता म्हणतो आणि एकाग्रता म्हणजे काय हे, समजण्यासाठी हे जाणून घेणं गरजेचं आहे की, जेव्हा एका बिंदूवर तुमचं लक्ष केंद्रित होतं, तर शेष बिंदूवरून तुमचं लक्ष उडालेलं असतं. आजारी माणूस केवळ त्या-त्या भागांवर जगत राहतो, जे अवयव आजारी असतात. बाकीचं शरीर त्याच्यासाठी अबोध होतं. ज्याचं पोट दुखत असतं, तो केवळ पोटच बनून राहतो. पायात काटा टोचला, तर तो केवळ पायच बनतो. त्याचं सर्व लक्ष पायापाशी केंद्रित होतं.

तुम्ही तुमच्या सर्व चेतना एका बिंदूपाशी केंद्रित केल्या आहेत. तर ध्यानाचं एक रूप आहे, एकाग्रता. पण ही एकाग्रता केवळ त्या एका बिंदूपाशीच असते आणि उर्वरित भाग अंधारात राहतो. म्हणून एकाग्रता ही ध्यानाची सघनता तर आहे, पण त्याचबरोबर बेशुद्धीचा प्रसारही आहे. दोन्ही गोष्टी एकाच वेळी घडतात.

ध्यानाचं दुसरं रूप आहे जागरूकता. जागरूक होणं, एकाग्र नव्हे. जागरूकता, अवेअरनेस. याचा अर्थ असा की, ध्यान असं ज्याचा कोणताही एक बिंदू नाही, हे समजून घेणं जरा कठीण आहे, कारण बिंदू-ध्यान आम्हाला माहीत आहे. एकाग्रता आम्हाला माहीत आहे. पण हे असं अजून एक ध्यान, ज्याला ठरावीक बिंदू नाही.

तर आम्ही म्हणतो की, परमात्मा आहे, तर निश्चितच परमात्मा जागा असणार, पूर्ण जागरूक. पण परमात्म्याच्या जागरूकतेचा बिंदू काय असेल? जर त्याच्या जागरूकतेचा एखादा बिंदू असेल, तर बाकी सर्वत्र तो झोपलेला आहे. म्हणून

परमात्म्याचा कोणताही बिंदू नाही. अवेअरनेस विथ आउट सेंटर. अनंत जागृती असेल, तर ती सर्वत्र पसरते.

ही जी सर्वत्र पसरलेली जागृती आहे, ही परम अवस्था, मोठ्यातली मोठी संभावना आहे. म्हणून परमात्म्याच्या स्वरूपाची व्याख्या करताना आपण 'सच्चिदानंद' म्हणतो, तर त्यात 'चित्त' या शब्दाचा अर्थ हा असा अर्थ आहे. 'चित्त'चा अर्थ चेतना नाही. सर्वसाधारणपणे लोक चित्त म्हणजे चेतना म्हणतात, समजतात. कारण एखाद्या गोष्टीची चेतना तर असतेच. तुम्ही जर म्हणालात की, मी चेतना आहे, तर तुम्हाला विचारलं जाईल, की कशाची? एखादी गोष्ट! पण चित्त म्हणजे गोष्टविरहित जागरूकता. कुणाच्यासाठी नाही – केवळ चेतना! म्हणून 'चित्त'चा अर्थ चेतना नसून चैतन्य आहे.

फरक समजून घ्या. चेतना ही नेहमी एखाद्या गोष्टीला धरून, एखाद्या गोष्टीला केंद्रित! आणि चैतन्य आत्मविकीर्ण – अनंत! कुठे थांबत नाही, सर्वत्र पसरत जातं. ही परम अवस्था झाली. याला पूर्ण जागरूकता म्हणतात. याउलट एक अवस्था आहे, ज्याला पूर्ण सुषुप्ती, पूर्ण निद्रिस्त असं म्हणतात. याचा अर्थ... तोही समजून घेणं आवश्यक आहे.

एकाग्रतेत एक बिंदू आहे, उर्वरित बिंदूंवर बेशुद्धता आहे. एका बिंदूवर जागृती आहे. पूर्ण जागरूकतेत जागेपणाचा एकही बिंदू नाही. सर्वत्र जागरूकता आहे. असं म्हणायला हवं की, केवळ जागृतीच आहे. पूर्ण जागृतीमध्ये ऑब्जेक्ट हरवलं आहे, केवळ सब्जेक्ट आहे. केवळ जाणणारा उरला आहे आणि जे जाणलं जातं, ते उरलं नाहीये. जाणण्याशी शक्ती अनंतभर पसरली आहे. आणि जाणून घेण्यासारखं काहीही बाकी राहिलेलं नाही.

कारण जिथे काही जाणलं जाईल, नेहमी एखाद्या गोष्टीद्वारे जाणलं जाईल. लक्षात ठेवा, जाणून घ्यायची किंमत नेहमी अज्ञानाने चुकती करावी लागते. म्हणून माणूस जितक्या गोष्टी जाणून घेत जातो, तितक्याच खूपशा गोष्टींसाठी तो अज्ञानी होत जातो. जसं वैज्ञानिक सर्वांत जास्त जाणकार असतात. पण ज्यांना केमिस्ट्री माहीत असते, त्यांना फिजिक्स कळत नाही. गणितज्ञ असेल, तर केमिस्ट्रीच्या बाबतीत अज्ञानी असतात. एखाद्या विषयाचं सखोल ज्ञान घ्यायचं असेल, तर इतर विषयांच्या बाबतीत अज्ञानी राहावं लागतं. ही निवड करावी लागते. तेवढी हिंमत लागते, अज्ञान मान्य करण्याची.

म्हणून महावीर आणि बुद्ध या अर्थाने ज्ञानी नव्हते. त्यांचं ज्ञान स्पेशलाइज्ड ज्ञान नाहीये. म्हणून एका अर्थी जरी आपण म्हटलं की, महावीर सर्वज्ञानी होते, तरी त्यांना साधं सायकलचं पंक्चर कसं काढायचं, हे ते सांगू शकत नाहीत. ते विशेषज्ञ नाहीत. सायन्सचा अर्थच असा आहे की, लहानातल्या लहान गोष्टींबद्दल जास्तीत

जास्त माहिती. जितकी माहिती जास्त, तेवढा जाणून घ्यायचा बिंदू कमी –एकाग्रता! शेवटी एकच बिंदू राहतो जाणून घ्यायचा, उर्वरित सर्व दिशांना अज्ञान भरून टाकतं.

म्हणून एखादा शास्त्रज्ञ हायड्रोजन बॉंब बनवू शकेल, पण एखादा दुकानदार त्याला सहजी फसवू शकेल. कारण त्याला केवळ त्या छोट्याशा गोष्टीचंच ज्ञान आहे, बाकी सर्व अज्ञान. गावठी! त्याहूनही वाईट. कारण गावठी माणसाला खूप साऱ्या गोष्टींची माहिती असते. म्हणूनच नवीन ढंगाच्या माणसाला खूप साऱ्या गोष्टींच्या संदर्भात त्याग करावा लागतो, त्याला निवड करावी लागते.

एकाग्रता याचा असा परिणाम होणार. ऑब्जेक्टला महत्त्व प्राप्त होतं आणि अन्य गोष्टी उपेक्षिल्या जातात. एकदा गंमत झाली. एडिसन, ज्याने हजारो प्रयोग केले, इतके खचितच कुणी केले असतील. पहिल्या महायुद्धात अमेरिकेत रेशनिंग झालं आणि एडिसनला रेशनकार्ड घेऊन दुकानात जावं लागलं. कार्ड जमा करून तो रांगेत उभा राहिला. आणि जेव्हा नाव घोषित केलं, थॉमस एडिसन, तर तोही असं बघू लागला की, कुणा दुसऱ्या माणसाचंच नाव बोलावलं जात आहे. गर्दीतून कुणी एक त्याला ओळखत होतं. तो म्हणाला, ''मला वाटतं की, वर्तमानपत्रातून मी तुमचा फोटो बघितला आहे, तुम्हीच एडिसन आहात, हो ना?'' एडिसन म्हणाला, ''बरं झालं आठवण करून दिलीत. गेल्या तीस वर्षांत मला मीच भेटलो नाही आहे. लॅबमध्ये गेले तीस वर्ष इतका मग्न होतो...'' एडिसन इतका महत्त्वाचा माणूस होता की, कोणीही त्याला नावाने बोलवायचं नाही. तो आपलं नावच विसरला. तीस वर्षांत त्याला कोणी त्याच्या नावाने हाकच मारली नव्हती.

चेतनेचा जो बाण आहे, जो तो कोणत्या वस्तूच्या दिशेने अगदी तीव्रतेने लागला, तर एकाग्रता होते. पण सर्व जगाकडे मग अंधार होईल आणि आपल्या स्वतःसाठीसुद्धा अंधार होईल.

शेवटची अवस्था असं जे मी म्हणतो, तिथे ऑब्जेक्ट राहतच नाही. सर्व बिंदू प्रकाशमय होतील आणि त्याच बरोबरीने त्याही बिंदूवर प्रकाशझोत पडेल, जो मी आहे. अनफोकस्ड लाइट! याला प्रकाश न म्हणता 'आलोक' म्हणावं.

प्रकाश आणि आलोक यांमध्ये फरक जो आहे, तो पर्यायी नसण्याचा. सूर्योदय होतो, तेव्हा जे होतं तो, प्रकाश असतो आणि जेव्हा रात्र संपते आणि सूर्योदय झालेला नसतो, तेव्हा जे होतं, ते आलोक असतं. अनफोकस्ड, अनसेंटर्ड, केवळ आभा!

तर परमात्मा म्हणजे आभा आहे. परमजागृतीत पोचलेली स्थिती केवळ आभाची आहे. याच्या अगदी उलट स्थिती अंधाराची अथवा पूर्ण सुषुप्तीची आहे. असं समजा, पूर्ण जागृतीत जाणून घेणाऱ्याचा बिंदू राहतो, ना न जाणलेल्या गोष्टीचा बिंदू राहतो, केवळ आभा राहते अनंत, जी एका अर्थी सर्व काही जाणते, पण एका अर्थी अनभिज्ञ असते. एका अर्थी सर्व जाणते, कारण असं काहीही उरलेलं

नाही, जे तिच्या प्रकाशकक्षेच्या बाहेरचं आहे. आणि एका अर्थी काहीही जाणत नाही, कारण असं काहीच बाकी राहिलं नाही, जे जाणून घ्यायचा प्रयत्न केला गेला नाही. जाणून घ्यायचा प्रयत्न जर केला, तर इतर अजाण गोष्टी सुटतील हातातून. शास्त्रज्ञांच्या दृष्टिकोनातून हे ज्ञान नसतं, हे कवींच्या दृष्टिकोनातून ज्ञान असू शकतं.

दुसरी साधारण अवस्था आहे एकाग्रतेची. जेव्हा आम्ही एखादी गोष्ट जाणतो, बाकी सर्व विसरून जातो, स्वत:लाही विसरतो. याही आधीची प्राथमिक अवस्था आहे की, ना आम्ही कुठल्या वस्तूंना जाणतो, ना स्वत:ला जाणतो, पूर्ण अंधार! एकाग्रताही जाणत नाही. जाणणं हे अजून गर्भावस्थेत आहे. बीज आहे. अप्रकट आहे. ही संपूर्ण सुषुप्तीची अवस्था असेल. ती पूर्ण जागृतावस्था असेल.

आणि यामध्ये ध्यानाचे अनंत बिंदू असतील. आणि यात आम्ही निरंतर डोलत राहू. जेव्हा दिवसा तुम्ही जागे असता, तेव्हा तुमचा लोलक जागृतावस्थेकडे थोडा झुकलेला असतो. आणि रात्री जेव्हा झोपता, तेव्हा लोलक सुषुप्तीकडे झुकलेला असतो. जेव्हा आपण झोपतो, तेव्हा आपण पदार्थांकडे, त्यांच्या जवळ पोचतो. जागे असताना परमात्म्याकडे, त्याच्या जवळ असतो. जवळ थोडेसे डोलतो, झुकतो. जर आमचं हे झुकणं वाढत गेलं, तर हा प्रवास जर चालू राहिला तर, एक वेळ अशी येते की, झोपताना तुम्ही पूर्णपणे झोपत नाही. झोपेतही तुम्ही जाणू लागता. तेव्हा झोपणं म्हणजे केवळ शरीराला विश्रांती, आत्मिक अंधार नाही. तेव्हा तुम्ही झोपताही आणि जाणताही की, झोपलो आहोत. रात्री कुशीवर जरी वळलात, तरी जाणता की, कुशीवर वळत आहात. तेव्हा तुमच्या आत जाणण्याची अविरत धारा वाहत राहते.

याच्या उलटही होतं. एखादा माणूस कोमात आहे, एखाद्याने दारू प्यायली आहे. तो आहे, पण अशा अवस्थेत की, ना त्याला बाहेरचं काही समजत आहे, ना आतलं. दोन्ही जाणिवा हरवल्या आहेत. जाणून घेणाराही हरवला आहे. जाणून घ्यायच्या गोष्टीही हरवल्या आहेत, पण अंधकारात. दोन्ही हरवतील गोष्टी परम अवस्थेत असतानाही, पण प्रकाशात!

माझं सांगणं जर तुमच्या लक्षात येत असेल, थोडक्यात असं की, ही ध्यानाची एक यात्रा आहे. ही यात्रा पूर्ण निद्रा ते पूर्ण जागृती यात अनेक पातळ्यांवर वाटली गेली आहे.

झाडांनाही काही समजतं. आम्हाला अनेक दिवस माहीत नव्हतं की, झाडंही काही जाणतात. ज्या लोकांनी याबद्दल आधी काही सांगितलं होतं, ते आम्हाला काल्पनिक वाटत होतं. पुराणकथा वाटत होत्या. पण आता सायन्सही सांगतं की, झाडं काही जाणतात. त्यांना ऐकू येतं, याचेही पुरावे आहेत. काही झाडांच्या सालींना डोळेही असतात, असे पुरावे आहेत. आमच्यासारखे डोळे नाहीत; पण त्यांची

बघण्याची क्षमता आहे, ऐकण्याची, अनुभवण्याची क्षमता आहे.

ऑक्स्फर्ड युनिव्हर्सिटीमध्ये डिलाबार नावाची एक प्रयोगशाळा आहे, तिथे काही प्रयोग मी बघत होतो. आश्चर्यचकित होऊ असे काही अनुभव त्यांनी सिद्ध केले आहेत. त्यांनी एकाच पॅकेटमधल्या काही बिया एका कुंडीत आणि काही दुसऱ्या कुंडीत पेरल्या. आणि अनेक प्रयोगानंतर त्यांनी एका संताकडून एका कुंडीवर प्रार्थना करवली. आणि आश्चर्याची गोष्ट आहे की, त्या कुंडीतल्या बिया लवकर फळल्या, त्यांना अंकुर लवकर फुटले, पानं-फुलं धरली आणि दुसऱ्या कुंडीतल्या बिया ज्यांच्यासाठी प्रार्थना केली गेली नव्हती, त्यांना अंकुर उशिरा फुटले. सगळ्या गोष्टी, खत, पाणी, हवामान दोन्ही कुंड्यांना एकसारखंच दिलं गेलं होतं, तरीही. आणि दोन्हींमध्ये फळा-फुलांमध्येही फरक जाणवला. याचाच अर्थ प्रार्थना बीपर्यंत पोचली. यापेक्षाही आश्चर्याची गोष्ट म्हणजे हा संत मुसलमान होता, ज्याने गळ्यात क्रॉस घातला होता. जेव्हा हा संत प्रार्थना करत होता, तेव्हाचा फोटो बघून अधिक आश्चर्य वाटतं की, त्याच्या गळ्यातला क्रॉस आणि त्याचे पसरलेले हात, हे चिन्ह त्या बियांच्या फोटोत दिसत होतं. याचा काय अर्थ होतो? बीसुद्धा स्वीकारत आहे, ग्रहण करत आहे काही. तेही आत्मवान आहे. निद्रिस्त आहे जरूर, माणसांच्या स्पर्धेत जास्त निद्रिस्त आहे, पण तरीही त्या निद्रेत एक प्रकारचं जागरण आहे.

दगड यापेक्षाही अधिक निद्रिस्त आहे, पण त्यातही एक जागरण आहे. सगळेच दगड अगदी दगड नाहीत आणि सर्व दगड समप्रमाणात निद्रिस्तही नाहीत. त्यांच्यातही व्यक्तित्व आहे. त्यांच्या व्यक्तित्वानुसारच प्रेशियस स्टोन्स शोधले गेले आहेत. असं समजू नका की, कोणत्याही दगडाला किमती समजलं जातं. आणि असंही समजू नका की, सर्वसाधारण गोष्टींना किमती समजलं जातं. असं नाहीये.

जसं की, बुद्ध नावाने एक माणूस उभा आहे आणि त्याच्याच शेजारी एक सर्वसामान्य माणूस उभा आहे. मंगळावरून कुणी एक यात्रेकरू आला, तर त्याला या दोघांमधला फरक कसा काय समजणार? ना त्याला आमची भाषा अवगत, ना आचरण. त्याने दोघांनाही उठताना, बसताना, खाताना, झोपताना बघितलं आणि तो निघून गेला. तो काय सांगेल? तो म्हणेल की दोघं जण भेटले, जे अगदी एकसारखे होते. जेव्हा आम्ही दोन दगड बघतो, तेव्हा आमचीही अवस्था अशीच असते. कारण आम्हालाही त्यांचं व्यक्तित्व माहीत नसतं.

प्रेशियस स्टोन जो आहे, तो एक मोठा शोध आहे माणसाचा. ज्यांना अशा दगडांमध्ये हळूहळू काही जाणवलं, ज्यांनी काही अंदाज बांधले, संबंधित झाले; त्यांना समजलं की, या दगडांमध्येही काही दगड जागृत आहेत. काही दगड जास्त निद्रिस्त आहेत. आणि हेही जाणवलं की, काही दगड विशिष्ट दिशांकडे जागृत होतात, म्हणून अशा दगडांचा उपयोग विशिष्ट कारणांसाठी उपयुक्त होऊ शकतो.

जसं की, काही दगडांची तुम्ही अंगठी बनवताय, अथवा लॉकेट बनवताय, ताईत बनवताय; तर तुमच्या आयुष्यात काही फरक पडतो. अशा काही घटना घडू लागतात, ज्या पूर्वी कधी घडल्या नाहीत. कारण त्या दगडाचंही आपलं स्वत:चं एक आयुष्य आहे. ज्या घटना त्या दगडाबरोबर घडू लागतात, त्या तुमच्यासाठीही घडतात, कारण तुम्हा दोघांचं सहजीवन सुरू होतं.

असे दगड आहेत, ज्यांची कथा दुर्दैवी आहे. ते दगड ज्यांच्या हाती पडले, ते संकटात सापडले आणि सुटका अशक्य झाली. असा अनेक वर्षांचा इतिहास आहे की, ते दगड ज्यांच्या हातात पडले, त्यांची संकटाची मालिका सुरू झाली. ते दगड अजूनही जिवंत आहेत आणि कार्यरत आहेत. आणि असे दगडही आहेत; जे सुख देतात, देत आहेत, त्यांची किंमत वाढत राहील. दगडांनांही व्यक्तित्व आहे, झाडांचंही व्यक्तित्व आहे.

या जगात प्रत्येक गोष्टींचं व्यक्तित्व आहे आणि व्यक्तित्व अवलंबून राहतं, ते त्यांच्या झोपेच्या आणि जागण्याच्या तारतम्यतेतून. किती जागृत आहे, किती निद्रिस्त आहे, किती सक्रिय आहे ध्यानात! तर या बाबतीत असा विचारही होऊ शकतो की, ध्यानाच्या सक्रियतेचं नाव जागरूकता, ध्यानाच्या निष्क्रियतेचं नाव निद्रा. ध्यानाच्या परम निष्क्रियतेचं नाव पदार्थ, ध्यानाच्या परम सक्रियतेचं नाव परमात्मा.

याच उत्तराच्या संदर्भात एक प्रश्न आहे, "तुम्ही स्थिती सांगितल्यात. पूर्ण बेशुद्धता आणि पूर्ण जागरूकता. तर पूर्ण बेशुद्धता आणि पूर्ण जागरूकतेच्या दरम्यान प्रवास घडतो. तर पूर्ण जागरूकतेनंतर कुठे पोचतो आपण? आणि पूर्ण बेशुद्धतेची सुरुवात कुठून होते? कुठून येते?"

खरंतर, प्रत्यक्षात आपण जेव्हा पूर्ण या शब्दाचा वापर करतो, तेव्हाच काही अटी समजून घेणं आवश्यक आहे. जसं आम्ही विचारतो की, पूर्ण कुठे संपतं, तर हा प्रश्नच चुकीचा आहे. कारण पूर्णचा अर्थच असा आहे की, जो समाप्त होतच नाही. जर कुठे समाप्त होत असेल, तर अपूर्ण होईल, त्याला सीमेचं बंधन येईल. तिथेच अपूर्णता असेल.

जेव्हा आम्ही विचारतो की, पूर्ण कुठे सुरू होतं, तेव्हा आम्ही चुकीचं विचारतो. कारण पूर्णचा अर्थच असा की, जो सुरू होत नाही. कारण सुरू होणार असेल, तर तो पूर्ण होऊ शकत नाही. पूर्ण नेहमीच अनादि-अनंत असेल. म्हणून पूर्णच्या आधी-नंतर, आम्ही प्रश्न विचारू शकत नाही.

आणि जेव्हा आमच्या मनात प्रश्न उद्भवतो की, ही बेशुद्धी कुठून आली? का आली? केव्हा आली? कुठे संपेल? का संपेल? केव्हा संपेल? अस्तित्व कुठे आहे? हे प्रश्न योग्य, पण लबाड आहेत.

एखाद्या गोष्टीची संगती लागली, तरच ती अर्थपूर्ण असते, असा समज करून घेणं योग्य नाही. असे प्रश्न योग्य आहेत, पण या प्रश्नांना जी काही उत्तरं दिली जातील, त्यातून काही निष्पन्न होणार नाही. तर मग मी काय सांगू इच्छितो?

मी सांगू इच्छितो की, जसं तुम्ही शास्त्रज्ञांना काही गोष्टी विचारत नाही, तर मग धार्मिकांना का विचारता? आणि धार्मिक अगदी निर्बुद्ध आहेत की शास्त्रज्ञ? प्रश्नांना उत्तरं घ्यायला शास्त्रज्ञ मनाई करतात आणि धार्मिक उत्तरं देण्याची चूक करतात. धर्म हीच चूक करतो. अशा प्रश्नांची उत्तरं देऊन फसतात, ज्यांची उत्तरंच नसतात.

आता एक उदाहरण म्हणून... तुम्ही जर शास्त्रज्ञांना विचारलंत की, झाड हिरवी का असतात? तर तो सांगेल, क्लोरोफिलमुळे. मग तुम्ही जर विचारलंत की, झाडांमध्ये क्लोरोफिल का असतं? तो म्हणेल, हा काय प्रश्न आहे? हे सत्य आहे. असं असतं. मग तुम्ही विचारता की, झाडांमध्ये क्लोरोफिल नाही, असं का होऊ शकत नाही? तो म्हणेल की, मी द्रष्टा नाही आहे आणि या प्रश्नाला काही उत्तर नाही.

म्हणून विज्ञान निर्बुद्धापासून वाचतं. कारण ते तथ्यावर गोष्टी सोडून देतात की, हे तथ्य आहे. ते म्हणतात की, ऑक्सिजन आणि हायड्रोजन एकत्र केल्यास पाणी बनतं. पण त्यांना कुणी विचारायला जात नाही की, असं केल्यानेच पाणी का तयार होतं? ते हा प्रश्नच ग्राह्य धरत नाहीत. ते असंच म्हणतात की, ऑक्सिजन आणि हायड्रोजन यांनी पाणी तयार होतं, नाही मिळवलं, तर पाणी तयार होत नाही. हेच सत्य आहे.

तर मी तुम्हाला सांगू इच्छितो की, जगात बेशुद्धता आणि जागरूकता आहे. हे सत्य आहे. या सत्याच्या आरपार जाण्यासाठी कोणतेही उपाय शोधले गेले नाहीत. आणि मला वाटतही नाही की, कधी शोधले जातील. हे परम तथ्य आहे. शेवटचं सत्य.

एका टोकावर अंधार आहे आणि एकावर प्रकाश. अंधारही शेवटी अनंतात हरवतो आणि त्याच्या शेवटच्या टोकाचा मागमूस लागत नाही की, तो कुठून सुरू झाला? आणि प्रकाशही शेवटी अनंतात हरवतो आणि त्याचा मागमूस लागत नाही, तो कुठे संपतो? आणि आम्ही कायम मध्यावर आहोत. आम्ही दोन्ही बाजूंना थोडं दूरपर्यंत बघू शकतो. इकडे दूरवर बघताना समजतं की, अंधार पाठीमागच्या बाजूने वाढत जातो आहे, दाट होत आहे. पुढे बघितलं की, अंधार क्षीण झाल्यासारखा दिसतो, प्रकाश वाढत जातो आहे. पण, ना प्रकाशाचा अंत दिसतो ना अंधाराचा अंत दिसतो. ना अंधाराचा प्रारंभ दिसतो, ना प्रकाशाची सीमा दिसते. आम्ही मध्येच उभे आहोत. दूरदूरपर्यंत बघणाऱ्या माणसाला याहून अधिक काही दिसणार नाही.

पण मग कठीण काय होतं? जेव्हा आम्ही प्रश्न निर्माण करतो, तेव्हा कुणी ना कुणी निर्बुद्ध भेटतो उत्तरं देणारा. आणि अशाच तऱ्हेने फिलॉसॉफी तयार होते.

निर्बुद्ध प्रश्नांना निर्बुद्ध उत्तरं जी मिळतात, त्यानेच सर्व फिलॉसॉफी तयार झाली आहे. आणि प्रश्न मात्र जसे होते, तसेच राहिले आहेत. उत्तरं वेगवेगळी असू शकतात. कारण उत्तरं प्रत्येकाच्या विचार करण्याच्या पद्धतीने तयार होतात. कोणी म्हणतं की, निर्माण करणारा परमात्मा आहे. पण याने काय फरक पडतो? गोष्ट तशीच राहते. आम्ही विचारू, का निर्माण केलं? असंच का निर्माण केलं? आणि मुळात परमात्मा निर्माणच का करतो? उत्तर मिळेल – तो तसं करतो... कुणी म्हणेल ही सर्व माया आहे. समजण्यापलीकडचं आहे. पण असं सांगताना – सर्व माया आहे – तर समजण्यासारखी गोष्ट होते ही. समजून सांगितलं जातं. नीट समजलं, की ही सर्व माया आहे. समजण्यापलीकडचं! जर असं आहे, तर गप्प बसा. सांगूच नका की, ही माया आहे. कारण जर समजण्यापलीकडचं आहे, तर उत्तर कसं काय देता? गप्प रहा. नका देऊ उत्तर.

कोणी म्हणतं की, परमात्म्याने मनुष्य निर्माण केला, कारण त्याला परमात्मा प्राप्ती होवो. काय हा वेडेपणा? जर परमात्म्याला खरोखरच माणसाने त्याला प्राप्त करावं, असं वाटत असेल, तर त्याने आधीच त्याला परमात्मा का नाही बनवलं? इतका त्रास घेण्याची आवश्यकताच काय होती? आता कुणी म्हणतं की, मागच्या जन्मातली कर्मं, त्यांची फळं भोगण्यासाठी हे सर्व चालू आहे. मग असं विचारलं जाऊ शकतं की, कधीतरी तर पहिला जन्म असेल, ज्याचा पूर्वी जन्मच नव्हता. तर तो पहिला जन्म कोणत्या कर्माची फळं भोगण्यासाठी झाला?

माझ्या पाहण्यानुसार जगातले जे मूळ प्रश्न आहेत, त्यांना कोणत्याही प्रकारे काहीही उत्तरं नाहीत. आणि सगळेच प्रश्न...! कोणीही त्या प्रश्नांना उत्तरं देऊ शकत नाहीत. सगळी उत्तरं – दर्शनं लबाड आहेत. अगदी खोलवर लबाडी लपलेली आहे. जर यावर तुमची नजर पोचत नाही, तर नंतरची इमारत अगदी योग्य वाटते. मग काही अडचण नाही. जर कुणी हे मानलं की, निर्माण करणारा देव आहे, तर प्रश्न मिटला. पण हे आम्हाला कसं माहीत की, निर्माण करणारा देव आहे? हा असा प्रश्न जर चुकून निर्माण झाला की, मग काही बोलायला नकोच, गोष्ट सुरूही होणार नाही आणि संपणारही नाही. जशी होती तशीच राहील.

माझा स्वतःचा दृष्टिकोन धर्मालाही शास्त्रीय दृष्टिकोनातून बघण्याचा आहे. मला एक संस्मरण आठवतं. आइन्स्टाइनना त्यांच्या मृत्यूपूर्वी कुणीतरी विचारलं की, तुम्ही एक शास्त्रज्ञ आणि एक दार्शनिक यांत काय फरक समजता? तर ते म्हणाले, "मी शास्त्रज्ञ अशा माणसाला म्हणतो, की ज्याला कुणी शंभर प्रश्न विचारलं, तर तो एकाचं उत्तर देतो आणि इतर नव्व्याण्णव प्रश्नांना सांगतो की, मला माहीत नाही. आणि ज्याचं उत्तर देतो, त्यातही असं सांगतो की, याहून जास्त माहीत नाही. पुढे यात काही बदलही होऊ शकतात. हे उत्तर शेवटचं नाही."

शास्त्र अंतिम उत्तर कधी देत नाही. म्हणून शास्त्रात एका तऱ्हेची इमानदारी आहे. ''आणि दार्शनिक, फिलॉसॉफर जे आहेत, तर ते एका प्रश्नाची शंभर उत्तरं देतात. आणि प्रत्येक उत्तर अंतिम असतं, ज्यात काही फरक पडत नाही. जे सांगितलं, ते प्रमाण आहे. जो शंका व्यक्त करेल, तो नरकात जाऊ शकतो. पण सिद्धान्त कधी बदलत नाहीत.''

माझा जो दृष्टिकोन आहे, तो असा की, जर आम्ही शास्त्रज्ञ आणि धार्मिक डोकं एकाच वेळेस निर्मित करू शकू, तर माझी दृष्टी तशी आहे. धर्मसंदर्भातच सांगत आहे, पण माझे विचार नेहमी शास्त्रीय दृष्टिकोनातून आहेत. म्हणून परम प्रश्नांवर माझ्याकडे काही उत्तरं नाहीत आणि उत्तरं असूही शकत नाहीत. उत्तरं जर मिळालीच, तर समजून जा, की तो प्रश्न परम राहिला नाही. तो मध्यातलाच कुठलासा प्रश्न आहे, ज्याचं उत्तर मिळालं. पुढेही काही असेल...

परम प्रश्नाचा अर्थ आहे, जो सर्व उत्तरांनंतरही उरतो. परम प्रश्न म्हणजे, सर्व प्रश्नांची उत्तरं मिळूनही तो प्रश्न जसा होता तसाच उरतो.

ती जपानी बाहुली तुम्ही बघितली असेल, कुठेही फेका, कसंही फेका, उभी राहते. ती बाहुली म्हणजे खरंतर बाहुला आहे, त्याचं नाव दारूमा. आणि एका फकिरावरून त्याची निर्मिती झाली. हिंदुस्थानातून तो फकीर गेला. बोधिधर्म! बोधिधर्माचं जपानी नाव दारूमा – जो दारूमा डॉल. बोधिधर्माच्या कारणाने तो बाहुला बनला. बोधिधर्माला तुम्ही कितीही फेका, मारा, तो पुन्हा उभा राहील. जिथे होता, तिथेच राहील. त्याचं प्रतीक म्हणून तो बाहुला बनवला गेला आहे.

जो परम प्रश्न आहे, तो दारूमा डॉलसारखा आहे, बोधिधर्मासारखा. तुम्ही काहीही करा, तो प्रश्न जसाच्या तसा राहणार. इतकंच होईल की, त्याची जागा बदलेल. कारण तुमच्या फेकण्यामुळे इथे-तिथे जाणार; दुसऱ्या जागी उभा राहणार. तुम्ही आयुष्यभर त्याला धक्का देत रहा, थकाल, तो बाहुला थकणार नाही. तो आपल्या जागी उभा राहणार.

परम प्रश्न आहे हा. जोपर्यंत आम्ही पूर्णाच्याही पुढे प्रश्न प्रस्थापित करत जाणार, तेव्हा आम्ही प्रश्नाच्या बाहेर जाणार. हे अर्थहीन आहे. मी इतकंच सांगू शकेन की, पाठीमागे अंधार पसरलेला आहे, पुढे प्रकाश पसरलेला आहे. इतकंही सांगू शकेन की, जितका अंधार कमी होत जातो, तितका आनंद वाढत जातो. आणि जितका अंधार वाढत जातो, तितकं दुःखही वाढत जातं. हे सत्य आहे. दुःखाची निवड करायची असेल, तर अंधार आणि बेशुद्धी यांच्या दिशेने जाता येईल. आणि आनंदाची निवड करायची असेल, तर प्रकाश आणि परम प्रकाशाच्या दिशेने जाता येईल. आणि कुठेच जायचं नसेल, तर दोहोंच्या मध्ये उभं राहून विचार करता येईल की, आधी काय होतं? पुढे काय आहे?

भगवान श्री, द्वारका शिबिरात तुम्ही सांगितलं आहे की, ध्यान आणि समाधी स्वेच्छेने सचेतन मृत्यूत प्रवेश आहे, ज्यामुळे मृत्यूचा भ्रम विसर्जित होतो. तर मग प्रश्न असा आहे की, मृत्यूचा भ्रम कुणाला होतो? शरीराला की चेतनेला? शरीर जे केवळ उपकरण मात्र आहे, म्हणून त्याला भ्रमरूपी बोध होऊ शकत नाही आणि चेतनेने भ्रमित होण्याचं काही कारण नाही. मग भ्रम या घटनेचं कारण, आधार काय आहे?

मृत्यूचा बोध – जर मरताना कुणी जागं असेल, तर मृत्यू विसर्जित होतो. अर्थात, कुणी मरताना, त्या क्षणी जाणीवपूर्वक पाहत असेल, तर त्याला समजतं की, मरत नाही आहे. मृत्यू भ्रम सिद्ध होतो. याचा अर्थ असा नाही की, मृत्यू असतो आणि भ्रम होतो, मृत्यू वाचतो. नाही. जागृतावस्थेत कुणी मृत होतं, त्याला जाणवतं की, मृत्यू अशी घटना नसतेच. मृत्यू असत्य होतो.

पण हा प्रश्न स्वाभाविक आहे की, मग मृत्यूचा भ्रम कुणाला होतो? असं विचारणंही योग्य आहे की, शरीराला तर होऊ शकत नाही? कारण शरीर कसं काय समजणार? आत्म्याला होऊ शकत नाही, कारण आत्मा अमर आहे. मग मृत्यूचा भ्रम कोणाला होतो?

ना आत्मा, ना शरीर. खरंतर मृत्यूचा भ्रम माणसाला होतच नाही. मृत्यूचा भ्रम सोशल फिनोमिना आहे. जरा समजून घ्यावं लागेल. मृत्यूचा भ्रम सामाजिक घटना आहे, व्यक्तिगत घटना नाही.

एका माणसाला आम्ही मरताना बघतो आणि समजतो की, तो मृत पावला. मी मेलेलो नाही, म्हणून मला तसा विचार करण्याचा काहीही अधिकार नाही. मी असा निर्णय घेऊ की, तो मेला आहे हा वेडेपणा, अडाणीपणा आहे. मी इतकंच म्हणायला हवं की, आत्तापर्यंत जसा तो मला माहीत होता, तसा तो आता नाही. याहून अधिक काही व्यक्त करणं म्हणजे सीमा ओलांडण्यासारखं आहे. मी इतकंच म्हणायला हवं की, तो कालपर्यंत बोलत होता, आता बोलत नाहीये. कालपर्यंत चालत होता, आता चालत नाहीये. कालपर्यंत जीवन होतं, आता नाहीये. पण तो मेला असं म्हणणं, म्हणजे सीमा पार करणं.

इतकं नकारात्मक वक्तव्य ठीक आहे की, ज्याला आम्ही जीवन समजतो, भांडण-प्रेम-खाणं-पिणं – ते आता नाही. पण मेला असं म्हणणं म्हणजे पॉझिटिव्ह उद्गार – वक्तव्य, निर्णय झाला. आणि हा निर्णय कोण देत आहे? ते जे जिवंत आहे, ज्यांना मरण म्हणजे काय, हे माहीत नाही. आणि त्या माणसाभोवती सगळे गोळा झाले आहेत, त्या माणसाच्या परवानगीशिवाय. एकतर्फी निर्णय! दुसरा पक्ष हजर नसताना घेतलेला निर्णय. तो माणूस हे सांगायला हजर नाहीये की, मेलो आहे

अथवा मी मेलेलो नाही, त्याची साक्ष नाही. आणि निर्णय ते घेत आहेत जे — ज्यांच्यापैकी कुणीही मेलेलं नाही. मी काय म्हणतोय, त्याचा अर्थ समजतो आहे का? हा सामाजिक भ्रम आहे. त्या माणसाचा दुसराच भ्रम आहे.

त्या माणसाचा भ्रम असा आहे की, आयुष्यभर झोपेत जगलो. इतका झोपल्या झोपल्या जगलो, की मरताना जागृत कसा काय राहणार? प्रत्यक्षात जो माणूस दिवसभर निद्रिस्त असेल, तो झोपेत जागा कसा काय राहू शकणार? जो जागेपणी झोपलेला होता, तो झोपेत गाढ झोपेतच राहणार. सूर्यप्रकाशात ज्याला काही दिसत नव्हतं, त्याला रात्रीच्या काळोखात कसं काय दिसणार? जो माणूस आयुष्यभर जागून जीवनाला बघू शकला नाही की, जीवन काय आहे, तर तुम्हाला असं वाटतं की, तो मरणाला बघू शकेल? तो तर, जसं जीवन त्याच्या हातातून निसटलं, तसाच गाढ झोपेत हरवणार.

आम्हाला बाहेरून असं वाटतं की, तो मेला, हा सामाजिक निर्णय आणि निष्कर्ष आहे, जो चुकीचा आहे. कारण कुणीही साक्ष देण्यासाठी पात्र नाही. कारण कुणीही त्याला मरताना बघितलेलं नाही. आजपर्यंत जगात कुठल्याही माणसाला मरताना बघितलं गेलेलं नाहीये. मरण्याची क्रिया आजतागायत बघितली गेलेली नाही. आम्ही इतकंच बघितलं आहे की, आत्तापर्यंत जगत होता, आता जगत नाहीये. बस, यापुढे भिंत आहे.

खरंतर काय होतं की, बऱ्याचशा गोष्टी प्रचलित होत जातात आणि आम्ही त्यावर विचार करणं बंद करून टाकतो. जसं – जर मी म्हणालो की, आजपर्यंत कुणीही प्रकाश बघितलेला नाहीये, तर तुम्ही लगेचच त्यावर हरकत घ्याल, की काय बोलता? पण मी म्हणतो आहे की, आजपर्यंत कुठल्याही माणसाने प्रकाश बघितलेला नाही. आम्ही केवळ प्रकाशित वस्तू बघितलेल्या आहेत. या खोलीत आम्ही म्हणतो की, प्रकाश आहे, कारण भिंती दिसत आहेत, तुम्ही दिसत आहात. प्रकाश नाही दिसत. प्रकाश तर निरंतर अननोन सोर्स आहे. काही गोष्टी त्यात चमकतात. त्या चमकणाऱ्या गोष्टींमुळे आम्ही म्हणतो की, प्रकाश आहे. जेव्हा त्या चमकत नाहीत, तेव्हा आम्ही म्हणतो की, अंधार आहे. ज्यांनी प्रकाश बघितलेला नाही, त्यांना अंधार कसा दिसणार? कमीत कमी प्रकाश दिसला, तर समजू तरी, पण अंधार कसा काय दिसणार?

अंधाराचा इतकाच अर्थ आहे की, आता आम्हाला काही दिसत नाही. आम्ही म्हणतो, अंधार आहे, हे अगदी चूक आहे. अंधाराला आम्ही एक वस्तू बनवतो. असं म्हणणं केवळ योग्य आहे की, मला दिसत नाही. पण मला दिसत नाही, याचा अर्थ असा नाही की, अंधार आहे. मला दिसत नाही, याचा अर्थ असा की, तो जो स्रोत होता, ज्यात वस्तू चमकत होत्या, तो मंद झाला. आता वस्तू दिसत नाहीत,

म्हणून अंधार आहे.

ज्या माणसाने स्वत:ही असाच समज करून घेतला आहे; की खाणं, पिणं, उठणं, झोपणं, हसणं, भांडणं, प्रेम करणं म्हणजे जीवन आहे – जेव्हा तो मरू लागेल, अचानक त्याला समजेल की, जीवन निसटतंय. ज्याला जीवन समजलो, ते जीवन नव्हतंच. ते केवळ जीवनातल्या प्रकाशात दिसणाऱ्या वस्तू होत्या. जशा प्रकाशात वस्तू दिसतात. घर बनवणं, सजवणं, जेवण-खाण, पैसा कमवणं, प्रवास या सर्व जीवनातल्या प्रकाशात दिसणाऱ्या गोष्टी होत्या. आता त्या सर्व हरवत आहेत. आता तो विचार करतो की मेलो, जीवन संपलं. आणि त्यानेही दुसऱ्यांना मरताना बघितलं होतं. ते सोशल इल्यूजन त्याच्याही मनात आहे की, माणसं मरतात. आता तो म्हणतो की, मी मेलो. हाही त्याचा निर्णय आहे, सामाजिक भ्रमातून निर्माण झाला आहे. तो म्हणतो की, जसे इतर मरण पावले, तसा आता मी मरतो आहे; मेलो, मरण पावलो.

आता तो आपल्या प्रिय व्यक्तींना चहूबाजूने रडताना, छाती बडवताना बघतो आहे. आता त्याचं इल्यूजन ठाम होत आहे. हिप्नॉटिक परिणाम होत आहे. डॉक्टर आहेत, ऑक्सिजन लावत आहेत. घरातलं वातावरण बदलत आहे. सर्वांच्या डोळ्यात अश्रू आहेत. हे जवळचे मित्र, नातेवाईक त्याला संमोहित करत आहेत की, तू मेलास. कोणी नाडी बघतंय, कोणी गीता वाचून दाखवतंय, कुणी कानात ओम्काराचा मंत्र म्हणत आहे. हे सगळे जण त्याची खातरी पटवून देत आहेत की, तू मेलास. कारण जे जे मरणाऱ्याच्या बाबतीत केलं जातं, ते ते आम्ही आता तुझ्या बाबतीत करत आहोत.

यालाच 'सोशल हिप्नॉटिझम' म्हणतात. त्या माणसाची आता पक्की खातरी पटली की, मी मेलो. या मरणाच्या संमोहनामुळे तो बेशुद्ध होईल, घाबरेल, संकुचित होईल की, मी आता मरत आहे, आता काय करणार, त्या भीतीनेच तो डोळे बंद करेल.

बेशुद्धी ही एक सोय आहे आमची, एक युक्ती! त्या गोष्टींच्या विरोधात आम्ही हा प्रयोग करतो, ज्याची आम्हाला भीती वाटते. तुमच्या पोटात अगदी असह्य वेदना होत असतील, तर तुम्ही बेशुद्ध व्हाल. ही युक्ती आहे, मानसिक युक्ती, वेदनेतून बाहेर पडण्याची. वेदना संपत नाहीत, पण त्या जाणवत नाहीत. लक्षात ठेवा, असह्य वेदना अशी कोणतीच गोष्ट या जगात नसते. सहनशीलतेपर्यंतच तुम्हाला जाणवतं. सहनशीलता संपली, की तुम्ही गेलात. जर कुणी तुम्हाला सांगत असेल की, असह्य वेदना होत आहेत, तर तुम्ही विश्वास ठेवू नका. कारण अजून तो शुद्धीत आहे, म्हणजेच सुसह्य आहे. असह्य झालं की, शुद्ध राहणार नाही. नैसर्गिक युक्ती काम करून जाते, बेशुद्ध पाडते. शुद्धीची सीमा पार होताच बेशुद्धता येते.

तर लहानसहान आजारांनी आम्ही घाबरतो, बेशुद्ध होतो; तर मृत्यू म्हणजे

अगदी भयावह. मृत्यूचा विचारच आम्हाला मारून टाकतो. बेशुद्ध होतो आपण. आणि तशाच अवस्थेत मृत्यूची घटना घडते.

म्हणून जेव्हा मी म्हणतो की, मृत्यू भ्रम आहे, तर त्या भ्रमाला मी ना आत्मा म्हणत आहे, ना शरीर म्हणत आहे. त्याला मी सामाजिक भ्रम म्हणत आहे, जो आम्ही आमच्या लहानपणीच निर्माण करतो. प्रत्येक मुलाला आम्ही शिकवतो की, तू मरणार आहेस आणि मरण असं असतं. आणि मरण्याची प्रत्येक पद्धत माणूस आयुष्यभर शिकत राहतो. आणि जेव्हा स्वतःची पाळी येते, तेव्हा डोळे बंद करून बेशुद्ध होतो. संमोहित होतो.

याविरुद्ध सक्रिय ध्यानाची व्यवस्था आहे, की मृत्यूतही जागरूकतेने कसं जाता येईल? तिबेटमध्ये या प्रक्रियेचं नाव बारदो आहे. एखादी व्यक्ती जर मरणपंथाला लागली असेल, तर सगळी माणसं त्या व्यक्तीभोवती गोळा होतात आणि त्याला सांगतात की, तू मरत नाहीयेस, कारण कुणीही कधीही मेलेलं नाही. कोणीही रडत नाही, ओरडत नाही. गावातला पुरोहित अथवा संन्यासी येऊन सांगतो की, तू मरत नाहीयेस, तू जागेपणी, जागृतावस्थेत निरोप घे. आणि मग ती व्यक्ती डोळे मिटून घेते आणि मग ती जी प्रक्रिया आहे पूर्णच्या पूर्ण, त्या व्यक्तीला सांगत राहते की, आता तू यातून सुटशील. ते सुटेल, हे सुटेल, पण तू मात्र वाचशील. तुझे पाय आता काम करणार नाहीत, हात काम करत नाहीत... बोलणं संपेल... ते चारही दिशांनी त्या व्यक्तीला सांगत राहतात. अँटिहिप्नॉटिझम!

जर मरणाच्या संदर्भात जग स्वस्थ झालं, तर बारदोंची आवश्यकता नाही. पण आम्ही खूप अस्वस्थ आहोत. संभ्रमात आहोत. आणि याच कारणाने असा उलट प्रयोग करावा लागतो.

माझं असं म्हणणं आहे की, इथेही बारदोची व्यापक स्वरूपात सुरुवात व्हायला हवी. जेव्हा कुणी मरणासन्न असेल, तर त्याच्या प्रियजनांनी हा भ्रम तोडण्याचा प्रयत्न करायला हवा, की तू मरणार नाहीयेस, तू मरत नाहीयेस. आणि जर आम्ही त्याला जागृत ठेवू शकलो आणि एक-एक बिंदूचं त्याला स्मरण देऊ शकलो... कारण सर्व चेतना एकत्रपणे नष्ट होत नाही. एक-एक गोष्ट सोडत जाते – एक-एक अंग...!

उपाय अनेक प्रकारचे असू शकतात. विशिष्ट तऱ्हेचा सुगंध त्या व्यक्तीला जागं ठेवू शकतो. जसे काही सुगंध बेशुद्ध करतात, तसेच काही सुगंध जागृत ठेवतात. धुपाचा शोध जागे राहण्यासाठी उपयुक्त ठरला. विशिष्ट संगीत – जे जागृत ठेवतं. असंही संगीत आहे, जे निद्रा आणतं. तर जागं ठेवणारं संगीतही असू शकतं. असे शब्द, असे मंत्रोच्चार केले जाऊ शकतात, जे जागृत ठेवतात. त्याचं शरीर अशा अवस्थेत ठेवता येईल, जे झोपू शकणार नाही.

एक झेन फकीर मरणासन्न होता. त्या वेळेस त्याने आपल्या आजूबाजूच्या फकिरांना विचारलं, ''आता माझा काळ आला आहे, तर मी विचार करतो आहे की, जसे सगळे मरतात, तसाच मी मेलो, तर काय उपयोग? अशी तर कितीतरी माणसं मेलेली आहेत. मला तुम्हाला असं विचारायचं आहे की, तुम्ही कधी चालता चालता मेला, असा माणूस बघितला आहेत का?'' ते फकीर म्हणाले, ''नाही. पण असं ऐकलं आहे. एक फकीर असा चालता चालता मेला होता.''

''ते राहू दे. कुणाला शीर्षासन करताना किंवा तशा अवस्थेत मेलेलं बघितलं आहेत?''

''बघणं काय? साधा तसा विचारही केला नाही. स्वप्नातही तसं कधी आलं नाही.''

''हां. मग हे ठीक होईल.'' त्याने शीर्षासन घातलं आणि तो फकीर मेला.

आजूबाजूची माणसं खूप घाबरली. शीर्षासनात कुणी मेलं, तर त्याला उतरवणं – याचीही भीती वाटायला लागली. तर कुणी म्हणालं, ''यांची बहीण भिक्षुणी आहे, ती जवळच आश्रमात राहते, तिला बोलवा. हे जेव्हा काही उपद्रव देत, तेव्हा तीच त्यांना ठीक करायची.''

तिला बातमी सांगितली, तर ती नाराज झाली. म्हणाली, ''हा नेहमीच असं करतो. त्याची सवयच आहे ही. म्हातारा झाला, तरी सवय सुटली नाही. मरतानाही त्रास देणारच.'' तिने तिची काठी आधारासाठी घेतली. नव्वद वर्षांची होती ती. ती निघाली, पोचली आणि जोरात काठी आपटून ओरडली. ''बंद कर हा तमाशा. मरायचं आहे, तर पद्धतशीर मर.'' तो माणूस हसला आणि सरळ झाला. फकीर म्हणाला, ''मी जरा गंमत करत होतो. बघत होतो की, ही माणसं आता काय करतात. आता मी ठीक झोपून मरतो.'' तर मो आडवा पडला आणि मेला. त्याची बहीण निघून गेली की, हां, आता ठीक आहे. त्याला आता अग्नी द्या. मग तिने मागे वळूनही पाहिलं नाही. प्रत्येक गोष्टीची एक पद्धत असते. त्या बहिणीने सांगितलं, ''जे काही काम करायचं, ते पद्धतशीर करा.''

आमचा मृत्यूचा भ्रम आमचा सामाजिक भ्रम आहे. तो तोडता येऊ शकतो. तशी व्यवस्था, तसा उपाय आहे. आणि जर कोणी तोडला नाही, तर मरताना प्रत्येक व्यक्ती, जिने थोडी ध्यानधारणा साधली आहे, स्वत: तोडेल. काही गरज नाही. जर तुम्ही थोडं जरी ध्यान जाणलं, थोडं जरी सत्य जाणलं, की मी म्हणजे शरीर नाही, एकदा जरी तशी झलक तुम्हाला मिळाली, की मी वेगळा आणि शरीर वेगळं आहे; तर मरताना बेशुद्ध व्हायची गरज नाही. खरंतर तेव्हाच तुम्ही जाणीवपूर्वक मराल. कारण तेव्हा समजत असतं की, जो मृत होत आहे, तो मी नव्हे, कुणी दुसरा आहे, मी वेगळा आहे. तेव्हा मग मृत्यू म्हणजे केवळ एक वियोग आहे. जसं की,

मी या घरातून बाहेर जातो आहे. पण या घरात राहणाऱ्यांना या भिंतीपलीकडेही जग आहे, हे जर माहीतच नसेल, तर ते दारातच मला नमस्कार करून रडत रडत माघारी जातील की, हा माणूस मेला! अशीच परिस्थिती आहे.

शरीर आणि चेतना यांचा वियोग म्हणजे मृत्यू! वियोग आहे, म्हणून त्याला मृत्यू म्हणायचं, याला काही अर्थ नाही. केवळ एक संबंध शिथिल होऊन संपतो, कपडे बदलणं, याहून जास्त काही नाही. म्हणून जो मरतो आहे, हे जाणून, त्याला मरण नाहीच, म्हणून त्याचा मृत्यूचा प्रश्नच उद्भवत नाही, की मृत्यू म्हणजे काय! मृत्यू हा भ्रम आहे, असंही तो म्हणणार नाही, की कोणी मरतं, कोणी नाही. इतकंच म्हणेल की, जीवन एक संयोग आहे – होतं, ज्याला कालपर्यंत आम्ही जीवन म्हणालो, तो संयोग तुटला, आता एक नवीन जीवन सुरू झालं, जे त्या अर्थी संयोग नाहीये. कदाचित नवा संयोग, नवीन यात्रा.

भ्रम याचा अर्थ मृत्यू नव्हताच. म्हणूनच आता तुमच्या लक्षात आलं का, की मी जेव्हा असं म्हणतो, की जो जाणीवपूर्वक मरतो, त्याला भ्रमसिद्धी प्राप्त झाली. ती एक सामाजिक धारणा होती, जी अशांनी निर्माण केली होती, ज्यांना मरण माहीत नव्हतं. जे मेले नव्हते. हे अनंत काळापासून चालत आलं आहे आणि चालत राहील. कारण न मेलेले, मरणाऱ्याबद्दलचा निर्णय घेत राहतात. मरणारा परतून येऊन काही माहिती देत नाही.

खरी गोष्ट तर अशी आहे की, ध्यानस्थ व्यक्ती, जिची थोडीतरी ध्यानाची संभावना वाढली आहे, जेव्हा मरते; तिला बराच काळ हे समजत नाही की, ती मेली आहे. आपल्या लोकांना, रडताना बघून तिला आश्चर्य वाटतं की, ही आजूबाजूची माणसं का रडत आहेत? त्या व्यक्तीच्या कलेवराची व्यवस्था केवळ तिला आठवण देते की, तू जिवंत नाहीस, आता तू तशी राहिली नाहीस, जशी होतीस.

म्हणून या देशात केवळ संन्यासी सोडून सर्वांची शरीरं आम्ही जाळून टाकत होतो. कारण ते शरीर जर ठेवलं, तर शक्यता आहे की, महिना-पंधरा दिवस, महिने-दोन महिने तो भ्रमात फिरत राहील की, मी मेलेलो नाही. आणि त्या शरीराभोवती फिरत राहील. कारण त्याला असंच वाटत राहतं की, मी शरीराच्या बाहेर आलो आहे, आता परत शरीरात जाऊ कसा? जर ते शरीर राहिलं, तर त्याच्या नव्या प्रवासात अडथळा निर्माण होईल. तो व्यर्थ त्या शरीरापाशी घोटाळत राहील. म्हणून तत्काळ त्या शरीराला जाळून टाकण्याचा नेम केला गेला, म्हणजे तो बघेल स्मशानात, की सर्व काही संपलं आहे. ज्याला मी माझं शरीर समजत होतो, ते आता नाही. तो सेतू तुटला. ज्याला मी 'मी' समजत होतो, तो आता उरला नाही.

तर तुम्ही लक्षात ठेवा, ही प्रेताला जाळण्याची जी पद्धत आहे, ती केवळ घर रिकामं करण्यासाठी नाही, त्यात अजून महत्त्वाच्या गोष्टी आहेत. जी व्यक्ती मृत

पावते, तिला विश्वासच बसत नाही की, मी मेलो आहे. आणि विश्वास वाटणार तरी कसा, कारण त्याला स्वत:ला आपण जसे होतो, तसेच आहोत हेच दिसतं. त्यात काही फरक पडत नाही.

केवळ संन्याशाचं शरीर आपण जाळत नव्हतो, कारण त्याला आधीपासूनच माहीत असतं की, मी त्यात नाहीये. म्हणून त्याच्या शरीराची आपण समाधी बनवू शकतो. म्हणून त्याचं शरीर ठेवण्यास कठीण जात नाही.

शुद्ध असतानाचं मरण तेव्हाच शक्य आहे, जेव्हा शुद्धतेत जगता येतं. जाणीवपूर्वक! जर तुम्ही जाणीवपूर्वक जगायला शिकलात, तर तुम्हाला जाणिवेत मरण येऊ शकतं. कारण मरण हीसुद्धा जीवनातलीच एक घटना आहे, जी जीवनातच घडते. असं म्हणायला हवं की, जे तुम्ही जीवन समजला होतात, त्या जीवनाची शेवटची घटना, जीवनाच्या बाहेरची नाही. सर्वसाधारणपणे मृत्यू हा आम्हाला आयुष्याच्या बाहेरचा प्रसंग अथवा आयुष्याच्या विरोधातली घटना वाटतो. नाही! मृत्यू ही जीवनाच्याच साखळीतली शेवटची कडी आहे.

एका झाडावर एक फळ लागलं आहे. ते अजून हिरवं आहे. मग पिवळं होत जातं आणि शेवटी अगदी पिवळं होऊन झाडावरून खाली पडतं. ते झाडापासून तुटून खाली पडणं ही पिवळं होण्याच्या बाहेरील घटना नाही. त्याचं पिवळं होण्याचीच परिपूर्ण घटना आहे. झाडापासून तुटणं ही आतील घटना आहे. त्याचं पिकत जाणं, अजून पिकणं... आणि जेव्हा ते फळ हिरवं होतं? तेव्हासुद्धा त्याची तयारी चालली होती. आणि जेव्हा वृक्ष बीच्या रूपात होता, तेव्हा? तेव्हाही तयारी चालू होती. ही जी घटना आहे, ती याच साखळीतली आहे. तो शेवट नाही, केवळ एक वियोग आहे. एक संबंध, एक व्यवस्था संपली; एक संबंध, एक व्यवस्था सुरू झाली.

निर्वाणात मृत्यूची काय स्थिती असते?

निर्वाणाचा अर्थच असा आहे की, ज्या व्यक्तीने मृत्यू असतच नाही, हे परिपूर्णतेने जाणलं – एक. दुसरं – ज्याला आम्ही जीवन म्हणतो, त्यात काहीही मिळत नाही, हेही जाणलं. निर्वाणाचा अर्थ आहे दोन सत्यांची जाण! त्याला आम्ही मृत्यू म्हणतो, तो मृत्यू नाही आणि ज्याला जीवन म्हणतो, ते जीवन नाही. समजतंय तुम्हाला माझं म्हणणं?

एक गोष्ट मी अशी सांगितली की, ज्याने मृत्यू म्हणजे काय आहे जाणलं, त्याला समजलं की, मृत्यू – मृत्यू नाहीये. यालाच संयुक्त दुसरी घटनासुद्धा आहे की, जो जीवनाला संपूर्ण जागरूकतेने बघेल, त्याला समजेल की, जग ज्याला जीवन म्हणतं, ते जीवन नाही. तोसुद्धा एक सामाजिक भ्रम आहे, जसा मृत्यू एक सामाजिक भ्रम आहे. निर्वाणाचा अर्थ या दोन्ही गोष्टींचा पूर्णतेने अनुभव घेणं.

मृत्यू म्हणजे मृत्यू नव्हे, इतकंच जर जाणलं, तर अजून जीवन चालत राहील. अजून अर्धच जाणलं. अजून आकांक्षा बाकी राहिली, की पुन्हा जगू, पुन्हा शरीर धारण करू, पुन्हा जन्म घेऊ... चालतच राहील. ज्या दिवशी दुसरं सत्यही पूर्णपणे जाणाल की, जीवनही जीवन नाही आणि मृत्यूही मृत्यू नाही; त्या दिवशी मग परतून येणं नाही. तो क्षण, तो बिंदू आला, गोठला; जिथून परतून येणं थांबलं. आता त्यात काही अर्थ नाही. समजला का माझा अर्थ?

आम्ही एका माणसाचा घराच्या बाहेर निरोप घेतला, घरातली माणसं समजतात की, बस, हे घर म्हणजे शेवट होता. तो माणूसही जोपर्यंत घरात होता, असंच समजत होता की, हे घर म्हणजे शेवट आहे. बाहेर जाऊन तो दार ठोठावेल की, मला आत घ्या. या घराच्या पायऱ्या तुटल्या, तर दुसऱ्या घराचं दार ठोठावेल. कारण जीवन तर आहे. तो पुन्हा कुठल्या घरात प्रवेश करेल. हे घर नाही, तर दुसरं घर. तसंच, जेव्हा कुणी मृत पावतं, लगेचच – कारण त्याने शरीरालाच जीवन मानलं, लगेचच दुसरं शरीर मिळवण्यासाठी बेचैन होईल, तडफडत राहील.

तुम्ही कधी तसा विचार केला नसेल, पण रात्री झोपताना तुम्ही जो शेवटचा विचार करता, सकाळी उठल्यावर तोच तुमचा पहिला विचार असतो. जरा तपासून बघा. सात तास तो विचार वाट बघत असतो की, तुम्ही कधी जागे व्हाल. दाराशी बसून राहतो. उठा की, कामाला सुरुवात. झोपण्यापूर्वी कुणाशी भांडला असाल, तर सकाळी सर्वांत आधी तोच विचार असेल. रात्री प्रार्थना करून झोपत असाल, तर सकाळी प्रार्थनाच प्रथम परतून येईल. रात्रीचा जो शेवट होता, तीच पहाटेची सुरुवात असेल.

तर जो माणूस मरताना, शेवटच्या क्षणी विचार करत असेल, जी त्याची इच्छा, वासना आहे; तर तीच त्याची पहिली वासना असेल. लगेचच यात्रा सुरू होईल. जर मरताना तो म्हणाला की, मला शरीर हवं, मी आता जात आहे, माझं शरीर मरतंय, शरीर हवं. तो धावेल, शोधेल, शक्य तितक्या लगेचच शरीर ग्रहण करेल. लक्षात ठेवा, तुमची शेवटची वासना, तुमच्या आयुष्यभराचं सार असेल.

खरंतर रात्रीचा शेवटचा विचार तुमच्या दिवसभराचं सार असतं. संक्षिप्त आहे. जसं एक माणूस दिवसभर दुकान चालवतो आणि रात्री खातेवहीत सार – संक्षिप्त लिहून झोपायला जातो. तर दिवसभर तुम्ही जे करता – त्याचं सार – तो विचार रात्रीचा शेवटचा विचार असतो. जर कुणी रात्री झोपण्यापूर्वी असं सार दिवसभरातलं नोंदवलं वहीत, तर इतकी अद्भुत आत्मकथा कोणीही लिहू शकणार नाही. जर रोज सकाळी तुम्ही तुमचा पहिला विचार लिहू लागलात, तर पंधरा दिवसांनी ते विचार वाचून, तुमच्या आयुष्याबाबत सर्व काही सांगता येईल की, तुम्ही काय होतात, काय होत आहात, काय होऊ इच्छिता.

आयुष्यातला मरतानाचा जो शेवटचा विचार आहे, तो तुमच्या संपूर्ण आयुष्याचं

सार आहे. आता तेच सार तुमच्या नंतरच्या आयुष्याचं पोटेंशियल असेल. ती तुमची साठवण तुम्ही तुमच्या पुढच्या जन्मात घेऊन जाल. त्याला तुम्ही कर्म म्हणा, वासना म्हणा. काहीही नाव द्या. संस्कार म्हणा, त्याने काही फरक पडत नाही. तो भविष्यात उपयोगी पडेल.

जेव्हा एक छोटंसं बी आपण पेरतो, तर गमतीशीर गोष्ट आहे की, त्या बी मधून वटवृक्षच निर्माण का होतो? त्या बीमध्ये नक्कीच वृक्षाचा बिल्ट-इन-प्रोग्रॅम असायला हवा, नाहीतर वटवृक्ष निर्माण होणार नाही. ब्लू प्रिंट असायला हवं त्यामध्ये, नाहीतर पानं कशी फुटतील, फांद्या कशा काय वटवृक्षाच्याच असतील? एक योजना असायला हवी. पत्रिका बनवता आली, तर सांगू शकू की किती फांद्या, पानं, फळं लागतील, किती बैलगाड्या त्या वृक्षाच्या छायेखाली विश्रांती घेतील. हे सर्व त्या लहानशा बीमध्ये आहे. जर आम्हाला ती बी पूर्णपणे तपासता आली तर! कारण त्यात तर सर्वकाही लपलेलं आहेच.

मरताना आपण आपल्या संपूर्ण आयुष्याचं सार गोळा करतो. जे जे आम्ही महत्त्वाचं मानलं, ते ते सांभाळून ठेवतो; जे जे व्यर्थ वाटतं, ते ते सोडून देतो. आता ज्या माणसाने लाखो कमावले आणि हजारो एखादं देऊळ बांधण्यात खर्च केले, लक्षात ठेवा, मरताना हजारो रुपयांचं मंदिर आठवणार नाही, लाखो रुपयांनी भरलेली तिजोरी आठवेल. मरता मरता त्या क्षणी तुमचं सारासार तुटून जाईल. जे सार होतं, ते सांभाळून, गोळा करून तुम्ही खेचून न्याल जाताना. तो तुमचा प्रवास बनेल. लगेचच तुम्हाला तुमच्या बिल्ट-इन-प्रोग्रॅम मिळेल. त्या योजनेनुसार नवा जन्म होईल, नवा प्रवास सुरू होईल, नवं शरीर असेल. सर्व नवीन व्यवस्था! आणि हे तितकंच शास्त्रीय पद्धतीने होतं, जितकं इतर काही होतं – शास्त्रीय!

कबीराने म्हटलं आहे, 'ज्योंकी त्यों रख दीन्हीं चदरिया, बडे जतन से ओढी.' म्हणजे काही हिशेब बाकी उरायला नको मागे. असं व्हायला नको, की काही सार-असार उरेल. काही वाचवण्यासारखं, काही सोडून देण्यासारखं उरायला नको. म्हणून कबीर म्हणतात की, अगदी काळजीपूर्वक ओढली आणि मग जशी होती तशी ठेवून दिली. म्हणून ते म्हणतात, 'हंस जाये अकेला.' आता ते एकटे हसत हसत जात आहेत, काहीही बरोबर घेऊन न जाता. ना मित्र – ना शत्रू – कोणीही नाही. ना चांगलं – ना वाईट – ना सिद्धान्त – काहीही नाही.

निर्वाणचा अर्थ असा आहे की, जीवनसुद्धा जीवन नव्हतं, असं जाणलं, मृत्यूसुद्धा मृत्यू नव्हता असं जाणलं. आणि जेव्हा आम्ही जाणतो, की जे जे नव्हतं, ते जर जाणू शकतो, तर ते जे आहे, ते आम्हाला दिसण्यास सुरुवात होते.

आता उद्या...

संकल्पवान –
होऊन जातो आत्मवान

परतून येणं नेहमी सोपं वाटतं का? कारण जिथे आम्ही परतून येतो, ती भूमी आम्हाला परिचित असते. पुढे जाणं नेहमी धोकादायक वाटतं, कारण जिथे आम्ही जात आहोत, त्याची आम्हाला काहीही माहिती नाही.

भगवान श्री,

पहिली गोष्ट अशी आहे की, मी जे असत्य म्हणतो, त्याचा अर्थ खोटं, असा नाही. असत्यही असतं. खोट्याचं आपलं एक वेगळं अस्तित्व आहे, स्वप्नाचंही एक वेगळं अस्तित्व आहे, स्वत:चं. जेव्हा आम्ही म्हणतो की, स्वप्न खोटं आहे; तर त्याचा अर्थ असा नाही की, स्वप्नाचं अस्तित्व नाही. त्याचा अर्थ केवळ इतकाच की, स्वप्नाचं अस्तित्व मानसिक आहे, वास्तविक नाही. मनाचे तरंग आहेत, तथ्य नाही. जेव्हा आम्ही म्हणतो की, जग हे माया आहे; तर त्याचा अर्थ असा नाही, की जग नाहीये. कारण जर नसेल, तर कुणाला सांगताय? कोण सांगतंय? कशासाठी सांगतंय? जेव्हा कुणी म्हणतं की, जग माया आहे, तेव्हा इतकं तर मान्य करतोच की, सांगणारा आहे, ऐकणारा आहे. हेही मान्य करतो की, कुणालातरी समजवायचं आहे, कुणीतरी समजून घ्यायचं आहे. इतकं तरी सत्य असतंच, जेव्हा आम्ही जग एक माया आहे, असं म्हणतो, तेव्हा त्याचा अर्थ असा होत नाही की, जगच नाहीये. त्याचा अर्थ इतकाच होतो की, जसं दिसतं, तसं ते नाहीये. आणि जसं नाहीये, तसं दिसतं.

जसा एक माणूस संध्याकाळचा रस्त्यावरून चालतोय. अंधार झाला आहे. रस्त्यावर एक दोरी पडली आहे, जी तो बघतो आणि साप समजून घाबरून पळतो. कुणी त्याला सांगतं की, साप खोटा होता, असत्य! विनाकारण पळालास. तर याचा अर्थ काय होतो? साप खोटा होता, याचा अर्थ त्याला तो दिसला नाही, असा होत नाही. त्याला सापच दिसला, म्हणूनच तर तो पळाला. दिसण्याचा जिथे प्रश्न आहे, तो त्याच्यासाठी साप होता. जर तिथे दोरी नसती, तर त्या रिकाम्या जागेत दिसलाच नसता. दोरीने सापाच्या भ्रमाला साहाय्य केलं की, साप आहे. दोरी दोरीसारखी दिसली नाही, जी दोरी होती; ती सापासारखी दिसली, पण ती साप नव्हती. जे होतं, ते दिसलं नाही आणि जे नव्हतं, ते दिसलं. पण जे होतं, त्यावरच जे नव्हतं, त्याचा आरोप लागला.

तर जेव्हा असत्य, खोटं, भ्रम, माया, इल्यूजन अशासारख्या शब्दांचा वापर होतो; तेव्हा एक गोष्ट लक्षात ठेवा की, त्याचा अर्थ असा नाही की, नाहीये. आता ज्या माणसाला साप दिसला, त्याला कितीही सांगा की साप नव्हता, तरी तो म्हणेल की, मी हे कसं मानू? मी बघितला प्रत्यक्ष! त्याला सांगू की, जा आणि बघून ये

पुन्हा – तर तो म्हणेल की, एक काठी द्या, तर जातो. आता मला जर माहीत आहे की, साप नाहीये, तर काठी देऊन काय फायदा! तरी मी त्याला काठी देतो, तर तो म्हणतो की, तुम्ही जर म्हणताय की, तिथे साप नाहीच, तर मग आता काठी का देताय? आता तर तुम्हीही मान्य करता आहात की, साप आहे. मग मी सांगतो की, साप नाहीये, खोटा आहे, पण तुम्हाला दिसला आहे, तर जा काठी घेऊन. असेल तर मारा, नसेल तर काही प्रश्नच नाही.

मनुष्याला जीवनात जे दिसतं, ते जीवनाचं सत्य नाही. संपूर्णपणे जागे होऊन बघाल, तरच सत्य दिसेल. ज्या प्रमाणात आम्ही मूर्च्छित आहोत, त्याच प्रमाणात सत्यात खोट्याचं मिश्रण आहे. ज्या प्रमाणात आम्ही निद्रिस्त आहोत, त्याच प्रमाणात आम्ही जे बघतो, ते विकृत आहे – एक.

पण जो झोपलेला आहे, त्याला आम्ही सांगतो की, नाही, सर्व असत्य आहे, माया आहे. पण तो हे मान्य करत नाही. माझा मुलगा आजारी आहे, मी कसं मानू ही माया आहे? मी उपाशी आहे. मला घर नाही राहायला, तर मी मान्य करू की, ही माया आहे? कारण शरीर आहे. शरीराला दगड मारला, तर रक्त येतं, दुखतंसुद्धा!

मग यासाठी काय करायला हवं?

याला जागं करण्यासाठी काही प्रयत्न करायला हवेत. आणि जो उपाय असेल, तो काठीसारखा असेल. ज्या दिवशी तो जागा होईल, त्या दिवशी त्या उपायांच्या संदर्भात तसाच व्यवहार करेल, जसा आपण त्या माणसाच्या हातात काठी दिली होती आणि तो दोरीला साप समजून मारायला गेला आणि त्याने बघितलं की, साप नाही, दोरीच आहे आणि त्याने ती काठी टाकून दिली. म्हणाला की, उगीचच एवढा व्याप केला. साप नव्हताच!

ज्याला मी ध्यान म्हणतो, कुंडलिनी म्हणतो आहे, अथवा ज्याला साधनेची प्रक्रिया म्हणत आहे; तो म्हणजे खरंतर एक शोध आहे, जो नाहीये. आणि ज्या दिवशी तुम्ही नीट बघाल की नाहीये, त्या दिवशी या सर्व प्रक्रिया वाया जातील. तेव्हा तुम्ही म्हणाल की, आजार खोटा होता आणि उपायही खोटा होता.

खरं बघता खोट्या आजाराचा योग्य इलाज होऊ शकत नाही. का होऊ शकतो? जर आजार खोटा आहे, तर योग्य उपाय होणं कधीच शक्य नाही. पण खोट्या आजारासाठी खोटा उपाय हवा. त्यानेच तो आजार बरा होईल. दोन असत्यं एकमेकांना संपवतात. म्हणून या अर्थीच मी म्हणतो की, समस्त साधना – तशा प्रक्रिया असत्य आहेत. असत्य या अर्थाने की, ज्याचा आम्ही शोध घेत आहोत, त्याला आम्ही कधी हरवलेलंच नाही.

दोरी संपूर्ण काळ दोरीच आहे. एका क्षणासाठीसुद्धा ती साप बनली नाहीये. दोरी आम्ही हरवली आहे. समोर असूनही हरवली आहे. क्षणासाठीही साप न

बनलेली दोरी आमच्यासाठी मात्र साप आहे. आता एक मोठा घोळ आहे. आहे दोरी, पण दिसते साप. सापाला मारायचं आहे आणि दोरीला शोधायचं आहे. सापाला न मारता दोरीला शोधणं कठीण आहे. दोरी न शोधता साप मारणं कठीण आहे. आता काहीतरी करायला हवं. आणि जे काही करू, त्यातून साध्य काय होणार? इतकंच, जे नव्हतं ते दिसेल की, ते नाहीये. जे आहे ते आहे, असं दिसेल. आणि हे समजल्यावर आम्ही म्हणू की, आम्ही काही मिळवलं? असं म्हणू की, साप आम्ही हरवला आणि दोरी मिळवली? कारण साप तर नव्हताच हरवायला आणि दोरी कायम होती. मिळवण्याची काही आवश्यकताच नव्हती. ती तर होतीच!

म्हणून बुद्धांना ज्ञानप्राप्ती झाल्यानंतरच्या – त्या पहिल्या सकाळी लोक त्यांच्याकडे जमले आणि त्यांनी विचारलं की, तुम्हाला काय मिळालं? तर बुद्ध म्हणाले, ''असं काही विचारू नका. मला मिळालं तर काहीच नाही.''

''मग इतक्या दिवसांचे परिश्रम वाया गेले का? तुम्ही वर्षानुवर्षं तपस्या करत होतात, शोधत होतात.''

''जर मिळण्याच्या गोष्टीबाबत बोलत आहात, तर हो, कारण काही मिळालं नाही. पण तरीही मी तुम्हाला असं सांगेन की, त्या रस्त्याने प्रवास करा, तुम्हीसुद्धा तेच करा.''

''काय वेड लागलंय? कारण जर वाया गेलं, तर आम्ही का करावं?''

''मिळालं तर काही नाही, पण हरवलं मात्र! ते जे नव्हतं, ते हरवलं. जे नव्हतंच, पण मी मात्र ते आहे, असं समजत होतो, ते हरवलं. आणि जे कायमच मिळालेलं होतं, जे मिळवायचं नव्हतंच, पण ज्याला असत्याच्या पडद्याआड समजलो होतो की – नाही आहे – ते मिळालं.''

आता याचा अर्थ काय? जो मिळालेलाच होता, तो परत मिळाला. कसं सांगावं हे? जे आपलंच होतं, तेच पुन्हा आपलं झालं. जे कधीच मिळालेलं नव्हतं, ते हरवलं.

जेव्हा मी म्हणतो की, साधनेच्या सगळ्याच प्रक्रिया असत्य आहेत, तर त्याचा अर्थ असा नाही की, करू नका. मी इतकंच म्हणतो आहे की, तुम्ही इतक्या खोल असत्यात हरवले आहात की, त्याविरुद्धच्या असत्याशिवाय दुसरा पर्याय नाही त्याला छेदण्याचा. तुम्ही इतके असत्याच्या दिशेने गेले आहात की, तुम्ही परतून याल, तर तितका रस्ता तुम्हाला असत्य पार करावंच लागेल, जितकं अंतर तुम्ही असत्य गेला आहात.

समजा की, मी या खोलीत दहा पावलं आत चाललो. आता मला या खोलीतून बाहेर पडायचं आहे, तर मला निदान दहा पावलं या खोलीत चालावी लागतील. मग जर कुणी मला सांगत असेल की, तुम्ही खोलीच्या आत गेला आहात, आता बाहेर या, दहा पावलं चाला. मग मी म्हणतो की, हे तर उलटंच होत आहे. दहा

पावलांनी मी आत गेलो, आता अजून दहा पावलं – तर अजून आत जाईन, आता मला असा उपाय सांगा की, मी बाहेर येऊ शकेन, खोलीत चालावं लागणार नाही. पण खोलीत दहा पावलं तर चालावीच लागतील. हां, दिशा बदलेल, चेहरा बदलेल. जिथे पाठ होती, तिथे तोंड होईल आणि जिथे तोंड होतं, तिथे पाठ!

आपण असत्यात जगत आहोत. साधनेत तर केवळ चेहरा बदलेल. जगावं लागेल असत्यातच. पण जितके आम्ही असत्यात खोलवर गेलो आहोत, तितकं अंतर परतून येण्यासाठी चालावंच लागणार. ज्या दिवशी आम्ही परतून येऊ, त्या दिवशी समजेल की, ही अगदी मजेशीर गोष्ट झाली.

हे असं आहे, जसं एखाद्या माणसाला चुकीचं औषध दिलं गेलं, तर ॲंटिडोस द्यावा लागला. आता चुकीच्या औषधाचं विष त्याच्या शरीरभर पसरलं, तर त्याच्या उलट विषही आत फेकावं लागलं. तरी लक्षात ठेवा की, ते विष आहे. कारण विषच विषाला मारतं. ते पहिलं औषध म्हणजे जर विष होतं, तर हेही विषच आहे. केवळ त्याची दिशा वेगळी आहे. तर डॉक्टर असं सांगतात की, तुमच्या शरीरात विष भिनलं आहे, आता मी तुम्हाला विष देतो, तर तुम्ही घाबरून जाल अगदी. पण तो ॲंटिडोस आहे, उलटं विष!

जेव्हा मी सांगतो की, संसार खोटा आहे, तर साधना खरी असू शकत नाही. खोट्या संसाराला मारण्यासाठी खरी साधना कशी उपयोगी पडेल? खोट्या प्रेताला मारायला खरी तलवार वापराल, तर स्वतःलाच जखम करून घ्याल. त्यासाठी खोटीच तलवार हातात हवी. कारण प्रेत तिथे नाहीये. म्हणून खोट्या प्रेताला पळवून लावायचं असेल, तर ताईत बांधा. कारण ताईत तलवार नाही, एक खोटा इलाज आहे. ॲंटिडोस आहे.

समस्त साधना संसारातून बाहेर पडण्यासाठी आहे, म्हणून संसाराला मी भ्रम म्हणतो. भ्रम अशा अर्थाने की, तो जसा दिसतो, तसा नाहीये. तर तो भ्रम तोडण्यासाठी आम्ही काय करावं? जितके त्या भ्रमात खोलवर गेलो आहोत, तितकेच परतून यायला हवं. आणि हे मी का आठवून देतो आहे? कारण त्यात एक धोका आहे. साधकाच्या समोर कायम एक धोका आहे. तो धोका असा की, भुतापासून वाचण्यासाठी आम्ही ताईत बांधला, तर भुतांपासून सुरक्षित होतो. आणि मग तो ताईत अखंड छातीशी सांभाळतो. भुताला जितकं घाबरत होतो, आता त्याहीपेक्षा जास्त घाबरतो की, ताईत हरवला तर? तर भुतापासून सुटका झाली, पण ताईताने पकडून ठेवलं. तर हे आठवण करून घ्यायला हवं की, जितकं भूत खोटं होतं, तितकाच खोटा तो ताईत आहे. आता भूत गेलं, तर कृपा करून तो ताईत फेकून द्या.

तर मी साधकांना निरंतर हे लक्षात ठेवायला सांगू इच्छितो की, ते जी साधना

करत आहेत, ती म्हणजे एका खोलवरच्या असत्यात जाण्याचा अँटिडोस आहे. आणि असत्याचा अँटिडोस असत्यच असणार. विषच विषाला तोडतं. केवळ विरुद्ध दिशा असेल. पण याची जाणीव करून देणं आवश्यक आहे. नाहीतर संसार सुटेल, पण संन्यास धरून ठेवेल. व्यवहार सुटेल, मंदिर पकडून ठेवेल; ते बंधन राहीलच. ते मग धन असो अथवा ध्यान असो. योग्य साधना त्या दिवशी प्राप्त होईल, जेव्हा ध्यानाची आवश्यकता राहणार नाही.

स्वभावत: जो माणूस छतावर पोचला आहे, त्याला शिडीची आवश्यकता नाही. आणि तरीही जर तो असं म्हणत असेल, की माझ्यासाठी शिडी आवश्यक आहे, तर तो छतावर पोचलेला नाही. अजून शिडीवरच आहे, कदाचित शेवटच्या पायरीवर असेल, पण तरीही जर शिडीला धरून आहे. तर लक्षात ठेवा की, तो अजूनही छतापासून तितकाच दूर आहे, जितका तो पहिल्या पायरीवर असताना होता. दोन्ही दृष्टिकोनातून छतापासून दूरच आहे. तुम्ही शिडीच्या सर्व पायऱ्या चढून जरी गेलात आणि शेवटच्या पायरीवरच थांबलात, तरी पोचलात कुठे? तिथेच आहात. आणि जो शिडीवर आहे, तो छतावर नाहीये. छतावर पोचण्यासाठी दोन कामं करावी लागतात. शिडी चढावीही लागते आणि ती सोडूनही द्यावी लागते.

म्हणून मी म्हणतो की, ध्यानाचा उपयोगही आहे आणि त्याच बरोबरीने असंही म्हणतो की, ध्यान अँटिडोसहून जास्त नाही. म्हणून साधना कराही आणि सोडूनही द्या. तुम्ही मला विचारालच की, जेव्हा मीच सांगतो की, तुम्ही असं करा, तसं करा आणि मग म्हणतो की, हे सगळं खोटं आहे; तर मग करावंच कशाला? आमचा कयास असा आहे की, जर शिडीवरून उतरायचंच असेल, तर चढायचंच कशाला? पण लक्षात ठेवा की, जर शिडीवर चढलाच नाहीत, तर शिडीच्या बाहेर राहाल आणि शिडी चढून छतावर उतरलात, तरी शिडीच्या बाहेरच राहाल. पण यात फरक आहे. एक छतावर असेल आणि एक जमिनीवर. तुम्ही शिडी चढलाच नाही, म्हणून बाहेर आहात आणि कुणी शिडी चढून उतरलं, म्हणून बाहेर आहे.

आयुष्य म्हणजे एक रहस्य आहे. त्यात काही गोष्टी चढाव्या लागतात, काही उतराव्या लागतात. काही धराव्या लागतात, काही सोडाव्या लागतात. आणि मुक्त तोच आहे, ज्याची पकड नाही. ज्याने काहीही धरून ठेवलेलं नाही. सत्य त्यालाच समजेल; ज्याचा कुठलाही आग्रह नाही, अट नाही, व्यत्यय नाही. तुमची इतकी जरी अट असेल की, मी देवळातच राहणार, तर तुम्हाला सत्य समजलं नाही. अशी अट की, मी संन्यासी होऊनच जगेन, तरी तुम्हाला सत्य समजलं नाही.

तुम्ही शिडी तर चढलात, पण शेवटच्या पायरीवर थांबलात. मनात येतात असे विचार अनेकदा की, इतक्या वरपर्यंत आलो, आता ती शिडी अचानक सोडून कशी द्यायची? विचार केला होतात की, आरामात जगू. आरामात जगण्यासाठी पैसा

हवा आणि पैसा मिळवायचा, तर आराम करता येणार नाही. आराम सोडला, तर पैसा कमावता येणार नाही? तर पैसा तर कमावता येतो, पण आरामाची सवय सुटते.

कठीण! पंचवीस वर्ष शिक्षणात घालवली. आता जर घरात बसायला सांगितलं, तर तो म्हणेल घरी कसं बसू? त्याचा शिपाई ऑफिसात नऊ वाजता पोचतो, तर हा आठ वाजता पोचेल. क्लार्क सहा वाजता पळून जातात, तर हा आठ वाजेपर्यंत काम करेल. तो आता विसरून गेला आहे की, एकदा जी शिडी चढण्यासाठी पकडली आहे, ती उतरण्यासाठी पकडली होती. एका स्तरावर जाऊन आराम करून उतरून यायचं होतं. पैसा जमला, आता आराम – कारण तशीच तर इच्छा होती.

पण पैसा कमावण्याच्या नादात आराम हरवला. आराम न करण्याच्या सवयीने धरून ठेवलं. पैसा कमावण्यासाठी जातो, तर एकापाठोपाठ एक शिडी चढत राहतो. आता तो उतरत नाही. आता तो कधी छतापर्यंत पोचत नाही. चढतच राहतो. कितीही सांगा त्याला की, पुरे, खूप शिडी चढलास, आता परतून ये. पण नाही – शक्य होत नाही. आराम हवा, तर शिडीला शिडी जोडत राहणं – हेच योग्य वाटत राहतं.

पण हे केवळ धनाच्या बाबतीत होत असतं, तर काही अडचण नव्हती, पण हे धर्माच्या बाबतीतही होत आहे. आमचं मनही तिथे आहे. आमचं मन जिथे होतं, तिथेच आहे.

आता एखादा मनुष्यधर्माच्या जगात जातो, त्याग करायला सुरुवात करतो. तो त्याग करायला सुरुवात करतो, कारण एक असा क्षण यावा की, मन विचलित होणार नाही, मोहात पडणार नाही. जोपर्यंत मोह आहे, तोपर्यंत बंधन आहे. तो म्हणतो की, ज्या ज्या गोष्टींचं बंधन आहे, ते ते सोडून देऊ. ही झाली शिडी. मग तो त्याग करत जातो. व्यवहार, कुटुंब, पैसा, कपडालत्ता – सर्व त्यागत जातो.

वीस-पंचवीस वर्षांत त्याची त्याग करण्याची सवय इतकी मजबूत होत की, तो या सवयीला सोडू शकत नाही. मग तो वेगवेगळे उपाय शोधत राहतो की, आता कशाचा त्याग करू? अन्नत्याग, पाणी, मीठ, तूप, साखर – झोप – स्नान आणि अगदी कायात्याग करण्यापर्यंत त्याची मजल जाते. हत्या-आत्महत्या...?

ही दोन्ही एकाच प्रकारची माणसं आहेत. एकाने त्यागाची शिडी पकडली, तर एकाने सर्व धरून ठेवण्याची शिडी पकडली. पण कोणीही शिडीवरून उतरायला तयार नाही. माझ्या दृष्टिकोनातून सत्य तिथे आहे, जिथे सर्व शिड्या संपतात आणि तुम्ही समपातळीवर येता. जिथे ना चढायचं आहे, ना उतरायचं आहे. सत्य तिथे, जिथे तुमची पकड, तुमच्या अटी समाप्त होतात. सत्य तिथे, जिथे तुम्ही अभ्यासित चित्ताने गोष्टींना मापत नाही, तर अभ्यास-शून्य चित्ताने गोष्टी बघू लागता.

कदाचित जीझसचा हाच अर्थ अपेक्षित होता. कुणी जीझसना विचारलं की,

सत्य कुणाला मिळेल? तर ते सांगत की, जो एखाद्या बालकाप्रमाणे आहे. याचा अर्थ काय असू शकतो? – बालकाप्रमाणे? म्हणजे, ज्याच्या कोणत्याही अटी नाहीत, तो सहजी बघतो आहे. तुम्ही बालकांना वस्तूंना बघताना बघितल्यास तुम्हाला आश्चर्य वाटेल. आमच्या बघण्यात आणि त्याच्या बघण्यात फरक आहे. आम्ही सतत काहीतरी शोधत असतो. मूल केवळ बघतं. कोणत्याही गोष्टीचा शोध घेणं त्या नजरेत नसतं. त्याचं बघणं प्रयोजनरहित असतं. कारण नसतं त्या बघण्यात.

म्हणून बालकाच्या नजरेत जो भोळा भाव असतो, निरागसता असते; तशी निरागसता मोठ्यांच्या नजरेत नसते. कारण त्या नजरेत प्रयोजन असतं. तुमचा खिसा भरलेला आहे, तर नजर वेगळी असते, रिकामा आहे; तर नजर वेगळी असते. सुंदर आणि सर्वसाधारण दिसणाऱ्यांकडे वेगवेगळ्या नजरेने बघितलं जातं. जर मतलब असेल, तर नजर वेगळी; मतलब नसेल, तर नजर वेगळी. प्रत्येक नजरेत एक प्रयोजन असतं.

नजरेत प्रयोजन असेल तर दोरी साप दिसते. का दिसतो साप दोरीत? हे त्याचं प्रोजेक्शन आहे. तो मनुष्य घाबरट आहे. नजरेत भीती आहे. अंधारा रस्ता, काळोखी रस्ता – तो भीती शोधतोय. रस्त्यावर एक गोष्ट पडलेली दिसते आहे. लगेचच त्याने त्याला साप समजलं. कारण भीतीचा शोध, एक प्रयोजन आहे मनात. त्याच्या अन्कॉंशस मनात चाललेला शोध की, अंधारात साप तर नाही? तर दोरीत साप दिसला.

आम्ही जे बघतो, त्या बघण्यात जर काही प्रयोजन आहे – इच्छा, एखादी भीती... नीट समजून घ्या, त्या बघण्यात जर थोडं तरी मन आहे, तर आम्ही ते विकृत करतो. तर मग मनाशिवाय आपण बघू शकत नाही? मनाशिवाय बघणं ही परमस्थिती आहे. आपलं जे मन आहे, ते संग्रहित आहे. सर्व प्रयोजन, सर्व भय, सर्व इच्छा, सर्व वासनांनी भरलेलं.

चेखवची एक छोटीशी गोष्ट आहे. दोन पोलीस रस्त्यावरून जात होते. एका लहानशा हॉटेलात खूप गर्दी होती. एका माणसाने एका कुत्र्याचा पाय धरून ठेवला आणि म्हणत होता की, याला मारूनच टाकू या. हा मला आणि इतरही अनेकांना चावला आहे. सगळे ओरडत होते की, मारून टाका. हे दोघं पोलीसही तिथे गेले. पोलिसांना कुत्रे फार त्रास देतात. तेही त्रासलेले असतात. ते म्हणाले, ''छान. हे योग्य करत आहेस. माराच या कुत्र्याला. आम्हालाही हा त्रास देतो.''

तर एक पोलीस म्हणाला, ''नीट बघ. हा आपल्या साहेबांचा कुत्रा आहे.'' तर तो दुसरा पोलीस जो मारायला सांगत होता, त्याने लगेचच त्या माणसाची मान धरली. ''बदमाश, ट्रॅफिकमध्ये अडथळा आणतोस माणसं गोळा करून? चल चौकीवर.'' दुसऱ्याने त्या कुत्र्याला उचललं आणि तो त्याला चुचकारू लागला.

सगळे अवाक झाले.

पण त्या कुत्र्याला नीट न्याहाळून बघितलं, तर दुसरा म्हणाला, ''छे! छे! हा साहेबांचा कुत्रा नाही.'' तर त्याने त्याला लगेचच खाली ठेवलं. ''मारा याला. हा खतरनाक आहे.'' तर त्या माणसाने लगेचच पुन्हा कुत्र्याला धरलं. पण पहिला म्हणाला, ''काही सांगता येत नाही. दिसतो आहे अगदी साहेबांच्या कुत्र्यासारखा...''

तर गोष्ट अशीच चालू राहते. त्या कुत्र्याकडे बघण्याचा दृष्टिकोन बदलत राहतो. तोच कुत्रा, तीच माणसं, तेच पोलीस; पण गोष्ट तीन-चारदा स्वरूप बदलत राहते, कारण प्रत्येक वेळी प्रयोजन बदलत राहतं.

आम्ही सगळे असंच जगत आहोत. मन आहे, तर आम्ही असेच जगत राहणार. तर मी जे म्हणतो की, साधना... साधना काय आहे? साधना म्हणजे या मनापासून सुटका. पण जेव्हा सुटका होईल, तेव्हा साधनेचं काय कराल? या मनाबरोबरच तिलाही गाडून टाकावं लागेल. त्या मनाला सांगावं लागेल की, या साधनेलाही घेऊन जा. ती तुझ्यामुळे आहे. तुझ्याचमुळे साधना करावी लागली. आता तू जात आहेस, तर तिलाही ने बरोबर!

आणि जेव्हा कुणी मन आणि साधना दोहोंतून मुक्त होतो – आजार आणि औषध दोहोंतून मुक्त! लक्षात ठेवा. केवळ आजारातून मुक्त आणि औषध चालू राहतं, तर ती मुक्तता नाही. आणि कधीकधी तर आजार तितका खतरनाक सिद्ध होत नाही, जितकी औषधाची पकड खतरनाक सिद्ध होते. कारण आजार क्लेशदायक आहे, तो सोडता येणं सोपं जातं. औषध सुखद असतं. ते सोडणं कठीण जातं, मन होत नाही. पण औषध वांच्छनीय गोष्ट आहे का खरंच? आजारासाठी – हो स्वस्थ असणाऱ्यांना औषधाची काय गरज? पण तुम्ही आजारी होण्याचा हट्ट धरला आहेत, म्हणून औषध घेणं हे नाइलाजाचं झालं आहे. पण जर हा हट्ट सोडलात, तर औषध लबाडी आहे.

आजार व औषध या एकाच स्तरावरच्या गोष्टी आहेत. फरक नाही दोहोंत. असू शकतच नाही. नाही तर उपयोग होणार नाही. ज्या पातळीपर्यंत आजार जातो, तिथपर्यंत औषधही जातं. जे किटाणू आजाराचे असतात, त्याच्या विरुद्ध किटाणू औषधाचे असतात. औषध आणि आजार एकमेकांकडे पाठ करून उभे आहेत, हे खरं आहे, पण त्यांची पातळी एकच आहे.

तर मी केवळ आजाराच्या आणि औषधांच्या विरोधात आहे. कारण माझा अनुभवच असा आहे की, हजारो वर्ष आजारांवर खूप काही सांगितलं गेलं आणि आजार तर सुटले, पण औषधांनी बांधून ठेवलं. आणि ज्यांनी औषधं धरून ठेवली, ते आजारांपेक्षाही जास्त खतरनाक ठरले.

म्हणून दोन्ही गोष्टी लक्षात ठेवायला हव्यात. आजार आणि औषध दोन्ही गोष्टी सोडायला हव्यात. मन सोडायचं आहे आणि ध्यानही सोडायचं आहे. संसार

आणि धर्म सोडायचा आहे. आणि एका अशा ठिकाणी यायचं आहे, जिथे काही सोडून देण्यासारखं राहत नाही आणि काही पकडून ठेवण्यासारखं राहत नाही. मग तेच उरतं, जे आहे. आणि या सर्वच्या सर्व प्रक्रियांविषयी मी बोलतो – मग ती कुंडलिनी असो, चक्र असोत, सप्त शरीरं असोत – हे सर्वच्या सर्व स्वप्नाचे भाग आहेत. स्वप्नात तुम्ही आहात आणि जोपर्यंत तुम्ही स्वप्न नीट समजून घेत नाही, तुम्ही स्वप्नातून बाहेर पडू शकत नाही. स्वप्नातून बाहेर येण्यासाठीसुद्धा स्वप्नाला नीट समजून घेणं आवश्यक आहे. स्वप्नाचंही एक स्वत:चं अस्तित्व आहे आणि असत्याचंही एक स्वत:चं अस्तित्व आहे. ते या जगात आहे. यातून सुटण्यासाठी उपाय आहेत. पण शेवटी दोन्ही सोडण्यायोग्य आहेत, म्हणून मी म्हणतो की, दोन्ही असत्य आहे. जर यातून एकाला जरी मी सत्य म्हणलं, तर सोडणार कसं? मग तुम्ही सोडणार नाही. सत्य कोणी सोडतं का? म्हणून तुम्ही काहीच धरून ठेवू नये, तुम्ही कोणत्याही बंधनात अडकू नये, म्हणून मी म्हणतो की, ना संसार सत्य आहे, ना साधना सत्य आहे. संसाराच्या असत्याला छाटण्यासाठी साधनेचं असत्य आहे. जेव्हा दोन्ही असत्य समान होऊन छाटले जातात, तेव्हा जे शेष राहतं; ते सत्य आहे. ते ना संसार आहे, ना साधना – या दोहोंच्या पलीकडलं, दोहोंवर अतिक्रमण करणारं, जेव्हा दोन्ही उरणार नाही... तेव्हा!

म्हणून मी एका तिसऱ्याच माणसाविषयी बोलत आहे, जो ना संसारी आहे, ना संन्यासी आहे. मला जेव्हा कुणी विचारतं की, तुम्ही संन्यासी आहात का, तेव्हा मी अडचणीत सापडतो. जेव्हा कुणी विचारतं की, तुम्ही संसारी आहे का, तेव्हाही माझी अशीच गत होते. कारण या दोन्ही प्रश्नांची उत्तरं जर मी 'हो' म्हणून दिली, तर मी द्वंद्वात गुरफटतो, जे संसारी आणि संन्यासी यांमध्ये आहे. मी जर सांगितलं की, मी एकाच वेळेस दोहोंत आहे, तर ती लबाडी होईल, कारण मग अर्थच हरवला, कारण अर्थ तर द्वंद्वात होता. संसार सोडण्याचा अर्थ संन्यास असा होता, संन्यास ग्रहण न करण्याचा अर्थ संसारात होता. आहे असं म्हणू आणि नाही, मी दोहोंत असं म्हणू, तर कठीण होतं, कारण या दोहोंच्या व्यतिरिक्त तिसऱ्याचा आम्ही विचारच करत नाही, की तिसरं काहीतरी असू शकतं. तुम्हीच असं म्हणता की, इथे नाही तर तिथे... म्हणा की जिवंत आहे, नाहीतर मेला आहे. दोन्ही नाही, असं कसं? हे नाही चालणार.

अंधार आहे असं म्हणा, अथवा प्रकाश आहे असं म्हणा. संध्याकाळच्या रंगाशी आमचं नातं नाही. 'ग्रे' या रंगाचं आमच्या जीवनाशी काहीही देणं-घेणं नाही, जागाच नाही. आम्ही पांढरा मानतो, अथवा काळा. पण सत्यता ग्रेचीच जास्त आहे. ग्रे जरासा गडद होत गेला, तर काळा होतो; ग्रे जरासा फिकट होत गेला, तर पांढरा होतो. पण तरीही त्याला स्थान नाही. मित्र आहे असं म्हणा अथवा शत्रू म्हणा. मधली स्थिती नाही. खरंतर तिसरी स्थिती हीच सत्य स्थिती आहे. पण त्याला काही स्थान नाही आमच्या

जीवनात, आमच्या विचारांत, आमच्या ढंगात, आमच्या भाषेत!

तुम्ही मला विचारता की, मी तुमचा मित्र आहे की शत्रू आहे. जर मी सांगितलं की, दोन्ही आहे, तर पेच निर्माण होतो. मी सांगू की दोन्ही नाही, तरीही पेच निर्माण होतो. कारण त्याला काही अर्थच उरत नाही. आणि खरी परिस्थिती अशी आहे की, माणूस पूर्णपणे जर स्वस्थ असेल, तर दोन्ही असेल अथवा दोन्ही नसेल. एकाच गोष्टीला सांगण्याच्या या दोन तऱ्हा आहेत. तेव्हा ना शत्रू असेल, ना मित्र. आणि माझं असं म्हणणं आहे की, तेव्हाच तो योग्य अर्थाने माणूस असेल, ज्याचं कुणाशी शत्रुत्व नाही, मित्रत्व नाही. ना संन्यास, ना संसार. तिसऱ्या माणसाच्या शोधातच मी आहे. आणि या सर्व गोष्टी ज्या मी सांगतो, कारण एकच स्वप्न तुटावं. आणि जर स्वप्न मोडलं, तर या गोष्टींना काहीही अर्थ नाही.

एक कथा सांगतो. एक झेन फकीर होता, ज्याचा स्वप्नांच्या विश्लेषणावर खूप विश्वास होता. स्वप्नं असतातच तशी. माणसांच्या संदर्भात मोठ्या बातम्या घेऊन येतात. माणसं खोटी असतात, म्हणून खोट्या गोष्टींमार्फत बातम्या मिळू शकतात.

दुपारच्या वेळेला माणसांचे चेहरे बघा, तेव्हा ते तुम्हाला खरे वाटत नाहीत, जितके रात्रीच्या स्वप्नांत खरे असतात. स्वप्न जे निखालस खोटं असतं. दिवसा बायकोला सुंदर म्हणणारे रात्री स्वप्नात बायकोला बघत नाहीत, तर कुणी दुसरीच असते. त्याचं स्वप्न बरोबर माहिती देईल त्याच्या बाबतीत – स्वप्नं जे खोटं असतं.

पण माणूस खोटा आहे, म्हणून खोट्यापासूनच माहिती घ्यावी लागेल. जर माणूस खरा असता, तर त्याच्या जीवनाने त्याला समोरासमोर येऊन सांगितलं असतं. स्वप्नात जाण्याची आवश्यकता राहिली नसती. जर एखादा नवरा आपल्या बायकोला सरळ सरळ असं सांगू शकला की, आज मला तुझ्यावर प्रेम वाटत नाही, ती रस्त्यावरून जी बाई जात आहे, तिच्याकडे माझं मन ओढलं जात आहे... इतक्या सरळतेने, मोकळेपणाने जो बोलू शकतो, त्याला स्वप्नात जाण्याची आवश्यकता नाही. स्वप्नं बंदच होतील. कारण त्या बाईला स्वप्नात येण्याची गरजच राहिली नाही. रोखठोक – स्वप्न उरलंच नाही.

स्वप्न म्हणजे, जे दिवसभरात घडू शकत नाही, जे मनात असतं, नाही मनाप्रमाणे बोलू-सांगू शकलो, जगू शकलो, जे मनात दडून बसलं आहे, ते रात्री जगण्याचा प्रयत्न करणं. दिवसभर खोटं जगलो, म्हणून रात्री स्वप्नात खोटं खरं होऊन प्रकटतं. म्हणून संपूर्ण मानसशास्त्र, मग तो फ्रॉइड असो, युंग असो, एडलर असो; सर्व मानसशास्त्र स्वप्नांचं विश्लेषण आहे.

ही आश्चर्याची बाब आहे की, माणसाला जाणून घेण्यासाठी स्वप्नांचं विश्लेषण करावं लागतं. ड्रीम ॲनालिसिस माणसाला जाणून घेण्याचा एक मार्ग आहे. याचा अर्थ काय – विचार करा. तुम्ही जर एखाद्या मानसशास्त्रज्ञाकडे गेलात, तर तुम्हाला

तो तुमची स्वप्नं काय आहेत, असं विचारतो. तो तुमच्याबद्दल विचारत नाही, ते अनावश्यक वाटतं. पण स्वप्नं आवश्यक वाटतात तुमची! कारण तुम्ही खोटे आहात, पण खोट्या स्वप्नात तुम्ही स्वच्छ दिसता, प्रकट होता. कारण ते तुमचं प्रतिबिंब आहे, तिथे तुमची खरी प्रतिमा दिसते. आम्ही तुमच्या स्वप्नात डोकावू इच्छितो. सर्व मानसशास्त्र स्वप्नांच्या विश्लेषणावर आधारित आहे.

त्या फकिरालाही स्वप्नात स्वारस्य होतं. तो आपल्या साधकांना त्यांची स्वप्नं विचारायचा. कारण एखादा तरी साधक सांगेल की, मला परमेश्वराला शोधायचं आहे आणि रात्री स्वप्नांत हिऱ्याची खाण शोधत आहे. याचा परमेश्वराशी काहीही संबंध नाही. असंही असू शकतं की, त्याला परमेश्वराचा शोध इतक्याच कारणाने घ्यायचा आहे की, तो मिळाला की, त्याला हिऱ्याच्या खाणीचा पत्ता विचारावा. कारण त्याचं स्वप्न हेच कथित करतं.

तर फकीर आपल्या साधकांना त्यांची स्वप्नं एका वहीत नोंद करून ठेवण्यास सांगत असे. खरंच जर लोकांनी जागेपणीचा काळ सोडून केवळ झोपेतल्या काळातलं आत्मकथन लिहून ठेवलं, तर जग जास्त सुंदर होईल. आणि माणसांच्या संदर्भात जास्त खऱ्या गोष्टी समजतील. दिवस म्हणजे खोट्यांचं जग आहे. कारण खोटा मनुष्य त्याचं आयोजन करतो. स्वप्नात थोडा तरी खरेपणा आहे, कारण ते आयोजित नसतं; ते आपलं आपण पडतं. त्याची एक सत्यता आहे. जर आपण जगातल्या सर्व महात्म्यांची स्वप्नं पकडू शकलो, तर ते तितके महात्मे वाटणार नाहीत. त्यातल्या अनेकांना पश्चात्ताप... अथवा ते अपराधी आहेत, हेच कळेल. जे भर जगात अपराध करू शकत नाहीत, ते स्वप्नात अपराध करतात. मनात अपराध करतात.

तर तो फकीर आपल्या साधकांना विचारत राहायचा. एका पहाटे तो जागा होऊन अंथरुणावर बसत होता, तोच त्याचा एक साधक त्याला तिथून जाताना दिसला. फकिराने त्याला अडवलं, म्हणाला, ''मी एक स्वप्न बघितलं रात्री. त्याच्या व्याख्या करशील?'' साधक म्हणाला, ''जरा थांबा.'' तो पाणी घेऊन आला. म्हणाला, ''जरा तोंड धुऊन घ्या, हात-पाय धुवा. आता जर स्वप्न तुटलंच आहे, तर व्याख्या कशाची? हात-पाय धुऊन घ्या, म्हणजे स्वप्नाचा जो थोडासा भ्रम राहिला आहे, तोही धुतला जाईल.''

फकीर म्हणाला, ''बस! तुझी व्याख्या भावली.'' दुसरा साधक दिसला. त्यालाही फकिराने तेच सांगितलं, व्याख्या करायला. तो म्हणाला, ''आत्ता येतो. दोन मिनिटं थांबा.'' तो पळाला आणि चहा घेऊन आला. म्हणाला, ''एक कप चहा घ्या आणि संपलं. कारण जाग आली, हात-पाय-तोंड धुतलं – आता मला का अडवता?'' फकीर म्हणाला, ''तुझं म्हणणं, तुझी व्याख्या मला भावली. बस. पण आज जर तुम्ही व्याख्या केली असतीत, तर तुम्हाला आश्रमातून बाहेर घालवलं

असतं. कारण जर स्वप्न तुटलंच आहे, तर व्याख्या कशाची?''

पण जर स्वप्न चालू आहे आहे, तर व्याख्या व्हायला हवी. माझ्या सर्व व्याख्या स्वप्नाच्या व्याख्या आहेत आणि स्वप्नाच्या व्याख्या खऱ्या असू शकत नाहीत. कारण स्वप्नंच खरी नसतात. पण स्वप्नाची व्याख्या स्वप्न तोडण्यासाठी खरी असू शकते. आणि तीच जर तुटली, तर तुम्ही जागे व्हाल. जेव्हा जागे व्हाल, तेव्हा असं म्हणणार नाही की, स्वप्न खरं होतं, व्याख्या खरी होती. तुम्ही म्हणाल की, एक खेळ होता, जो संपला. त्या खेळाच्या दोन बाजू होत्या. स्वप्नात हरवण्याची एक बाजू आणि स्वप्न तोडण्याची एक बाजू. स्वप्नात रमण्याचं नाव संसार आहे, स्वप्न तोडण्याच्या व्याख्येचं नाव संन्यास आहे. पण दोन्ही स्वप्नाच्याच गोष्टी आहेत. आणि स्वप्न तुटलं की, ना संसार असेल, ना संन्यास. तेव्हा असेल, ते केवळ सत्य!

भगवान श्री, साधना प्राकृतिक विकास आहे अथवा प्रकृती विकासक्रमाबाहेर तिची झेप, तिचं अतिक्रमण आहे? जी साधना सहज विकासाचं अतिक्रमण अथवा झेप नाही, तर काय सृष्टीच्या विकासक्रमात मनुष्यजात आपोआप आध्यात्मिक उंचीवर पोचू शकते? जर विकासक्रमाची वाटचाल पुढे-पुढेच होत राहते, तर प्राचीन आध्यात्मिक संस्कृती विकासक्रमापासून मागे का राहिली?

यात अनेक गोष्टी आहेत. प्रथम म्हणजे जसे आम्ही मनुष्याला जगापासून तोडून त्याचं निरीक्षण करतो. तसे प्रश्न निर्माण व्हायला सुरुवात होते. उदाहरण म्हणजे जसं पाणी आपण शंभर डिग्रीपर्यंत उकळलं, तर त्याची वाफ होते. पाण्याची वाफ होणं ही प्राकृतिक घटना आहे. जर प्रकृतीत असा नियम नसता की, शंभर डिग्रीवर पाण्याची वाफ होणार नाही, तर पाण्याकडे वाफ होण्याचा काही उपाय नसता. तर पाण्यात वाफ होण्याचं सामर्थ्यच नसतं. आणि तरीही जर पाण्याकडे चेतना असेल, तर पाण्याने स्वतःला आगीपासून वाचवलं असतं. आणि हीसुद्धा प्राकृतिक घटना आहे की, ते स्वतःला वाचवू इच्छितं की उकळवू इच्छितं. दोन्ही. म्हणजे मला असं म्हणायचं आहे की, या जगात अप्राकृतिक असं काहीही घडू शकत नाही. खरंतर जे घडू शकतच नाही, त्याचंच नाव अप्राकृतिक आहे.

या जगात जे जे घडतं, ते प्राकृतिक-नैसर्गिक असतं. अनैसर्गिक असण्याचं काही साधन नाही. आणि मनुष्य जर आध्यात्मिक विकास करत असेल, तर ती त्याची नैसर्गिक संभावना आहे. जर झेप घेत असेल, तर ती नैसर्गिक आहे. परंतु झेप घ्यायची की नाही, ही निवडही नैसर्गिक आहे. याचा अर्थ असा होतो की, निसर्गात, प्रकृतीत अनेक संभावना आहेत. खरंतर जेव्हा आम्ही प्रकृती हा शब्दप्रयोग करतो, तेव्हा आम्हाला वाटतं की, ही शक्यता आहे. म्हणून चूक होते.

प्रकृती आहे अनेक शक्यतांचा समूह. इथे शंभर डिग्रीवर पाणी गरम होतं,

हीसुद्धा प्राकृतिक घटना आहे. आणि शून्य डिग्रीखाली बर्फ तयार होतो, हीसुद्धा प्राकृतिक घटना आहे. म्हणूनच शून्य डिग्रीखाली तयार होणारा बर्फ शंभर डिग्रीवर तयार होणाऱ्या वाफेचं खंडन करू शकत नाही. एक प्राकृतिक आणि एक नाही, असं होत नाही. दोन्ही प्राकृतिक! अंधार आणि प्रकाश दोन्ही प्राकृतिक आहे. यात अनंत शक्यता आहेत. आम्ही कायम एका चौकात उभे आहोत, जिथून अनेक रस्ते फुटतात. गमतीशीर गोष्ट म्हणजे, जो रस्ता आम्ही धरू, तो निवडण्याची क्षमतासुद्धा प्रकृतीने दिलेली आहे. आपण जर चुकीचा मार्ग निवडला, तर त्या मार्गाचं टोक गाठता येतं आम्हाला, तेही प्रकृतीमुळेच.

प्रकृती मदत करणारी आहे. आम्ही जर नरकाचा मार्ग धरला, तर प्रकृती ती वाट स्वच्छ करेल, म्हणेल – याऽऽ! ती विरोध करणार नाही. जर आम्हाला पाण्याचा बर्फ बनवायचा असेल, तर प्रकृती विरोध का करेल? जर तुम्हाला स्वर्गात जायचं असेल, तर ती स्वर्गाचा रस्ता स्वच्छ करू लागेल. जगायचं आहे, तर जगण्याची वाट स्वच्छ करेल; मरायचं असेल, तर मरणाची वाट स्वच्छ करेल!

जगणं आणि मरणं दोन्ही प्राकृतिक घटना आहेत. निवड करण्याची तुमची क्षमतासुद्धा प्राकृतिक आहे. हे समजून घेणं कठीण जाणार नाही... जर प्रकृतीचं मल्टिडायमेन्शन समजता येत असेल.

दुःख आणि सुख दोन्ही प्राकृतिक आहेत. आंधळ्यासारखं जगणं आणि डोळे उघडे ठेवून जगणं, जागणं, झोपणं... सर्वच...! आणि आम्ही प्रकृतीच्या बाहेर नाही आहोत, प्रकृतीतच आहोत; तिचाच एक भाग. निवड करणं हीसुद्धा तिचीच क्षमता. पण व्यक्ती जितकी चेतनाप्रेरित होत जाते, तितकी निवडक्षमता प्रगाढ होत जाते. जितकी व्यक्ती अचेतन, तितकी निवडक्षमता प्रगाढ होत नाही – मी! जसं पाणी जर उन्हात ठेवलं, तर वाफ व्हायलाच लागतं पाण्याला, न होण्याचा मार्गच नाही. त्याला निर्णय घेता येत नाही की, वाफ व्हायचं की नाही व्हायचं. उन्हात आहे, तर वाफ व्हायचीच आणि थंड हवेत आहे, बर्फ व्हायचंच. भोगावंच लागतं, पण ते त्याला कळत नाही, कारण चेतना अतिशय क्षीण आहे, अथवा नाहीये, निद्रिस्त आहे.

आफ्रिकेतलं एक झाड सूर्यप्रकाशासाठी उंचच उंच वाढेल. सूर्यप्रकाशाच्या शोधार्थ! भारतातलं झाड तेवढं उंच असणार नाही, कारण तितकी दाट झाडी इथे नाही. जेव्हा घनदाट जंगल असतं, तेव्हा स्वतःला जगवण्यासाठी उंच व्हावं लागतं. म्हणजे इतर झाडांच्या सावलीतून सूर्यप्रकाश मिळवता येतो. जर उंच होता आलं नाही, झाड मरून जाईल. तो त्याच्या जीवन-मरणाचा प्रश्न आहे.

तर झाड निवड करतं. दाट जंगल असेल, तर झाडाचा विस्तार कमी आणि उंची जास्त होईल. कारण विस्तार जर झाला, तर इतर झाडांच्या फांद्यांमध्ये अडकायला होईल, सूर्यप्रकाशापर्यंत पोचता येणार नाही. सूर्यप्रकाशापर्यंत पोचायचं असेल, तर

फांद्या फुटू देऊ नये, उंची वाढवावी, ही निवड आहे. ते झाडही निवड करतं. याच झाडाला तुम्ही इथे आणा, जिथे दाट झाडी नाहीत, तर त्याची उंची कमी होईल.

काही झाडं सरकतातही. वर्षभरात दहा-पाच फूट सरकतात. म्हणजे काही मुळं पसरवतात आणि काही मुळं आखडून घेतात. ज्या दिशेने त्यांना जायचं असतं, त्या दिशेने मुळं मजबूत करतात आणि विरुद्ध दिशेची मुळं ढिली करतात, पकड सोडून देतात. दलदलीची जमीन असेल, तर असं करणं त्यांना सोपं जातं. थोडीशी सरकू लागतात.

काही वृक्ष अजूनच वेगळं काही करतात. पक्ष्यांना आकर्षित करतात. कारण काही वृक्ष मांसाहारी आहेत. तर पक्ष्यांना आकर्षित करतात. पक्षी येतात आणि ते येताक्षणी झाडं आपली पानं बंद करतात. ही पानं एखाद्या ताटलीसारखी असतात. त्यांवर सुगंधित रस असतो. त्या सुगंधामुळे पक्षी येतात, अगदी दूरदूरवरून. तो रस पिण्यासाठी पक्षी जसे त्या पानावर येऊन बसतात, ती मोठी ताटलीसारखी पानं बंद होतात. पक्ष्यांना दाबून टाकतात. त्यांचं रक्त झाडं पितात. आता असं म्हणता येत नाही की, ती निवड करत नाहीत. ही निवडच आहे. ती स्वत:साठी सोय करून घेत आहेत. काही शोधही घेत आहेत आपल्यापरीने.

पक्षी याहून जास्त निवड करत आहेत, पळत आहेत. पण या सगळ्यांची निवड मनुष्याच्या निवडीपेक्षा – त्या दृष्टिकोनातून खूपच साधारण आहे. मनुष्याच्या समोर अजून मोठ्या गोष्टी आहेत निवड करण्यासाठी, कारण त्याची चेतना जास्त विकसित झालेली आहे. तो केवळ शरीराने निवड करत नाही, तर मनानेही निवड करतो. केवळ पृथ्वीची यात्रा नाही, तर पृथ्वीच्या बाहेरच्या यात्रेची निवड करतो.

आता या संदर्भातले शोध अजून बाकी आहेत. पण हा शोध केव्हा ना केव्हा लागेलच. काही झाडं आत्महत्या करणारी, जिथे घनदाट जंगल आहे आणि तरीही ती लहानच राहतात आणि आत्महत्या करतात. अशा गोष्टींचा शोध लावणं अजून बाकी आहे.

माणसांमध्ये तर सरळ दिसतं की, काही माणसं आत्महत्याप्रवृत्त आहेत. जी जीवनाची निवड करत नाहीत. जिथे काटे दिसतात, तिथे आकर्षित होतात वेड्यासारखे. फुलांकडे बघतच नाहीत. जिथे अपयश दिसतंय, तिथे संमोहित होऊन खेचले जातात. जिथे यश दिसतं, तिथे शंभर कारणं देऊन मागे राहतात. विकासाकडे पाठ फिरवतात आणि पतनाकडे बेधडक जातात.

ही सर्व निवड आहे. जितका माणूस अग्रेसर होत जाईल, तितका त्याचा निवड करण्याचा आनंद अग्रेसर होत जातो. जितका बेशुद्धतेकडे अग्रेसर, तितका दु:खी!

तर जेव्हा मी म्हणतो की, निवड करावी लागेल. वाफ होण्यासाठी उपाय आहेत, पण वाफेच्या जागी तुम्हाला पोचावं लागेल. बर्फ होण्यासाठी उपाय आहेत,

पण त्याजागी तुम्हाला पोचावं लागेल. जिवंत राहण्यासाठी उपाय आहेत, पण जगण्याची व्यवस्था करावी लागेल. मरण्याचेही उपाय आहेत, त्यासाठीही व्यवस्था करावी लागेल. निवड तुमची आहे आणि तुम्ही आणि प्रकृती दोन नाही आहात. तुम्हीच प्रकृती आहात.

आता याचा अर्थ असा झाली की, प्रकृतीची जी मल्टिडायमेन्शनॉलिटी आहे, ती दोन तऱ्हेची आहे. महावीरांनी एक शब्द प्रयोग केला आहे, तो समजून घेण्यासारखा आहे. त्यांचा शब्द आहे – अनंत-अनंत...! एक अनंत शब्द आहे आमच्याजवळ. अनंत म्हणजे एका दिशेने अनंत. अनंतचा अर्थ असा होतो की अनंत दिशांनी अनंत. सर्व दिशांनी अनंत! इनफिनिट इनफिनिटिज्!

मी इथे असं म्हणालो की, एक म्हणजे अनंत दिशा आहेत, आणि प्रकृती सर्वांना संधी देते. अनंत निवडी करण्यासाठीही संधी देते. अनंत व्यक्ती आहेत, ज्या प्रकृतीचेच अनंत भाग आहेत. आणि सर्वांनाच आपापली संधी आहे की, कोणती निवड करावी. आणि या सगळ्याचं नियोजन वरून होत नाही, तर आतूनच होतं. आणि ही जी अनंत-अनंतता आहे, ही अशा तऱ्हेची नाही की, एखाद्या बैलाच्या गळ्यात दावं अडकवून कुणी खेचतंय अथवा मागून चाबूक मारमारून पुढे ढकलतं आहे. ही अनंत अनंतता अशी आहे की, जसा एखादा झरा आपल्या अंतर्गत ताकदीने फुटून वाहू लागतो. ना कुणी त्याला पुढून खेचत आहे, ना मागून ढकलत आहे. त्याच्यात शक्ती आहे, ऊर्जा आहे. आणि ऊर्जा फुटत आहे, वाहत आहे.

अनंत आयाम, अनंत निवड करणारे अंश आणि त्यांना नियंत्रित करणारी कुणी वरची शक्ती नाही. कुणी वर नियंता जसा परमेश्वर असा नाहीये. वरून मार्गदर्शन देणारा ईश्वर नाही. तर आतली अनंत ऊर्जा ही एकमात्र आधार आहे, ज्या आधारे सर्व विस्तारत जातं.

यात तीन स्तर आहेत. एक, मूच्छर्छा-बेशुद्धी. त्यामुळे जे व्हायचं असेल, ते होतं. निवड नाही की बरोबर आहे. दुसरा स्तर, जिथे निवड आहे – मनुष्य स्तर – चेतनेचा. तिथे जे काही घडतं, ते आमच्या निवडीमुळे घडतं. आम्ही दुसऱ्याला जबाबदार धरू शकत नाही. मी जर चोर असेन, तर ती माझी निवड आहे. इमानदार आहे, तर ती माझी निवड आहे. मी जो काही आहे, ती शेवटी माझी निवड आहे. या स्तरावर जे काही होतं, ती निवड असते. कारण अर्धमूच्छर्छा अन् अर्धजागृती. आणि म्हणूनच कधीकधी असं घडतं की, आम्ही अशा गोष्टींचीही निवड करतो, ज्या आम्ही करू इच्छित नाही.

मजेशीर घटना आहे ना? वाक्य उलट आहे. हे असं म्हणणं की, आम्ही आम्हाला नको असलेल्या गोष्टींची निवड करतो. पण आम्ही रोज निवड करतो. रागवायचं नसतं, तरीही रागावतो. याचा अर्थ काय? याचा अर्थ की, राग ही तुमच्या

मूर्च्छित अवस्थेतली निवड आहे. आणि रागासंबंधीचे विचार तुमच्या जागृत भागातून आलेले आहेत. जागृतावस्था सांगते की, रागवायचं नाही. मूर्च्छित भाग राग करतच जात आहे. तुमची दोन भागांत विभागणी झाली आहे. अर्धा भाग खालच्या जगाशी जोडला गेला आहे, जी दगड-डोंगरांची दुनिया आहे, जिथे सगळं मूर्च्छितावस्थेत आहे. आणि अर्धा भाग जागृत दुनियेत, पूर्ण परमात्मा जगाशी, जिथे सर्व जागृत आहे. मनुष्य या दोघांच्या मध्यात आहे आणि म्हणून माणूस तणावाखाली आहे.

माणूस म्हणजे तणाव आहे – तिथे अर्धा, इथे अर्धा. म्हणून माणसाला अर्धप्राणी म्हणावं, रात्री जेव्हा तो झोपतो, तेव्हा तो प्रकृतीचा भाग असतो, सकाळी उठल्यावर परमात्म्याच्या यात्रेवर जातो. रागात अंध असतो, ठोकताळे गणितं मांडतो, तेव्हा जागृत असतो. गणितात कुणी असं म्हणत नाही की, मी दोन अधिक दोन चार मांडणार होतो – पण पाच मांडले. का असं? पण राग आला, तर तो म्हणतो की, मला नव्हतं रागवायचं, पण रागवलो. गणित अशा भागातलं आहे, जिथे जागरण आहे आणि क्रोध निद्रिस्त भाग आहे.

म्हणून माणूस कायम अस्वस्थ आहे. संतापग्रस्त. तो जे करतो, ते त्याला करायचं नसतं, तरीही करतो. जे इच्छितो, ते करत नाही. तो घड्याळ्याच्या लंबकाप्रमाणे डोलतो. कधी डावीकडे, कधी उजवीकडे. त्याचा काहीही भरवसा नाही की, तासाभरापूर्वी डावीकडे होता, तर आताही, तासानंतर डावीकडेच असेल. सतत अस्वस्थता.

त्यापुढे तिसरा स्तर म्हणजे, मनुष्याची संपूर्ण जागरूकता. तिथेही निवड नाही. पण या न निवडण्यात आणि पहिल्या स्तरावरील न निवडण्यात फरक आहे. पहिल्या स्तरावर बेशुद्धी म्हणून निवड करणारा कुणी नाही, प्रश्नच नाही निवडण्याचा, एक निद्रिस्त मनुष्य निजूनच राहणार. घराला आग जरी लागली की, निवड करू शकणार नाही की, बाहेर जाऊ की घरातच थांबू?

अमूर्च्छित, जागृत जग जे आहे, ज्याला मी परमात्मा म्हणतो, प्रकृतीचं जागृत रूप. पूर्ण जागं असं जे जग आहे, त्यात कुणी माणूस जसा प्रवेश करतो – तिथेही निवड नाही. कारण माणूस संपूर्ण जागा आहे. तर जे योग्य आहे, ते त्याला दिसतंच. म्हणून निवड करावी लागत नाही. निवड तिथे करावी लागते, जिथे अस्पष्ट दिसत असतं. म्हणजे हे करू की ते करू – दोन्ही करण्यायोग्य दिसतं. दोन्ही न करण्यायोग्यही दिसतं. म्हणून निवड; चॉइस!

जर मला अगदी स्पष्ट दिसत असेल की, हे करणं योग्य आहे आणि हे न करणं योग्य आहे; तर मग निवड करण्याचा प्रश्नच उद्‍भवत नाही. निवड संपली. मग जे करणं योग्य आहे, तेच केलं जातं. म्हणून या स्तरावर कुणी असं म्हणत नाही की, मला हे करायचं नव्हतं, ते मी केलं. असंही म्हणत नाही की, मी जे केलं, त्याचा मला पश्चात्ताप होत आहे. पूर्ण जागृत माणूस जे करतो, त्यात निवड नसते.

तो तेच करतो, जे त्याला दिसतं. जे करण्यायोग्य असतं. तिथे करायला हवं, असा भाव नसतो. तिथे जे करणं योग्य आहे, तेच होतं.

तर ना पूर्ण जागृतावस्थेत काही निवड आहे, ना पूर्ण मूर्च्छित स्तरावर काही निवड आहे. निवड आहे ती मनुष्य स्तरावर; जिथे अर्ध मूर्च्छा, अर्ध जागृती आहे. हे तुमच्या हातात आहे की, कुठल्या दिशेने जायचं. एखाद्या सेतूवर उभे आहात. पुढे जायचं की मागे जायचं, ही निवड तुमची!

परतून येणं नेहमीच सोपं वाटतं. का? कारण जिथे परतून येतो, ती भूमी परिचित आहे. जिथून आलो – भीती वाटत नाही. पुढे जाणं नेहमी धोकादायक वाटतं. कारण जिथे जात आहोत, ती भूमी अनोळखी आहे.

म्हणून माणूस दारू पिऊन मागे जातो. मनुष्यच राहत नाही. खरंतर तो असं सांगतो की, आम्ही ही निवडच सोडून देतो. तिथे जातो, जिथे काही निवड करावीच लागत नाही. कुठेही पडून राहतात, गटारात, रस्त्यावर, शिव्या देत राहतात, नाही तर गपगार पडून राहतात. जे होतंय, ते होऊ देत. हा निवड करण्याचा ताण डोक्याला सहन होत नाही. म्हणून नशेत पुलावरून परतून येतात.

जर पुढे जायचं असेल, तर जागरूकता वाढवावी लागेल. कारण जसजसे पुलावरून पुढे पुढे जाता, तसतसे जास्त जागरूक होता – तरच पुढे जाऊ शकता. पुढे जाण्याचा एकच अर्थ आहे जागे व्हा, अजून जागे व्हा, अजून जागे व्हा.

ही निवड प्रत्येकाच्या हातात आहे की, कशाची निवड करायची. आणि कुणालाही जबाबदार ठरवू शकत नाही. कारण कुणीही वर बसलेला नाही की, त्याने चुकीची निवड केली. तिथे कुणीही नाही आहे. आकाश रिकामं आहे. कोणी देव-देवता बसलेले नाहीत. ज्यांना तुम्ही कोर्टात खेचाल, आरोप कराल की, मी तर योग्य मार्गाने जात होतो, तुमच्यामुळे मार्ग भरकटलो. की, जर तुमची कृपा झाली असती, तर सगळं ठीक झालं असतं. तिथे असं कुणी भेटणार नाही.

व्यक्ती स्वतःच जबाबदार आहे. शेवटी आम्हीच जबाबदार आहोत – चांगलं-वाईट काहीही घडो मग. कुणीही उत्तरदायित्व घेतलेलं नाही की, असं का?

जे पुढे निघून गेले आहेत, ते ओरडून ओरडून सांगत आहेत की, घाबरून परतून जाऊ नका, कारण पुढे खूप आनंद आहे. सर्व चिंता समाप्त होतात, अशांती समाप्त होते, सर्व दुःखांचा अंत होतो. पण त्यांचा आवाज आम्हाला अनोळखी वाटतो. कारण ज्या स्थानावरून ते बोलत आहेत, ते स्थान आमच्या परिचयाचं नाही. आम्ही म्हणतो, इथपर्यंत आलो, तर दुःखच मिळालं, मग पुढे आनंद कसा असेल? त्यापेक्षा परतून जातो, तिथे दुःख नव्हतं.

प्रत्येक माणूस म्हणतो की, लहानपणी दुःख नव्हतं. जर माणसाला मागे जाता आलं असतं, तर लगेचच गेला असता. तो जाऊ शकत नाही, म्हणून थांबतो. पण

त्याला जर शक्य असतं, तर तो आईच्या गर्भातही गेला असता, कारण तिथे तर अजिबातच दुःख नव्हतं. पण जाता येत नाही, म्हणून पुढे जातो. पण जीवनाची निवड करताना आम्ही मागे जाऊ शकतो. बेशुद्धीत जाऊ शकतो. अनेक पर्याय शोधतो की, बेशुद्धी यावी.

आणि त्या लांबून येणाऱ्या आवाजाचे शब्दही आम्हाला समजत नाहीत. कारण आनंद म्हणजे काय हेच आम्हाला माहीत नाही. दुःखाला आम्ही अतिशय छान ओळखतो. आणि हेही जाणतो की, जितकं सुख मिळवण्याचा प्रयत्न केला, तितकं दुःख मिळालं. आता अशी भीती वाटते की, आनंद मिळवण्याच्या प्रयत्न अजूनच भलतंच काही घडेल. कारण आनंद म्हणजे सुखाची परिमिती, टोक! म्हणून ऐकतो, हात जोडून नमस्कार करतो. पलीकडच्या लोकांना म्हणतो की, तुम्ही भगवान आहात, तुम्ही अवतार आहात, छान आहात. आम्ही तुमची पूजा करू. पण आम्हाला परतून जायचं आहे.

अज्ञाताची भीती वाटते. जी थोडीफार सुखं गोळा केली आहेत, ती निसटू नयेत. ती निसटतात जर पुढे गेलो तर. कारण जो पूल आम्ही पार करायला हवा, त्या पुलावरच आम्ही घर बांधलं, तिथेच राहू लागलो, मुक्काम ठोकला. आता जर कुणी आम्हाला पुढे जायला सांगितलं, तर आम्ही घाबरतो की, मग या सर्वाचं काय होईल? हे सर्व सोडून पुढे जावं लागेल. मग म्हणतो की, वेळ येऊ दे, म्हातारे होऊ तेव्हा, मरण जवळ आलं की... जेव्हा हे सगळं निसटू लागेल, तेव्हा येऊ एकदम, मग कसली भीती राहणार नाही.

पण ज्यांचं मरण जवळ येतं, त्यांची पकड घट्ट होत जाते. कारण भीती वाढते. निसटू नये, म्हणून मूठ घट्ट होते. म्हणून म्हातारा माणूस कंजूस होत जातो, जितका तरुण माणूस कंजूस नसतो. म्हाताऱ्या माणसाची कंजूसवृत्ती सर्व प्रकारे वाढत जाते. जोरात धरून ठेवतो. अंतःसमयी सर्व काही धरून ठेवण्यासाठी धडपड चालू होते. ही पकडच म्हाताऱ्याला कुरूप करते, अन्यथा म्हाताऱ्या माणसाच्या सौंदर्याची तुलना करता येणं शक्य नाही. आम्हाला सुंदर मुलं माहीत आहेत, मग त्यापेक्षा कमी सुंदर जवान माहीत आहेत. तरुण... आणि सुंदर वृद्ध तर फारच कमी आहेत. जसजशी कंजूसवृत्ती वाढत जाते आणि पकड घट्ट होत जाते, तसतशी कुरूपता वाढते.

उघडलेले हात सुंदर आहेत, बंद मूठ कुरूप होत जाते. मुक्ती सौंदर्य आहे आणि बंधन गुलामी. उद्या सोडून देऊ, वेळ आली की सोडून देऊ, असा विचार करतात – पण तशी वेळ जर आली, तरी सोडू इच्छित नाही. आणि जेव्हा हिरावून घेतलं जातं, तेव्हा दुःख होतं; पण जर सोडून दिलं, तर दुःख होत नाही.

आता हा जो पुढे जाण्याचा प्रकार आहे, तो म्हणजे चॉईस आहे आपला. ही निवड करण्यासाठी गती देता येते. त्याचेही नियम आहेत. पूल तयार आहे, जोसुद्धा

प्राकृतिक आहे. लक्षात येतंय ना? तो पूल जो पुढे जाण्यासाठी आहे, तो म्हणतो, या! मागे जाण्यासाठीही तयार आहे, तो हेही म्हणतो. या! प्रकृती हरप्रकारे स्वागत करत आहे, सर्व दरवाजे खुले आहेत, यात धोकाही आहे, कारण कोणत्याच दारावर लिहिलेलं नाही की, नका येऊ. प्रत्येक दारावर – 'स्वागत आहे.'

म्हणून निवड तुमच्या हातात आहे आणि ही प्रकृतीची अनुकंपा आहे. नरकाच्या दारावर, स्वर्गाच्या दारावर 'स्वागत' लिहिलेलं आहे, निवड आपली आहे कुठलं 'स्वागत' निवडायचं? त्यासाठी आम्ही प्रकृतीला जबाबदार ठरवू शकत नाही की, तू स्वागत का केलंस?

स्वातंत्र्य म्हणजे स्वागत. म्हणजे प्रकृती जी आहे, ती आतून परमस्वतंत्र आहे. आणि आम्ही तिचाच एक भाग आहोत. आम्ही परमस्वतंत्र आहोत. जे आम्ही करू इच्छितो, ते करत आहोत. या करण्यात प्रत्येक गोष्टीत तिचा आधार आहे, पण निवड मात्र आमची आहे.

आणि कठीण असं आहे की, प्रकृतीचे सगळे रस्ते वर्तुळाकार आहेत. त्याला कोपरा नाही. चौकट नाही. तिचे चंद्र, तारे, चांदण्या, ग्रह, उपग्रह-गोल आहेत. त्यांची परिक्रमा वर्तुळाकार आहे. प्रकृतीची सर्व नियमव्यवस्था वर्तुळाकार आहे.

म्हणून बऱ्याच धार्मिक प्रतीकांमध्ये वर्तुळाचा प्रयोग केला गेला आहे. आणि तुम्ही कुठूनही कुठेही जा, पोचता. हे जर लक्षात आलं की, निवड कायम माझी आहे, तर मग प्रकृतीच्या नियमांचा योग्य उपयोग करता येऊ शकेल. जसं मी जेव्हा रस्त्यावरून चालतो, तेव्हा गुरुत्वाकर्षण नियमाचा उपयोग करतो. जर जमिनीत ते आकर्षण नसेल, तर पहिलं पाऊल उचललं आणि दुसरं पाऊल टेकलेलं असेल, तर कसे काय टेकणार आपण? एक पाऊल जमीन धरून ठेवते, म्हणूनच दुसरं पाऊल उचलता येतं... गुरुत्वाकर्षण काम करतं.

पण एक माणूस आपल्या छतावरून उडी मारतो, तेव्हाही गुरुत्वाकर्षण काम करतं. तेव्हासुद्धा जमीन त्याला खेचून घेते की, ये. त्याचं हाड तुडतं. आम्ही म्हणतो की, ही प्रकृती अशी कशी? हाड मोडलं. प्रकृती म्हणते की, या, हाड मोडून घ्या.

तो नियम काय करतो. ते गुरुत्वाकर्षण हाड मोडणारच, जे गुरुत्वाकर्षण चालण्यासाठी मदत करत होतं, तेच लंगडंही बनवतं. त्याचं काम अगदी अचूक आहे. त्यात चूक होत नाही. तुम्ही चाला अथवा पडा. जे काही करा, तो त्याचा नियम पाळतं. तो नियम बघून तुम्हाला निवड करायची आहे की, तुम्हाला व्यवस्थित चालायचं आहे की, पाय मोडून घ्यायचा आहे. तुम्हाला लक्ष घ्यायचं आहे की प्रकृतीच्या नियमाच्या विरोधात जायचं नाही.

विज्ञानाचा अर्थ माझ्या दृष्टिकोनातून एकच आहे. विज्ञानाचा अर्थ आम्ही प्रकृतीला अनुकूल वाटचाल करण्याच्या युक्त्या शोधल्या. विज्ञानाचा अर्थ प्रकृतीवर

मात केली, असा नाही. ते शक्यही नाही. मात कुणावर करायची? कोण कोणाला जिंकणार?

ही प्रकृती कधीपासूनच पंखा चालवायला तयार होती. आम्ही आमचा पंखा योग्य जागी लावू शकत नव्हतो. समजतंय? बाहेरची हवा नेहमीच वाहण्यास तयार होती, पण आम्हीच भिंती बांधल्या. खिडकी बनवलीच नाही. जर आम्ही खिडकी बनवली, तर असं म्हणाल का, की आम्ही हवेवर मात केली? आम्ही हवेसाठी वाट तयार केली. आम्ही विजेवर पंखा-दिवा लावतो, तर यात मात करत नाही. प्रकृतीच्या अनुकूलतेनुसार वाटचाल करतो. अशी तार लावतो की, त्यातून वीज प्रवाहित होईल, ती वीज तर कायमच वाहण्यास तयार आहे.

विज्ञान आहे प्रकृतीचा, बाह्य प्रकृतीच्या अनुकूलतेचा शोध. आणि धर्म आहे प्रकृतीच्या आतल्या – अंत:स्थ नियमांचा शोध. जसं बाहेरच्या जगात प्रकृतीचे नियम आहेत आणि त्यानुसार जर आपण चाललो, तर प्रकृती साहाय्य करते. प्रतिकूल चाललो, तर असहकार मिळतो. अर्थात साहाय्य सहकार्य किंवा असहकार्य असं म्हणणं चूक आहे. आम्ही सहकार्य घेऊ शकतो की नाही, हे असं म्हणणं योग्य होईल.

जर छत्री घेऊन जात आहात आणि वारा तुमच्या दिशेने वाहत आहे, तर छत्री पुढे करायला हवी. पण तीच जर खांद्यावर धरलीत, तर वारा तिला उलटी करणार. त्यात तुम्ही प्रकृतीला दोष देऊ शकत नाही. तुम्ही छत्री योग्य धरली नाहीत. वारा तसाच आहे. छत्री पुढे धरलीत, तर वारा तिला तुमच्या दिशेने दाबतो आणि विरोधात धरलीत, तर वारा तिला उलटी करतो. दाब तोच आहे, तुमचा छत्री धरण्याचा प्रश्न आहे.

असेच प्रकृतीचे आंतरिक नियमही आहेत. जो माणूस रागाच्या भरात जगतो, तो छत्रीला खांद्यावर ठेवतो. आता तो अडचणीत सापडणार. त्याच्या आतल्या सर्व छत्र्या तुटणार. आणि जो माणूस प्रेमाचा शिडकावा करतो, तो छत्रीला पुढे धरेल. तो प्रकृतीला अनुकूल असेल.

तर जो माणूस प्रेम करायला शिकतो, तो आतला विज्ञानाचा एक नियम शिकला. तो शिकला की, प्रेम अंतर्गत जीवनात अनुकूलता आणतं, तर राग अंतर्गत जीवनात प्रतिकूलता निर्माण करतं. हेसुद्धा गुरुत्वाकर्षण आहे. रागात पाय मोडतो, प्रेमात जोडला जातो. प्रकृती दोन्हींत काम करण्यास तयार आहे.

जी आतल्या जीवनाची अंतिम अनुकूलता आहे, ते ध्यान होय. अंतिम अनुकूलता, ज्याला म्हणू अतिशय गहिरी अनुकूलता. जी जीवनाशी भांडत नाही, जी जीवनाशी विभाजित होत नाही, जी सर्व तऱ्हेने जीवनाच्या समस्त नियमांशी अनुकूल होते, अशी व्यक्ती. जी परम आनंद, जीवनातलं परम सत्य कळवते. जिला परममुक्ती प्राप्त होते.

आणि आम्हीसुद्धा याच नियमाखाली उभे आहोत, पण आम्ही भांडभांडून या

नियमाच्या विरोधातून परमबंधन प्राप्त करतो. म्हणजे असं की, काही माणसं आहेत, जी सोनं ओळखतात, तर त्याचे दागिने बनवतात. काहींना ओळख पटत नाही, ते साखळी तयार करतात. सोन्याचा नियम एक आहे. बनवण्याचा नियम एक आहे. आता तुम्ही दागिने बनवता की साखळदंड, हे तुमच्यावर अवलंबून आहे.

प्रकृतीच्या नियमांनुसार जो पूर्णपणे आपली अनुकूलता साध्य करतो – आंतरिक, त्याला धर्म प्राप्त होतो. जो बाहेरून साध्य करतो, त्याला विज्ञान प्राप्त होतं. हे शब्द छान आहेत, समजून घ्यावेत असे.

धर्माने जे मिळतं, त्याला आपण ज्ञान म्हणतो. विज्ञानातून जे मिळतं, ते विशेष ज्ञान. दोन्ही शब्द अर्थपूर्ण आहेत. ज्ञानाला विशेषण लावत नाहीये. ज्ञान म्हणजे सहज ज्ञान. तर धर्माचा अर्थ आहे, जी जीवनाची आंतरिक प्रकृती आहे, तिच्याशी सहजी एकरूप होऊन जाणं; तशी समज. म्हणून ते केवळ ज्ञान आहे. विज्ञान जे आहे, ते विशेष ज्ञान आहे. कारण प्रत्येक गोष्टीत शोध घ्यावा लागतो की, यातलं नियमाशी अनुकूल असं काय असेल? कारण बाहेर करोडो नियम आहेत.

स्वभावत:, जितके आत जाल, तितका एक नियम उरेल. जितके बाहेर जाल, तितके नियम जास्त होत जातील. जसं एक बिंदू आहे – टिंब त्यापासून बाहेरच्या दिशेने रेषा आखायला सुरुवात केली – अनेक रेषा – पण त्या एकत्रित होतील, केवळ त्या टिंबापाशी. जशी सूर्याची किरणं – ती सर्वत्र पसरतात, पण सूर्यापाशी ती एकत्रित झालेली असतात, पण सूर्यापासून जशी दूर जातात, तशी दोन-चार होत जातात. हजारो, करोड-अब्ज-अगणित होत जातात, पसरतात. मग त्यांच्यातलं अंतर वाढत जातं.

विज्ञान जे आहे, ते विशेष ज्ञान आहे. एक-एक किरणाचं ज्ञान, म्हणून स्पेशलाइज्ड! एखादा किरण जर विज्ञान धरत असेल, तर त्या किरणाची संपूर्ण माहिती शोधून गोळा करतं. तर थोडं, अजून थोडं, अजून थोड्याशा संदर्भात जास्तीत जास्त जाणत जातं. दूर जाताना जितका किरण बारीक-बारीक होत जातो, तितकं विज्ञान बारीक – नॅरो – संकीर्ण होत जातं. धर्म विस्तीर्ण होत जातो, विराट होत जातो, निराकार होत जातो. शेवटी अद्वैत राहतं. दोन उरत नाही.

म्हणून मी म्हणतो की, विज्ञान अनेक असू शकतात, धर्म अनेक असू शकत नाहीत. धर्म एकच असू शकतो, कारण तो ज्ञान आहे, विशेष ज्ञान नाही.

हे जर समजत असेल, तर याचा अर्थ असा झाला, की नियम आहेत, आम्ही आहोत, आता आम्ही त्या नियमांशी आणि स्वत:शी काय करतो – ही निवडक्षमताही आहे. जे करू, ते भोगण्याची क्षमताही आहे. ही स्थिती आहे. यात जो बुद्धिमान आहे, तो आनंदाच्या दिशेने चालत राहील. ज्याने बुद्धिहीनता निवडण्याचं ठरवलं, तो आनंदाच्या क्षमतेला निरंतर कमी करत राहील. आणि याला कुणीही जबाबदार

नाही. सर्व दायित्व मनुष्याचं आहे.

म्हणून साधनेवर माझा भर आहे. म्हणून मी सांगतो निरंतर की, घ्या उडी, नियम ठोस झाले आहेत. तुम्ही जंपिंग बोर्डवर उभे आहात, पण तिथेच उभे राहिला आहात. खाली समुद्र लहरत आहे, तुम्ही उडी मारू शकता. तुम्ही शीतलतेत पोचू शकाल. तुम्ही जरा उडी घ्या, जंपिंग बोर्डला लावलेली स्प्रिंग तुम्हाला मदत करेल.

पण नाही, उभे आहात, उन्हात घाम गाळत. जंपिंग बोर्ड रडतो आहे, स्प्रिंग रडते आहे, खाली शीत सागर आहे – तो बघतो आहे की, घाम तुम्हाला असह्य करतोय... टोचतोय.

अशी सर्व स्थिती आहे. इथे तुम्हाला निर्णायक स्वरूपात निवड करावी लागेल. तुम्हाला थांबायचं असेल, तर थांबा, काही हरकत नाही. पण ते थांबणं ही निवड असू देत. तर मग मी मानेन की, तोही तुमचा विकास आहे. करा निवड की, मला उन्हाळा हवा, घाम हवा, मला इथेच थांबायचं आहे. तुम्ही निदान एक निर्णय तरी घेतलात!

पण आमची विचित्र अवस्था आहे. आम्ही म्हणतो की, विशाल सागरात उडी तर मारायची आहे, पण काय करणार, ऊन आहे, घाम वाहतो आहे, आता उडी कशी मारायची? उडी तर मारायची आहे, झेप घ्यायची आहे. पण जरा थांबून. इतक्यातच शक्य नाही. उद्या करू, परवा करू. मग तुमचा विकास होत नाही. हळूहळू तुम्ही तिथेच राहता. घामाची सवय होते. उन्हाची सवय होते आणि या विधानाचीही सवय होते की, उडी मारायची आहे. कालही तुम्ही हेच म्हणत होतात, उद्याही हेच म्हणाल. सूर्य उष्णता देत राहणार, म्हणणार – तुमचं स्वागत आहे. मजेत घाम गाळा. समुद्र बोलवत राहील, मजा तुमची, यायचं तर या. थंडावा तयार आहे. जंपिंग बोर्ड सांगेल, उडी मारायची तर मारा, मी तयार आहे, पण तुम्ही निवड तर करा. अशी परिस्थिती आहे. प्रकृतीचे सगळे नियम प्रतीक्षा करत आहेत.

माझं मानणं आहे की, यात नुकसान जास्त नाहीये की, तुम्ही दु:ख झेलत आहात. पण यापेक्षाही जास्त नुकसान आहे की, हे दु:ख तुम्ही निर्णयपूर्वक झेलत नाही आहात. निर्णयपूर्वक झेला. तो तुमचा निर्णय असायला हवा. जर मला चोरी करायची आहे, तर मी निर्णयपूर्वक चोर होईन. मी म्हणेन की, मला चोर व्हायचंच आहे. मी साधू-सज्जनांना सांगेन की, विनाकारण बडबड नको, मला चोरच व्हायचं आहे, तुम्हाला सज्जन व्हायचंय तर व्हा. तुमचं सांगणं माझ्यासाठी जराही कामाचं नाही. मी चोर व्हायचा निर्णय घेतला आहे.

तर लक्षात ठेवा, जो साधू निर्णय न घेता साधू झाला, त्याच्या तुलतेन निर्णयपूर्वक चोर हा श्रेष्ठ आहे, त्याची जीवनस्थिती श्रेष्ठ आहे. कारण निर्णय त्याचा कॉन्शन्स वाढवतो. त्याच्या व्यक्तित्वाला वजन देतो, त्याची जबाबदारी वाढवतो. तो निर्णय त्याचं दायित्व बनतं. आणि स्वत:ने निर्णय घेतल्यामुळे एक संकल्प निर्माण

होतो. संकल्प निर्माण झाल्यामुळे चेतना जागृत होते.

निर्णय घेता म्हणून बेशुद्धी तुटते. कारण निर्णय बेशुद्धीशी संलग्न नसतो. जेव्हा तुम्ही निर्णय घेत नाही, तेव्हा वाहत राहता, समाजाचे धक्के खावे लागतात – वडील एका शाळेत पाठवतात. तिथे शिकावं लागतं. आई जसं सांगेल, बायको जे म्हणेल – मग मुलं... तर तुमचं जीवन बेशुद्ध... बेशुद्ध होत जातं. निर्णय घ्या, चुकीचा का असेना, काही हरकत नाही.

माझ्या दृष्टिकोनातून एकच चूक आहे, निर्णय न घेणं. आणि माझ्या दृष्टिकोनातून एकच बरोबर आहे, निर्णायक होणं. तर तुम्ही निर्णय घ्या. चोर व्हायचं असलं, तरीही हरकत नाही, पण निर्णय घ्याल तर पूर्ण मनापासून. तर तुम्ही लवकरच चोर राहणार नाही. कारण पूर्ण मनापासून निर्णय जो घेऊ शकतो, त्याला चेतना प्राप्त होते, इतकी, की तो चोरी करू शकत नाही. इतकी समज येते की, चोरी करणं हा निव्वळ वेडेपणा आहे, मूर्खता आहे, हे जाणवतं.

पण आम्ही जर साधू झालो, तर तोही धक्का आहे. कुणाची बायको मरण पावली. तो साधू झाला, हाही धक्का आहे. कुणाचा नवरा वारला, ती साध्वी झाली. हाही धक्का आहे. कुणाचं दिवाळं निघालं, साधू झाला. धक्काच तोही. साधू बाप – मुलाला दीक्षा दिली...!

याला काही अर्थ नाही, काही प्रयोजन नाही. निर्णय झाला पाहिजे. जो माणूस नेहमी प्रत्येक क्षणी निर्णय घेऊन जगत आहे, त्याची चेतना प्रत्येक क्षणी वाढत राहते. छोट्या छोट्या प्रसंगीही निर्णय घेणं आणि त्याप्रमाणे निर्णयावर ठाम असणं हे शिकणं –

एक छोटीशी गोष्ट, मग शेवटचं बोलेन. गुरजिएफ एक छोटीशी प्रक्रिया करायचा. अगदी छोटीशी. पण चेतना वाढवण्यासाठी अगदी अद्भुत सिद्ध व्हायची. त्या प्रक्रियेचं नाव होतं स्टॉप एक्सरसाइज. जसं आम्ही बोलत आहोत, तर गुरजिएफ बोलत आहे आणि अचानक म्हणेल की, स्टॉप! याचा अर्थ असा की, जो जसा आहे, तसाच राहो. तुमचे डोळे-हात-पाय जसे होते तसेच... स्टॉप! तो मग निरीक्षण करेल प्रत्येकाचं, कोणी जरासं जरी हललं, तर तो म्हणेल तुमचा संकल्प अगदी कमजोर आहे. इतका साधा संकल्प तुम्ही पाळू शकत नाही की... स्टॉप! असेच रहा!

एकदा असं झालं की, तो तिफलीसमध्ये काही साधकांबरोबर प्रयोग करत होता. गावाबाहेर एका तंबूत राहत होता आणि अगदी जवळून एक कालवा होता. तीन साधक कालवा पार करत होते. अचानक गुरजिएफ तंबूतून ओरडला, ''स्टॉप!'' तसे ते तिघं तसेच उभे राहिले. आणि मग कुणीतरी पाणी सोडलं. आता कालव्यात पाणी येऊ लागलं. जोपर्यंत पाणी कमरेपर्यंत चढलं, तोपर्यंत साधक शांत होते, पण कमरेच्या वर जसं चढू लागलं. तर ते म्हणाले की, हे तर मरण! पण बोलू शकत

नाही, कारण स्टॉप सांगितलं आहे. बोललो तर 'स्टॉप' तुटणार! गुरजिएफ तर तंबूत आहेत. त्यांना माहीतही नाही की कालवा उघडला आहे. कदाचित हेही माहीत नसेल की कुणी आहे – अडकलं आहे या कालव्यात. आता काय करावं? मग गळ्यापर्यंत पाणी आलं. मग गळ्यावर पाणी आलं, तेव्हा एक म्हणाला की, हा तर वेडेपणा आहे. उडी मारली त्याने आणि तो बाहेर पडला. दुसरा अजून हिंमत धरून होता. त्याला वाटलं की, कदाचित हा स्टॉप प्रयोग संपेल. तर त्याने घशा-नाकापर्यंत हिंमत धरली, पण पाणी चढतच होतं. मग मात्र त्यानेही उडी मारली आणि तो बाहेर पडला. तिसरा साधक मात्र आतच उभा राहिला. पाणी त्याच्या डोक्यावरून वाहू लागलं.

गुरजिएफ तंबूतून पळत बाहेर आला. त्याने पाण्यात उडी मारली आणि साधकाला बाहेर घेऊन आला. त्याला विचारलं, "तुझ्या आत काय झालं?" तो म्हणाला, "ज्याची मी वाट बघत होतो, ते घडलं. पण तेव्हाच घडलं, जेव्हा मी माझ्या निर्णयापासून ढळलो नाही. जेव्हा माझ्या डोक्यावरून पाणी वाहू लागलं, त्या वेळेस जी चेतना मला उपलब्ध झाली, बस – ती परम आहे. आता मला अजून काही शिकायचं नाही." मरणाच्या शेवटच्या क्षणीही त्याने आपला निर्णय ठाम ठेवला. गुरजिएफ म्हणाला, "हे सर्व ठरवून केलं होतं. कालवा मीच सोडला होता आणि बघत होतो की, केवळ हात-पाय स्टॉप करायला शिकला आहात की, अजूनही काही करू शकता." आणि त्या दोन साधकांना त्याने पळवून म्हणाला, "वळूनही बघायचं धाडस करू नका. तुमचं इथे काय काम?"

संकल्प, निर्णय जितका ठाम; तो भाव जितका खोलवर; तितकी चेतना पूर्ण होत जाते. तुम्ही पूर्ण संकल्प एका क्षणासाठी जरी करू शकाल, तरी त्या क्षणासाठी तुम्हाला पूर्ण चेतना उपलब्ध होईल. सर्व तयारी त्या चेतनेचा क्षण उपलब्ध व्हावा म्हणून आहे.

म्हणून मी म्हणतो की, निवड आहे, चांगलं आहे. जर परमेश्वर सर्वांना बाहुल्यासारखं नाचवतो आहे, पापी बनवतो – पुण्यवान बनवतो आहे तर सर्व नाहक आहे हे. तर तो परमात्माही नाहक आहे. तोच जर कुणाला राम तर कुणाला रावण बनवतो आहे – तर सर्वच गोष्टी वेडेपणाच्या ठरतात. अर्थहीन!

नाही, निर्णायक व्यक्ती आहे. कुणीही वरून तुमच्यावर काहीही लादत नाही. आतून तुमच्या निर्णयाने जागृत होण्याचे क्षण आहेत. म्हणून जो साधक आहे, तो अखंड हेच शोधत राहील की, मी छोटे-मोठे निर्णय केव्हा घेऊ शकेन? अगदी छोटं, लहानशा गोष्टींच्या शोधार्थ असायला हवं. दिवसभरात संधी आहेत, प्रत्येक गोष्टीत संधी आहेत, जर तुम्ही क्षणोक्षणी निर्णयाचा उपयोग केलात, तर काही दिवसांतच तुमच्या लक्षात येईल की, तुमच्या आत चेतना वाढू लागली आहे. ती

रोज वाढत जात आहे, तिला गती मिळत आहे.

ज्याला आम्ही त्याग-तप – न जाणो कुठले कुठले शब्द दिले आहेत, ते सर्व शब्द म्हणजे वेडेपणा आहे. त्या शब्दांची सार्थकता जर कशात असेल आणि कुणी त्यांचा सार्थकरूपात प्रयोग केला असेल, तर ती सार्थकता त्या संकल्पात होती.

एका माणसाने ठरवलं की, आज जेवणार नाही. याचं महत्त्व, तो जेवणार नाही, यात नसून, त्याच्या संकल्पात आहे. पण जर त्याने मनातल्या मनात एकदा जरी जेवण जेवला, तर मग संपलं. जेवायचं नाही, याचा अर्थ जेवायचं नाहीच; मनातही, विचारातही. दिवसभरात एखाद्याने मन:पूर्वक जेवण घेतलं नाही, तर त्याचा संकल्प पूर्ण झाला. हे न जेवणं याला काही अर्थ नाही, ही केवळ एक खुंटी आहे, ज्यावर त्याने संकल्प टांगून ठेवला. पण बारा तासांनंतर या माणसाची क्वालिटी बदलेल.

आणि आता मी बघतो, तर एक माणूस वर्षानुवर्ष उपवास करत आहे, त्याची क्वालिटी तरीही बदलत नाही, तर मी जाणतो की, मनातल्या मनात तो जेवतो. हा माणूस जिथे जसा होता तसाच आहे.

एका माणसाला मी ओळखतो. माझ्या घरासमोरच राहायचे ते. उपवास-पूजापाठ अगदी नित्यनेमाने करायचे, पण संकल्प नाही. मी अनेकदा त्यांना बघितलं आहे. कुलूप लावायचे आणि पुन्हा परतून यायचे, कुलूप पुन्हा तपासायचे. मी एकदा विचारलं की, तुम्ही हे काय करता? ते म्हणाले की, मीच लावतो कुलूप, पण मला शंका येते की, नीट लागलं आहे की नाही. एकदा तपासून बघायला हरकत काय? मी विचारलं, ''आणि मग दुसऱ्या खेपेला असं वाटत नाही, की मी परतून बघितलं की नाही?'' ते म्हणाले, ''तुम्हाला कसं समजलं? मला वाटतं तसं, पण मग संकोच वाटतो. मला दुसऱ्यांदा काय, पण तिसऱ्यांदाही वाटतं, की मी कुलूप लावलं, ते पुन्हा परतून तपासलं की नाही?''

आता हा गृहस्थ उपास करतो, पूजापाठ सर्व करतो, पण त्याला उपास म्हणजे काय, हेच माहीत नाही. उपासाचा अर्थ एकच एक निर्णायक शक्ती प्राप्त व्हावी – निर्णय घेऊ शकू आणि माघार घेणार नाही. आणि जो माणूस असा निर्णय घेऊ शकतो, 'पॉइंट ऑफ नो रिटर्न', तर मग त्याच्या आयुष्यात असं काहीही उरत नाही, जे निद्रिस्त आहे. सर्व काही जागृत आहे.

बाकी उद्या...

◆

जीवन एक नाटक; जे साक्षी होऊन बघणं
म्हणजे चेतनेचं जागृत होणं

क्षणभर थांबा आणि कोणत्याही क्षणाला जागरणाचा क्षण बनवा आणि
आश्चर्याने बघा सर्वत्र, की काय होत आहे. केवळ साक्षी रहा.

मृत्यूतही जागृत राहण्यासाठी किंवा ध्यानात सचेतन मृत्युघटना सफलरीत्या आयोजित करण्यासाठी शरीर प्रणाली, श्वासाची स्थिती, प्राणस्थिती, ब्रह्मचर्य, मन:शांती वगैरेंच्या संदर्भात कोणकोणती तयारी साधकाने करायला हवी; यावर सविस्तर प्रकाश टाकण्याची कृपा करावी.

भगवान श्री,

मृत्यूत जागृत राहण्यासाठी सर्वप्रथम दुःखात जागृत राहण्याची तयारी करावी लागते. साधारणपणे जो दुःखात मूच्छिर्त होतो, त्याची मृत्यूत जागृत राहण्याची संभावना कमी आहे. दुःखात मूच्छिर्त होणं म्हणजे काय, हे समजून घेणं गरजेचं आहे. तर दुःखात जागृत राहणं म्हणजे काय, हे समजतं.

जेव्हा आपण दुःखी असतो, तेव्हा मूच्छिर्त असतो, म्हणजे दुःखाशी तादात्म्य. जेव्हा डोकं दुखतं, तेव्हा असं वाटत नाही की, डोकं दुखतंय, आणि जे जाणवत आहे. असं वाटतं की, मी दुःखात आहे. जेव्हा ताप येतो, तेव्हा 'शरीर गरम झालं आहे,' असं न वाटता; 'मी गरम झालो आहे,' असं वाटतं. हेच आहे तादात्म्य! पायाला दुखापत झाली, तर आपण म्हणतो की, मला दुखापत झाली आहे.

खरंतर शरीर आणि आपण यांत काहीही अंतर नाही. आपण शरीराशी एकरूप होतो. भूक लागते, तर असं म्हणत नाही की, शरीराला भूक लागली आहे; म्हणतो की, मला भूक लागली आहे. हे खरं नाही. खरं असं आहे की, शरीराला भूक लागलेली मला समजत आहे. मी तर बोधबिंदू आहे. मला तर सतत जाणवत आहे. पायात काटा रुतला, डोकं दुखतंय, पोटात भूक लागली आहे... मी तर चेतना आहे. मी भोक्ता नाही. फक्त ज्ञाता आहे. हेच सत्य आहे.

पण आमची जी मन:स्थिती आहे, ती ज्ञाताची नाही, भोक्त्याची आहे. जेव्हा ज्ञाता भोक्ता होतो, क्रियेशी एकरूप होतो, दूर-साक्षी बनून राहत नाही. भागीदार बनतो. हे एकरूप होणंच जागृत होऊ देत नाही. कारण जागं होण्यासाठी दूरत्व हवं, स्पेस हवी, अंतर हवं.

जर मी तुम्हाला बघू शकत असेन, ते केवळ आपल्या दोघांमध्ये अंतर आहे म्हणून. जर तुमच्या-माझ्यातलं अंतर संपूर्णपणे निघून गेलं – संपलं, तर मी तुम्हाला बघू शकणार नाही. म्हणूनच तर माझे डोळे तुम्हाला बघू शकतात, पण माझेच डोळे माझ्या डोळ्यांना बघू शकत नाहीत. मला जर मलाच बघायचं असेल, तर एका आरशात मला काही अंतर ठेवून स्वत:ला बघावं लागतं. आरसा म्हणजे माझं चित्र काही अंतरावर आहे आणि ते मी बघतो आहे. आरसा म्हणजे माझं चित्र माझ्यापासून अंतरावर ठेवणारी काच.

दर्शन बघण्यासाठी अंतर आवश्यक आहे. जी व्यक्ती आपल्या शरीरापाशी एकरूप होऊन जगते अथवा मी म्हणजे शरीर असं समजते, त्यांच्यात अंतर राहत नाही.

एक फरीद नावाचा मुसलमान फकीर होता. एके दिवशी एका माणसाने त्याला हाच प्रश्न विचारला, जो तुम्ही मला विचारलात की, असं म्हणतात की, जेव्हा जीझसना फासावर चढवलं, तेव्हा ते म्हणे ना रडले, ना ओरडले, ना दुःखी झाले. आणि असंही ऐकलं आहे की, जेव्हा मन्सूरचे हातपाय कापले, तेव्हा तो हसत होता. हे कसं शक्य आहे? हे अशक्य आहे.

फरीद काही बोलला नाही. हसत राहिला. भक्तांनी काही नारळ फरीदना चढवले होते, त्यातला एक नारळ त्याने त्या माणसाच्या हातात दिला आणि म्हणाला, ''हा नारळ फोडून आण. पण लक्षात ठेव की, केवळ वरचं कवच वेगळं झालं पाहिजे.''

तो म्हणाला, ''असं होऊ शकत नाही. कारण कच्चा नारळ आहे हा. कवच आणि खोबरं यांत अंतर नाही. मी कवच फोडलं, तर खोबऱ्याचेही तुकडे होणार.''

''बरं, मग हा राहू देत. हा दुसरा नारळ घे. हा सुकलेला आहे. कवच आणि खोबरं यांत अंतर आहे. वचन देतोस की, कवच तोडून आणशील आणि खोबरं अखंड आणशील?''

''त्यात काय अवघड? मी कवच आतल्या नारळाला धक्का न लावता फोडून आणतो.''

''आता सांग की का? का खोबरं अखंड राहिलं?''

''कारण नारळ सुकलेला आहे. अंतर निर्माण झालंय दोघांत!''

''आता फोडायचे कष्ट घेऊ नकोस. तुला तुझं उत्तर मिळालं?''

''मी विचारतोय काय आणि तुम्ही मला नारळात गुंतवून ठेवलंत. सुळावर चढवलं, तरी जीझस रडले-ओरडले का नाहीत? आणि हातपाय कापून टाकले जात असतानाही मन्सूर हसत का होते?''

''ते दोघं सुका नारळ होते आणि आम्ही ओले नारळ आहोत, या पलीकडे अजून काही कारण नाही. जेव्हा जीझसना सुळावर टांगलं जात होतं, तेव्हा ते बघत होते की, शरीर सुळावर चढवलं जात आहे. आणि जे लोक हे ज्या अंतरावरून बघत होते, जीझसही तेव्हा तितक्याच अंतरावर होते. जसा बाहेर उभा असलेला माणूस ओरडला नाही, कोणीही ओरडलं नाही की, मला मारू नका! का? कारण जीझसचं शरीर आणि ती माणसं यांच्यात अंतर होतं. जीझसही अंतरावर होते – जे बघण्याचं तत्त्व आहे – त्याचं आणि शरीरातलं अंतर – म्हणून जीझस ओरडले नाहीत.''

मन्सूरचे हातपाय कापले गेले, तरी तो हसत होता. आणि कुणी विचारलं की, का हसतो आहेस? तर तो म्हणाला की, जर मला कापलं असतं, तर रडलो असतो. पण मला कापलं जात नाहीये, का रडू? आणि ज्याला तुम्ही कापत आहात, तो अनभिज्ञ आहे, तो मी नाही आणि मला तुमचं हसू येत आहे की, तुम्ही माझं शरीर

मन्सूर समजून कापत होतात, तर तुम्ही दु:खी होऊन मराल, कारण तुम्ही तुमच्या शरीराला तुम्ही आहात, असं समजत आहात, ते शरीर म्हणजेच तुम्ही... तुम्ही जे माझ्याशी करत आहात, ती तुमची स्वत:बद्दल केलेल्या चुकीची पुनरुक्ती आहे. जर तुम्हाला माहीत असतं की, तुम्ही शरीरापासून वेगळे आहात, तर कदाचित तुम्ही माझं शरीर कापलं नसतं. कारण तुम्हाला समजलं असतं की, मी कुणी वेगळा आहे आणि शरीर वेगळं आहे. आणि शरीर कापल्याने मन्सूर कापला जात नाही.

तर सर्वांत मोठी तयारी मृत्यूत जागेपणात प्रवेश करायचा, दु:खात जागेपणात प्रवेश करायचा ही आहे. कारण मृत्यू पुन्हा पुन्हा येत नाही. एकदाच येतो. तुम्ही तयार असा अथवा नसा. मृत्यूची रंगीत तालीम नसते. पण दुःख, वेदना रोज येतात. त्यात आम्ही तयारी करू शकतो. आणि लक्षात ठेवा की, हीच तयारी मृत्यूत उपयोगी पडते.

म्हणून साधकांनी नेहमीच दु:खाचं स्वागत केलं आहे. याचं कारण असं नाही की, दुःख शुभ आहे. कारण एकच की, दुःख संधी देतं स्वत:ला साध्य करण्याची. म्हणूनच साधकाने नेहमीच दुःख दिल्याबद्दल परमात्म्याचे आभार मानले आहेत. दु:खातच साधकाला आपल्या शरीरापासून दूर जाण्याची संधी मिळते.

आणि लक्षात ठेवा, सुखाच्या क्षणी ही साधना कठीण आहे. दु:खात सोपी आहे, कारण सुखाच्या क्षणी आपलं मन शरीरापासून दूर जाण्यासाठी जराही तयार नसतं. ते तेव्हा अतिशय प्रिय असतं. अतिशय जवळ असतो, शरीराशी संलग्न असतो. म्हणून सुखाचा शोधक जर शरीरवादी झाला, तर आश्चर्य नाही. आणि निरंतर सुख शोधणारा माणूस स्वत:ला शरीर समजत राहिला, तरीही आश्चर्य नाही.

दु:खात मात्र तसं होत नाही. तेव्हा शरीर नकोसं वाटतं. डोकं दुखतं, पाय मुरगळतो, जखमा होतात; तेव्हा आपण शरीर नसतो, तर बरं झालं असतं, अशी भावना होते. हे जे जगभरातले फकीर सांगत राहतात की, आम्ही शरीर नसतो, तर बरं झालं असतं. तेव्हा ते – त्यांचं मन असंच मानतं की, मी म्हणजे शरीर नाही. म्हणून दु:खाचा क्षण साधनेचा क्षण बनू शकतो, बनवता येतो.

पण आम्ही काय करतो? साधारणपणे दु:खाच्या क्षणी आम्ही दुःख विसरायचा प्रयत्न करतो. कुणाला त्रास आहे, तर मद्य घेऊ लागतो, कुणी सिनेमा बघतं, भजन-कीर्तन करतं. वेगवेगळे मार्ग आहेत हे सगळे. हजार मार्ग असू शकतात, धार्मिक, अधार्मिक... पण आतून एक गोष्ट समान असते की, प्रत्येक जण आपलं दुःख विसरू इच्छितो. विस्मरण!

दु:खाचं स्मरणच दु:खाला जागं करतं. जेव्हा तुम्ही दु:खात आहात, तर त्याला एक संधी समजा. आणि आठवणींनी अगदी भरून जा. मोठा अद्भुत आनंद असेल तो. दुःख बघा. दु:खापासून पळू नका. जखम झाली असेल, तर डोळे बंद करा,

आत ते दुःख शोधण्याचा प्रयत्न करा, की दुःख कुठे आहे. एका ठरावीक बिंदूवर शोधायचा प्रयत्न करा. कारण तुम्हाला आश्चर्य वाटेल की, ज्या ठरावीक ठिकाणी दुखत असतं, त्यापेक्षा जास्त जागा दुःख व्यापतं – म्हणजे तुम्ही ते जास्त पसरवता.

माणूस आपल्या दुःखाला एग्झॅगरेट करतो – वाढवतो. मोठं करून स्वीकारतो. पण वस्तुत: तितकं असत नाही. शरीर आणि आपण एकच आहोत, हे मानणंही कारणीभूत आहे. दुःख तर दिव्यासारखं असतं. जशी दिव्याची ज्योत असते, पण आपण अनुभवतो प्रकाश. जसा दिव्याचा प्रकाश सर्वत्र पसरतो. पण ज्योत असते अगदी लहानशा जागी, पण तिचा प्रकाश आपण अनुभवतो सर्वत्र!

तर जेव्हा आपण आपलं दुःख डोळे बंद करून अनुभवतो, आणि लक्षात ठेवा की, आम्ही आमचं शरीर केवळ बाहेरून अनुभवलेलं आहे, आतून नाही. आम्ही आमचं शरीर अगदी दूरवरून जाणतो. मी जर माझा हा हात बघितला आहे, तो केवळ बाहेरून, या हाताला आतला भागही आहे. दुःखकारक घटना घडतात, या आतल्या भागात घडतात. दुःखाचा बिंदू असतो आतल्या भागात. आणि दुःख पसरतं ते बाहेरच्या भागात. दुःखाची ज्योत असते आत आणि दुःखाचा प्रकाश मात्र बाहेर पसरतो.

कारण आम्ही आमच्या शरीराला बाहेरून बघतो, म्हणून दुःख पसरलेलं दिसतं. शरीराला आतून बघण्याचा प्रयत्न मोठा अद्भुत असतो. डोळे बंद करून शरीराला आतून जाणवून घेण्याचा प्रयत्न करा की, ते आतून कसं आहे? आणि हे निश्चितच अनुभवता येतं. तुम्ही हात उंचावता. डोळे बंद करून हात उंच करा, खाली आणा, अगदी वरपासून खाली, तेव्हा तुम्हाला हाताच्या आतून उंचावण्याची जी क्रिया होते, ती अनुभवता येते, तेव्हा प्रथमच तुम्हाला ते जाणवेल.

शरीराच्या वेदनेला आतून जाणवल्यानंतर दोन घटना घडतात. एक, की वेदना जितकी जास्त जाणवत होती, तितकी नाहीये. लगेचच लहानशा बिंदूपर्यंत येईल. जितक्या तीव्रतेने या बिंदूवर एकाग्रता साधाल, तितका तो बिंदू लहान होत जातो, अजून लहान, अजून लहान. आणि एक आश्चर्यकारक घटना घडते की, तो बिंदू नष्ट होऊन जातो; कधी दिसतो, कधी हरवतो. अंतर पडत जातं. आणि जेव्हा हरवतो, तेव्हा आश्चर्य वाटतं. तो इतका लहान होतो, की चेतना शोध घेते, तर कळत नाही की आहे की नाही?

जसं बेशुद्धीत वेदना पसरत जाते, तशी चेतनेत ती आकुंचन पावते. आणि मग असा अनुभव येतो की, जितकं दुःख – वेदना आम्ही भोगल्या, तितक्या त्या नव्हत्याच. आम्ही त्या वेदनांना मोठं करून भोगलं. अगदी हीच गोष्ट सुखाच्या संदर्भातही आहे. जितकी सुखं आम्ही भोगली, ती तितकी नव्हतीच. सुखालाही

आम्ही खूप मोठं करून उपभोगलं आहे.

जर सुखही आम्ही स्मरणपूर्वक भोगलं, तर आम्हाला जाणवतं की; तेही अगदी लहान होतं. दुःख स्मरणपूर्वक भोगतो, तर तेही अगदी लहान आहे, हे जाणवतं. जितकी जाणीव, तितक्या दोन्ही गोष्टी आकुंचन पावतात. आणि इतक्या लहान की, शेवटी अर्थहीन होतात. खरंतर त्यांचा अर्थ त्यांच्या विस्तारात आहे. संपूर्ण आयुष्य जणू व्यापून टाकतात. पण जाणीवपूर्वक जर बघितलं, तर जीवनाशी त्याचं काहीही देणं-घेणं नसतं.

दुसरी जी घटना घडेल, ती ही की, जेव्हा तुम्ही दुःखाला नीट निरखून बघाल, तेव्हा तुमच्यात आणि दुःखात एक अंतर निर्माण होईल. कोणत्याही गोष्टीकडे आपण बघतो, तर अंतर निर्माण होतं. तसंच दुःखाचंही आहे. कारण केवळ तेवढंच बघू शकतो, जे वेगवेगळं आहे. जे एक आहे, ते तर बघता येणं शक्य नाही.

तर जो माणूस आपल्या दुःखाला सचेतन होऊन बघतो, त्याला अनुभव येतो की, दुःख कुठे दुसरीकडे आहे आणि मी कुठे दुसरीकडे आहे. आणि हे जेव्हा जाणवतं, तेव्हा दुःखाची बेशुद्धता संपते. आणि जेव्हा हे जाणवतं की, शारीरिक पीडा कुठे दुसरीकडेच आहे, सुखही तसंच होतं. आम्ही फक्त जाणणारे – तसंच शरीराशी आपलं जे तादात्म्य आहे, ते तुटतं. तेव्हा आम्ही जाणतो की, मी म्हणजे शरीर नाही.

ही पहिली तयारी आहे. ही तयारी जर पूर्ण झाली, तर मृत्यूत जागेपणी प्रवेश करणं सोपं होऊन जातं. कारण मग मृत्यूचं भय आमच्या मनात नाही. आणि घाबरण्यासाठी तरी मृत्यू म्हणजे काय, हे समजणं गरजेचं आहे. जे आम्ही जाणतच नाही, त्याला घाबरणार कसं? मृत्यूची भीती नाही आमच्या मनात. आमच्या मनात मृत्यू एखाद्या मोठ्या आजारासारखा ठाण मांडून बसला आहे. आमच्या विचारांत. छोटे-छोटे आजार इतका त्रास देतात – पाय दुखतो. किती त्रास, पोटात दुखतं – किती त्रास – तर जेव्हा संपूर्ण शरीर दुखेल, तुटेल; तर किती त्रास होईल? मृत्यूची जी भीती आहे मनात, त्याला आजारपणाशी काहीही संबंध नाही. हां, ही वेगळी गोष्ट आहे की, त्यापूर्वी आजार येतात. पण हे कारण नाही. ही वेगळी गोष्ट की, आजारपणानंतर मनुष्य मरतो. पण आजारामुळे कुणी मरत नाही. असा गैरसमज करून घेण्याची आवश्यकता नाही. परिस्थिती याच्या उलट आहे.

कोणी माणूस मृत्यूच्या जवळ जातो, तर आजारपणाला धरून ठेवतो. मरणाच्या कारणाने आजारपण सुरू होतं. मरण जवळ येतं, तर तो दुबळा होतो. आजारपण स्वीकारू लागतो. ग्राहक होतो, आजार शोधू लागतो. हाच माणूस जेव्हा जीवनाच्या जवळ असतो, तर तेच आजारपण त्याला प्रभावित करत नाही. तुमची आंतरिक स्वीकृती हवी.

म्हणून ज्यांचं चित्त आत्मघातकी आहे, त्यांना कितीही औषधं घ्या, त्यांना स्वस्थ करता येत नाही. कारण त्यांचं चित्त औषधं ग्रहण करत नाही. ते चित्त आजारपणाला आमंत्रण देत राहतं.

नाही, कोणीही कधीही आजारपणामुळे मरत नाही. मरायचं आहे, म्हणून आजारपणाला ग्रहणशील होतात. म्हणून आजारपण आधी येतं आणि नंतर मृत्यू येतो. पण आम्ही असा विचार केलेला आहे की, जे आधी घडतं, ते कारण असतं आणि जे नंतर येतं, तो असतो त्याचा परिणाम. म्हणून चूक होत आहे. कारण आजार नाहीये, तर कारण मृत्यूच आहे. आजार हा केवळ परिणाम आहे.

मृत्यूची भीती, आमच्या मनात आजारपणाची भीती आहे. सर्व आजारपणाला जोडून आम्ही मृत्यूची भीती निर्माण करतो – एक. दुसरं – आम्ही जितक्या माणसांना मरताना बघितलं, त्यांना आम्ही मरताना नाही बघितलं, आम्ही केवळ आजारी होताना बघितलं. मरताना आम्ही कोणाला कसं बघू शकतो?

मृत्यू ही घटना अत्यंत आंतरिक आहे. त्याला कोणीही साक्षीदार नाही. तुम्ही जर असं कधी म्हणालात की, मी अमक्याला मरताना बघितलं, तर जरा विचारपूर्वक बोला. कारण हे फार कठीण आहे. कोणीही कुणालाही मरताना बघितलेलं नाही. इतकंच बघितलं आहे की, आजारी पडला – आजारी पडला – आजारी पडला – आणि समजलं की, आता जिवंत नाहीये. कोणत्या क्षणी मेला? आणि मरताना नक्की काय घडलं? आम्हाला काहीही माहीत नाही.

आम्ही केवळ जीवनातून मुक्त होताना बघितलं. एका होडीला एका किनाऱ्यापासून दुसऱ्या किनारी पोचताना नाही बघितलं. केवळ एका किनाऱ्यावरून निघताना बघितलं. आम्ही जीवनाच्या किनाऱ्यावरून चेतनेला निघताना बघितलं. आणि एका कक्षेपलीकडे ती चेतना आम्हाला दिसली नाही. आणि ते जे शरीर राहतं आपल्या बरोबर समोर, ते तसं राहत नाही, जसं काल होतं – जिवंत! तर आम्ही म्हणतो, मेला. मरण – मृत्यू हा एक अंदाज आहे – अनुमान आहे. ती एक प्रत्यक्ष घडलेली घटना नाहीये.

आता हा जो आजार जो आम्ही सर्वांमध्ये बघतो. मृत्यूसमयी एका माणसाची पीडा बघतो, त्याचे हात-पाय शुष्क होतात, डोळे वर जातात, चेहरा विकृत होत जातो, शरीर तडफडतं, जीभ दातांखाली रुतते, बघितलं आहे असं की, तो काही सांगू इच्छितो, पण नाही सांगू शकत... हे सर्व आम्ही बघितलं आहे. या सर्व आठवणी जोडल्या गेल्या आहेत मनात. लाखो वर्ष आम्ही हे सर्व गोळा करत आलो आहोत. म्हणून भयभीत आहोत.

आम्हीही घाबरलो आहोत की, जेव्हा मी मरेन, तेव्हासुद्धा असंच घडेल. म्हणून माणसाने अगदी हुशारीने मुक्ती काढली आहे. त्याने मृत्यूचं तथ्य जीवनाच्या

विचारांबाहेर केलं आहे. स्मशान आम्ही गावाबाहेर ठेवलं आहे, कारण आम्हाला वारंवार त्याची आठवण येऊ नये, अन्यथा असायला हवं गावाच्या मधोमध. कारण जीवनात मृत्यूइतकं शाश्वत दुसरं काहीही नाही. बाकी सगळंच अनिश्चित आहे. विश्वास ठेवावा अशी एकमेव गोष्ट म्हणजे मृत्यू.

परमेश्वरावर शंका घेता येऊ शकते. आत्माही साशंक असू शकतो, जीवनावरही शंका... पण मृत्यूबद्दल शंका नाही. जे अतिशय निश्चित आहे, तेच गावाबाहेर ठेवलं आहे. रस्त्यावरून जर प्रेतयात्रा जात असेल, तर आई मुलाला घरात घेते. जर कुणी मेलं असेल, तर सर्वांनी घराबाहेर यायला हवं. कारण जीवनातल्या सर्वांत मोठ्या तथ्यातून कुणी जात आहे. हे सर्वांच्या आयुष्यात घडणार आहे. त्याला नाकारण्याचं काही कारण नाही.

पण आम्हाला मृत्यूची इतकी भीती आहे की, आम्ही तो विषयच काढत नाही. म्हातारी माणसं नेहमी आत्म्याच्या अमरतेवर भाष्य करत राहतात. मृत्यूची भीती केवळ म्हणूनच. म्हातारा माणूस नेहमी देवळात, मशिदीत, चर्चमध्ये जाऊ लागतो. मृत्यूची भीती – केवळ म्हणूनच. का नाही तिथे तरुण अथवा लहान मुलं जात? अजून मरणाची बातमी येण्यास जरा अवकाश आहे. आत्ता मृत्यूला ते विसरू शकतात, नाकारू शकतात. पण म्हातारा माणूस कसा विसरणार? रोज बातमी मिळते त्याला. कधी पाय चालण्यास नकार देतात, कधी डोळे बघायचं नाकारतात, कधी कान ऐकायचं नाकारतात. सर्वांकडून बातमी मिळत राहते. एकेक अवयव मृत्यूच्या कह्यात जातोय, हे समजतं. तो देवळात जाऊ लागतो. देवासाठी नव्हे, तर असा विश्वास मिळवण्यासाठी की, आत्तापर्यंत मी जे जीवन म्हणून समजत होतो, ते तर संपत चाललं. पण मी संपणार नाहीये.

ही अगदी आश्चर्याची गोष्ट आहे की, आत्म्याला अमर मानणारे जितके वर्ण आहेत, ते जितके मरणाला घाबरतात, तितके आत्मा अमर नाही, असं मानणारी वर्ण मृत्यूला घाबरत नाहीत. आमचा देश हजारो-लाखो वर्षं आत्म्याची अमरता मानत आहे. आमच्याइतके घाबरट आणि जास्त मेलेले लोक जगभरात नाहीत. एक हजार वर्षं गुलामगिरीत होरपळला आहे, जो म्हणतो की, आत्मा अमर आहे. जो देश सांगतो, आत्मा अमर आहे, आणि त्याच्याकडे चाळीस करोड आत्मा आहेत, तो देश तीन करोड आत्म्यांच्या हाताने गुलामी भोगू शकतो? जेव्हा की आत्मा अमर आहे. मरू शकत नाही. त्याला कसली गुलामगिरीची भीती? फासाची का भीती? बंदूक आणि तोफांची भीती, कशासाठी?

नाही. गोष्ट काही वेगळीच आहे. हे आत्मा अमर आहे असं मानणं, आत्म्याला जाणणं नाहीये. हे मानणं म्हणजे भीती घालवणं, अमान्य करणं आहे. जसं गावाबाहेर कबर बनवली, तसंच आत्मा अमर आहे, असा सिद्धान्त रोज सकाळी

पोथी उघडून वाचणं आहे. म्हणजे पक्की खातरी व्हावी की, मरण नाहीये, म्हणजे मनात आशा निर्माण व्हावी की जगू! काही काळजी नाही, शरीर मेलं तरी आम्ही जिवंत राहू. शरीराशिवाय तुम्ही कोण आहात? हे मात्र माहीत नाही. आणि आम्ही म्हणतो की, शरीर तर मरेल, पण आम्ही जिवंत राहू. कोण जगेल? शरीर नाही आणि जर विचार करू की, मी आहे, तर समजून येईल की, काहीही माहीत नाही. शरीरच आहे.

तर ती वृद्ध बाई त्या संन्याशाकडे गेली, म्हणाली की, मी तर आत्मा अमर आहे असं मानते. तो निश्चितच अमर आहे. तुम्हाला काय वाटतं? त्या संन्यासाने त्याबद्दल काही वक्तव्य तर केलं नाही, तिच्याकडे बघितलं, म्हणाला, ''जरा हात दाखव तुझा.'' हात बघत संन्यासी म्हणाला, ''मृत्यूबद्दल काय विचार आहे? फार वाट नाही बघावी लागणार.'' ती म्हणाली, ''किती अपशकुनी प्रश्न हा? असं काही बोलू नकोस. असं बोलतात का? आणि एक संन्यासी आहेस तरी बोलतोस भला माणूस असून इतकं वाईट, अपशकुनी बोलतोस?'' तो म्हणाला, ''जर आत्मा अमर आहे, तर अपशकुनी कसं काय? अपशकुनी असू शकतं मरण, जर आत्मा अमर नसता.'' ती म्हणाली, ''जाऊ दे. काही दुसरं बोला. परमात्मा, मोक्ष असं काही बोला. मी तुमच्याकडे अशा गोष्टी ऐकायला आले आहे.''

खरंतर संन्याशाकडे लोक त्यांच्या मनातलं भय काढण्यासाठी जातात. त्यांच्या भीतीला आधार मिळावा म्हणून. कुणी त्यांना सांगितलं की, तुम्ही मरणार नाही, तुम्ही पापी नाही आहात, आत्मा नित्य शुद्ध आहे, कोणीही चोर नाही... हेच हवं असतं. ब्लॅक मार्केट? छे, कुणीही करत नाही. आत्मा ब्लॅक मार्केट करणार?

म्हणून ब्लॅक मार्केटिंग करणारे अशा संन्यासांजवळ गोळा होतात... जे सांगतात की, आत्मा कधीही अशुद्ध असत नाही. आणि त्यांच्यासमोर बसलेला माणूस जो सर्व तऱ्हेची चोरी करतो, मुंडी हलवत राहतो, की महाराज, अगदी योग्य! सत्य वचन महाराज! त्याला हा विश्वास हवा असतो की, त्याचा आत्मा अगदी शुद्ध आहे, तर शुद्ध होण्याची कटकट मिटली, अशुद्ध असण्याची चिंता मिटली, भीती संपली.

या घराबाहेर तुम्ही मला हाकलता. मला माहीत नाही की, या घराबाहेर अजून मोठा महाल आहे, जंगल आहे, ओसाड आहे की वाळवंट आहे? मला काहीही माहीत नाही. हे आवश्यक नाही की, या घराबाहेर गेल्यावर मी सुखी होईन की दुःखी? सर्व अज्ञात आहे. पण तरीही हे घर सोडण्याची भीती मला दुःख देत होती. हे घर सुनिश्चित होतं, ज्ञात होतं, परिचित होतं. हे ओळखीचं घर सोडून अनोळखीत जाणं भीतिदायक होतं, आहे. अनोळखीची भीती नाही ही, ही भीती आहे ती ओळखीचं सोडून देण्याची.

तुम्ही चकित व्हाल की, इथपर्यंत आमचं मन परिचितांबरोबर व्यग्र होतं, इतकं की, ओळखीच्या आजारांनाही सोडून देता येणं कठीण होतं. जास्तकरून डॉक्टर तुमचा आजार कदाचित बरा करतात, तुम्हाला आजार सोडून देण्यासाठी तयार करतात. अधिकतर औषधं तुमच्या आजाराला काहीही करत नाहीत, केवळ तुमचा आजार तुम्ही सोडून द्यावा, याची हिंमत देतात.

एक मोठे वैज्ञानिक आहेत. त्यांनी एक प्रयोग केला. समान आजार असलेल्या वीस जणांपैकी दहा जणांना औषध म्हणून पाणी दिलं आणि दहा जणांना औषध दिलं. गमतीशीर गोष्ट अशी झाली की, पाणी औषध म्हणून घेतलेले सात जण बरे झाले आणि औषध घेतलेलेही सात जण बरे झाले.

याचा अर्थ काय? याचा अर्थ इतकाच की, प्रश्न औषधाचा नाही आहे, ना पाण्याचा आहे. जर पाणीही मान्य केलं, तर त्यानेही बरं होता येतं. होमिओपॅथीची साखरेची गोळीही परिणाम करते आणि ताईतही परिणाम करतो. जर फकिराच्या राखेवर विश्वास आहे, तर त्यानेही बरे होणार. गंगेचं पाणीसुद्धा बरं करतं. सर्व गोष्टी बरं करतात.

अगस्तीसारख्या बुद्धिवान माणसानेही अशी औषधं सुचवली आहेत की, आज ते ऐकून हसू येतं. अगस्ती तर तर्कशास्त्राचे बाप होते. तरीही! त्यांनी सांगितलं की, जर प्रसूतिवेदना जास्त असतील, त्या स्त्रीच्या पोटावर घोड्याची लीद बांधावी. वेदना नाहीशा होतात आणि वेदना नाहीशा होत होत्या.

वेदना नाहीशा होतात, कारण स्त्रीच्या पोटात वेदना होत नाहीत, स्त्रीच त्या वेदना निर्माण करते मुलाला जन्म देताना. स्त्री जन्म देताना जितकी भिते, तितक्या वेदना वाढत जातात. आणि वेदना होतील, म्हणून जितकी घाबरते, तितकी आकुंचन पावते. मूल शरीराबाहेर पडतं आहे आणि स्त्री आकुंचित. दोहोंमधला विरोधाभास वेदना निर्माण करतं.

म्हणून जास्त मुलं रात्री जन्म घेतात. कारण दिवसभर आई सावध असते. थांबवते. जेव्हा ती झोपते, तेव्हा मूल जन्म घेतं. म्हणून सत्तर टक्के मुलं, बिचारी, प्रकाशात जन्मत नाहीत. अंधारात जन्म घेतात.

एका लावेन नावाच्या माणसाने स्त्रियांना सहकार्य देण्यास शिकवलं. मुलाला जन्म देताना त्यांनी सहकार्य करावं, हे त्यांना सुचवलं. आणि हजारो स्त्रियांनी त्यामुळे सहकार्य केलं आणि वेदनारहित बाळंत झाल्या. ना लीद बांधली ना इंजेक्शन्स, ना ताईत, ना गुरूंचा प्रसाद... काहीही नाही. केवळ त्याने स्त्रियांना सहकार्य देण्यासाठी तयार केलं. हे जे मूल जन्माला येत आहे, त्याला थांबवू नका, संपूर्ण मनाने त्याला जन्म देण्याच्या भावनेने भरून जा. पुरेसं आहे. जंगली जमातींमध्ये शेकडो जमाती-जाती आहेत, ज्यांना वेदना होत नहीत. मुलाला

टोपलीत ठेवून शेतात काम करायला निघून जातात.

माणूस आपल्या परिचित आजारांनाही सोडत नाही. अगदी धरून ठेवतो. अगदी साखळीने बांधून ठेवल्यासारखं.

फ्रेंच क्रांतीच्या काळात, फ्रान्समध्ये एका मोठ्या तुरुंगात, अगदी घातक, जन्मठेप झालेले, ज्यांचे हात साखळीत बांधलेले होते असे कैदी होते. जे कधी खुले केले जाणार नाहीत. ती साखळी तेव्हाच काढली जाईल, जेव्हा ते मरतील. फ्रान्स क्रांतिकारकांनी त्या तुरुंगाच्या भिंती फोडून त्यांना बाहेर काढलं, ज्यांनी मुक्त होण्याचा कधी विचारही केला नव्हता.

कोणी वीस वर्ष, तर कुणी तीस वर्ष बंदीत होते. त्यांची दृष्टी जवळजवळ हरवली होती आणि त्यांच्या हातातल्या आणि पायातल्या बेड्या म्हणजे जवळजवळ त्यांच्या शरीराचाच एक भाग झाल्या होत्या. पंचवीस-पन्नास वर्ष ज्या बेड्या सतत हाता-पायात होत्या, तुम्हाला वाटतं की, त्या वेगळ्या करता येतील शरीरापासून? त्यांना विसरायलाच झालं असणार की, त्या बेड्या म्हणजे शरीराचा भाग नाही. तो त्या बेड्यांचीही तशीच काळजी घेतो, जशी आपल्या हातांची घेतो. रोज सकाळी बेड्याही स्वच्छ करतो, त्यांची चमक तशीच ठेवतो, जशी आपल्या शरीराची.

क्रांतिकारकांनी त्यांच्या बेड्या तोडल्या, पण काही जणांनी नकार दिला, की हे काय करताय? आम्हाला बाहेर चांगलं वाटत नाही. पण क्रांतिकारक जिद्दी असतात आणि अजूनही क्रांतिकारकांना समजत नाही की, लोकांवर जबरदस्ती करून काहीही होत नाही. ते पुन्हा नव्या तऱ्हेच्या बेड्या अडकवून घेतील, जर तुम्ही जबरदस्तीने तोडल्यात. क्रांतिकारकांनी त्यांच्या बेड्या जबरदस्तीने तोडून त्यांना बाहेर काढलं.

ही इतकी आश्चर्यकारक गोष्ट आहे की, संध्याकाळ होता होता त्यातले जास्तीत जास्त कैदी पुन्हा तुरुंगात निघून गेले. म्हणाले की, आम्हाला बाहेर चांगलं वाटत नाही आणि बेड्या नाहीत, तर असं वाटतं की, आम्ही नग्न आहोत. एखाद्या स्त्रीच्या अंगावरले दागिने जर काढून घेतले, तर तिला कसं वाटेल? कैदी म्हणाले की, आमच्या बेड्या आम्हाला परत करा. आम्हाला त्यांच्याशिवाय झोप येत नाही.

झोपेत येणारा त्या बेड्यांचा आवाज त्यांच्या मनाचा एक भाग झाला. कुशीवर वळताना त्यांचं वजन हाही एक मनाचा भाग झाला. माणूस परिचिताशी असा काही बांधला जातो की, बेड्या जरी तोडल्या, तरी त्याचं मन दुःखी होतं.

तर परिचित, ज्याला आम्ही आमचं जीवन समजत आहोत, त्याच्या अधीन आहे. आणि त्यामुळेच आम्ही मृत्यूला घाबरतो. आम्हाला मरण म्हणजे काय, हे माहीत नाही आणि जागृत होण्यासाठी पहिलं सूत्र, दुःखाचा बोध घेणं हे आहे. म्हणजे शरीर भिन्न आहे, हे समजू शकेल, हे एक. आणि दुसरं म्हणजे जीवनात

साक्षी होण्याची क्षमता!

आम्हाला माहीतच नाही. कधी भर रस्त्यात अचानक थांबा आणि उभे रहा, केवळ बघा, अन्य काही करू नका. फक्त साक्षी व्हा. आणि असं केलंत की, तुम्ही त्या जगापासून वेगळे भिन्न व्हाल, जगाबाहेरचे व्हाल.

पण रस्त्यावर असं थांबणं आणि साक्षी होणं खूप कठीण आहे. सिनेमा जरी बघायला गेलो, तरी साक्षी राहत नाही. अंधार असतो चित्रपटगृहात, कोणी रडत असतं, अश्रू पुसत असतं. सिनेमा बघून बाहेर पडलेल्या लोकांचे रुमाल बघा कधी – सगळं सांगतील – किती रडलात ते! आम्हाला माहीत असतं की, पडद्यावर काहीही नाही. केवळ पडदा आहे. जे पडद्यावर दिसतं, ते केवळ दिसतं, तिथे काहीच नाही. ऊन-सावलीचा खेळ आहे. पाठीवरून फेकली गेलेली किरणं आहेत. चित्र आहे – बास!

पण नाही. त्या पडद्यावर सर्व काही होतं. आणि आम्ही त्या पडद्यालाही साक्षी राहत नाही. आम्ही त्याचाच एक भाग होतो. असा गैरसमज करून घेऊ नका की, जेव्हा तुम्ही सिनेमा बघत असता, तेव्हा बघणारे असता. तुम्ही त्याचा एक भाग होता. चित्रपटगृहात गेल्यानंतर काही वेळाने तुम्ही सिनेमात चित्रपटाच्या आत जाता. कोणी तुम्हाला आवडतं, कोणी नाही आवडत. कुणाची कथा तुम्हाला व्यथित करते, तर कुणाची आनंद देते. आणि मग तुम्ही एक भाग होता.

सिनेमातही आम्ही साक्षी राहू शकत नाही, तर जीवनात साक्षी होणं कठीण आहे. तसंही जीवन एखाद्या सिनेमाशिवाय जास्त नाही. आणि अगदी खोलवर बघितलं, तर जीवन एका पडद्यापेक्षा जास्त काहीही नाही. जसं किरणांचं जाळं पडद्यावर पसरतं, तसंच विद्युत् जाळं जीवनात प्रकट होतं. हा सर्व इलेक्ट्रॉन्सचा मोठा खेळ आहे.

हां, तो टू डायमेन्शनल होता, हा श्री डायमेन्शनल आहे. त्यात जास्त त्रास नाहीये. त्यात काही डायमेन्शन्सची कमतरता आहे, तर ती पूर्ण होईल. ज्या तऱ्हेने तुम्ही मला आत्ता दिसत आहात, त्याप्रमाणे सिनेमाच्या पडद्यावरही दिसू शकाल. नवल वाटू नये पुढे की, पडद्यावरचा नट पडद्यातून बाहेर पडेल आणि चित्रपटगृहात फिरू लागेल. टेक्निक विकसित होण्याची खोटी – त्यात जास्त अडचण नाही. कारण जर श्री डायनेन्शनल माणूस पडद्यात फिरू शकतो; तर थोडंसं, एक दहा फूट खाली उतरून तुम्हाला शेकहँडही करू शकतो. फक्त ती युक्ती विकसित होण्याचा अवकाश! आत्ता तो बाहेर येत नाही, पण तुम्ही आत जाता. पण तुमचे हे कष्ट वाचवू शकले जातील. नका इतके श्रम घेऊ. पैसेपण द्यायचे आणि इतका प्रवासही करायचा! तुम्ही बसून रहा खुर्चीवर.

जीवनात तसं आहे तरी काय? मी तुमचा हात माझ्या हातात घेतो, तर काय

घडतं? मी तुमचा हात जरासा दाबतो, तर तुम्ही म्हणता, खूप प्रेम आहे अथवा शत्रुत्व आहे. आणि कुणास ठाऊक? दोन्ही गोष्टी होऊ शकतात. हात हातात घेताना प्रेम होतं, तो दाबताना प्रेम होतं, पण क्षणात सोडताना मात्र शत्रुत्व होतं. हे शक्य आहे. एका क्षणात इतकं सारं बदलतं. तुम्हाला प्रेम वाटतं, जेव्हा मी तुमचा हात हातात घेऊन दाबतो. पण काय होतं तेव्हा? वस्तुत: काय होत आहे? आमच्या दोघांचे हात जर तपासले, तर काय घडतंय? विद्युताचे काही कण दुसऱ्या कणांना दाबून टाकतात.

मजेशीर गोष्ट आहे की, माझा आणि तुमचा हात कधीही एकमेकांना स्पर्श करत नाही. मध्ये जागा राहते. कमी होते – दूर होते तर दिसते – कमी असते ती गॅप, तेव्हा दिसत नाही. जेव्हा दोन हात एकमेकांना दाबतात, तेव्हाही दोन हातांमध्ये अंतर असतं. त्या रिकाम्या जागेचा दाब तुमच्या हातावर पडतो. रिकाम्या जागेच्या दाबाला प्रेम आणि शत्रुत्व समजलं जात आहे.

व्याख्या आहेत. जर आम्ही हे साक्षी स्वरूपात बघू शकलो, तर अगदी अद्भुत घटना घडते. जेव्हा कुणी तुमचा हात दाबतं, तर लगेचच प्रेम अथवा शत्रुत्व बघू नका. केवळ हाताच्या दबावाकडे लक्ष केंद्रित करा, साक्षी व्हा. तर तुम्हाला तुमच्या चेतनेत आमूलाग्र बदल जाणवेल. कुणी तुमच्या ओठांवर ओठ ठेवतंय, तर प्रेम वगैरे विसरून जा. त्या क्षणासाठी साक्षी व्हा. तुमच्या चेतनेत एक वेगळाच बदल, एक अनुभव – जो तुम्ही कधीही अनुभवला नसेल. तेव्हा कदाचित तुमचं तुम्हालाच हसू येईल. जोपर्यंत आपण दुसऱ्यांना हसतो, तोपर्यंत आपण साक्षी नाही आहोत. ज्या वेळी आपण आपल्याला हसू शकू, त्या दिवशी आपण साक्षी होतो, त्या दिवसापासून आपण साक्षी व्हायला लागतो.

म्हणून सगळ्या जगातली माणसं दुसऱ्यांना हसतात. संन्यासी केवळ स्वत:ला हसतो, स्वत:वर हसतो. आणि जो स्वत:ला हसतो, त्याला काही दिसण्याची सुरुवात झाली.

दुसरी गोष्ट, साक्षी व्हा जीवनात केव्हाही, कोणत्याही क्षणी. जेवण जेवत आहात, अचानक साक्षी व्हा. सेकंदाकरता. घास घेताना बघा, तोंडात घालताना, चावताना बघा, अन्न पोटात जाताना बघा. दूर उभं राहून केवळ बघा. तर लक्षात येईल अचानक की, स्वाद हरवला. तुम्ही जेवत नाही आहात, जेवण जेवलं जातंय.

एक अद्भुत गोष्ट आहे. कृष्णाच्या गावाबाहेर एक संन्यासी आला. पावसाळ्याचे दिवस होते आणि नदीला पूर आला होता. संन्यासी पैलतीरी होता. गावातल्या स्त्रिया संन्याशासाठी भोजन घेऊन जाऊ लागल्या, वाटेत कृष्ण भेटला, तर त्यांना विचारलं, ''कसं जाऊ? एवढा पूर आला आहे, होडी तर कामाची नाही. संन्यासी उपाशी आहे, गेले दोन-चार दिवस. कसं जाऊ? काही उपाय सांगा.''

तर कृष्ण म्हणाला, ''तुम्ही नदीला सांगा की, जर संन्याशाने जीवनात कधीही अन्न ग्रहण केलं नसेल, सदा उपवास केला असेल, तर हे नदी, मला वाट काढून दे.'' त्याचं म्हणणं स्त्रियांनी मानलं आणि तसं नदीला सांगितलं.

गोष्ट अशी सांगते की, नदीने वाट दिली. नदी पार करून स्त्रियांनी संन्याशाला जेवण दिलं. त्यांनी आणलेलं अन्न जास्त होतं, पण संन्यासी सर्व जेवला. आता त्या परतू लागल्या. पण त्यांना आठवलं की, परतायचा उपाय तर आपण विचारलाच नाही! आता अडचण आली. आता काय करावं? संन्यासी जेवला. सर्व अन्न संपलं. पण मग पार जायचं कसं?

संन्यासी म्हणाला, ''कसल्या काळजीत आहात?'' त्या म्हणाल्या, ''आम्ही फक्त येण्याची युक्ती विचारली होती, परतून कसं जायचं, ते विचारलंच नाही.''

''येण्याची युक्ती काय होती?''

''कृष्ण म्हणाला होता, नदीला म्हणावं, वाट दे, जर संन्यासी उपाशी असेल, तर.''

''मग काय अडचण आहे? हीच युक्ती उपयोगी पडेल. एखादी चावी जर कुलूप बंद करू शकते, तर तीच चावी कुलूप उघडतेही.''

''पण आता तर तुम्ही जेवलात.''

संन्यासी जोरजोरात हसू लागला. त्याचं हसणं अगदी अद्‌भुत होतं.

''आम्ही इथे अडचणीत आहोत आणि तुम्ही हसता?''

''नाही. मी माझ्यावरच हसतो आहे. तुम्ही पुन्हा तसंच म्हणा. नदीला माझं हसणं समजलं आहे.'' आणि त्या स्त्रियांनी अगदी संकोचाने, घाबरत नदीला तेच सांगितलं की, हे नदी, जर हा संन्यासी आयुष्यभराचा भुकेला असेल, तर आम्हाला वाट दे. मनात त्यांना माहीत होतं की, हे अगदी चूक आहे. तो आत्ताच जेवला आहे... पण नदीने वाट दिली. आणि त्या आश्चर्यचकित झाल्या.

कृष्णाला त्या म्हणाल्या, ''ही तर कमाल झाली. आम्हाला तर वाटत होतं की, तू चमत्कार केलास, पण चमत्कार तर त्या संन्याशाने केला. जाताना तर बरोबर होतं. पण येतानाही आम्ही तेच बोललो आणि नदीने वाट करून दिली.'' कृष्ण म्हणाला, ''वाट करून देणारच. कारण संन्यासी तोच असतो, जो भोजन करत नाही.''

''पण आम्ही त्याला प्रत्यक्ष जेवताना बघितलं.''

''तुम्ही जसं त्याला जेवताना बघितलंत, तसंच तो संन्यासीही स्वत:ला जेवताना बघत होता. म्हणून तो कर्ता नाही.''

ही गोष्ट आहे. कोणत्या नदीबरोबर असं करायचा प्रयत्न करू नका. नाही तर विनाकरण एखाद्या संन्याशाला गोत्यात आणाल. कोणतीही नदी वाट देणार नाही.

पण ही गोष्ट योग्यच आहे. जर आम्हीसुद्धा आपल्या क्रिया कर्ता म्हणून नव्हे, तर द्रष्टा म्हणून बघू शकलो – सर्व क्रिया – तर मरण हीसुद्धा एक क्रिया आहे. शेवटची क्रिया. आणि जीवनातल्या क्रियांना स्वत:पासून जर तुम्ही दूर ठेवू शकलात, तर मरतानाही तुम्ही स्वत:ला दूर ठेवू शकाल. तेव्हा तुम्ही बघाल की, तोच मरतो आहे, जो काल जेवत होता, जो व्यवसाय करत होता, जो रस्त्यावरून चालत होता, भांडत होता, प्रेम करत होता; तर तुम्ही या क्रियांना वेगळेपणाने बघू शकाल. कारण ही मरण्याची क्रिया आहे, ती प्रेमाची होती. हीसुद्धा एक क्रिया आहे. आता तुम्ही बघू शकाल की, तोच मरण पावत आहे.

सरमद नावाचा एक मुसलमान फकीर होता. त्याच्या जीवनातली एक गोड घटना आहे. सरमदवर – जसं सर्वसाधारणपणे घडतं – त्या काळातल्या मौलींनी एक खटला भरवला. पंडित नेहमीच संतांच्या विरोधात राहिले आहेत. सम्राटाच्या दाराशी त्याला बोलावण्यात आलं. मुसलमानांचं एक सूत्र आहे की, अल्ला एकच आहे आणि त्याचा एकमेव पैगंबर आहे, मुहम्मद! पण सूफी फकीर यातला अर्धा भाग सोडून देतात. ते म्हणतात की, एकमेव परमात्मा, अल्ला त्याच्याशिवाय अजून कुणीही नाही. दुसरा भाग – त्याचा एकमेव पैगंबर मुहम्मद – सोडून देतात. कारण ते म्हणतात की, त्याचे अनेक पैगंबर आहेत. म्हणून मुस्लीम थिऑलॉजी सूफींच्या नेहमीच विरोधात आहे. सरमद तर जास्तच खतरनाक होता. तो तर सूफींच्या या सूत्रालाही पूर्ण म्हणत नाही. त्यातलाही अर्धा भाग त्याने सोडून दिला आहे. सूत्र असं आहे की, परमात्म्याशिवाय अजून परमात्मा नाही. तो केवळ इतकं म्हणायचा की, परमात्मा नाही.

ही तर कमाल झाली. मुहम्मद सोडून घ्या. चालेल. तोपर्यंत माणूस नास्तिक होत नाही. इतकंच की, मुसलमान राहत नाही. आणि मुसलमान नाही, म्हणजे धार्मिक नाही, असं नाही. पण या सरमदचं काय करायचं? हा तर म्हणतो परमात्मा नाहीच आहे.

तर सरमदला दरबारात आणलं गेलं. सम्राटाने विचारलं,

"तू असं म्हणतोस, की परमात्मा वगैरे काही नसतंच!"

"हो. म्हणतो तसं मी."

"तू नास्तिक आहेस का?"

"नाही. मी नास्तिक नाही. पण अद्याप मला परमात्मा दिसला नाही, तर मी कसं म्हणू की, तो आहे?"

जेवढं मला माहीत आहे, तितकंच मी बोलतो. या सूत्रातलं मला केवळ इतकंच ठाऊक आहे की, परमात्मा नाही. बाकीचं मला माहीत नाही. ज्या दिवशी समजेल, त्या दिवशी बोलेन. तोपर्यंत खोटं बोलणार नाही. आणि धार्मिक माणूस

खोटं तर बोलू शकणार नाही.

शेवटी त्याला फाशीची शिक्षा ठोठावण्यात आली. दिल्लीच्या जामा मशिदीसमोर त्याचा शिरच्छेद केला. ही गोष्ट नाहीये. हजारो लाखो लोकांच्या समक्ष त्याचा शिरच्छेद केला गेला. त्याची मान मशिदीच्या दाराशी छाटली गेली आणि मशिदीच्या पायऱ्यांवर त्याचं शीर पडलं. त्या छाटलेल्या शिरातून आवाज निघाला. एकच परमात्मा आहे, त्याच्याशिवाय कुणीही परमात्मा नाही.

जी माणसं त्याच्यावर प्रेम करणारी होती, त्या गर्दीतली ती म्हणाली, ''वेड्या सरमद, जर ही इतकीशी गोष्ट आधी बोलला असतास तर!'' पण सरमद म्हणाला, ''जोपर्यंत मान कापली जात नाही, तोपर्यंत त्याचा पत्ता कसा लागणार? जेव्हा समजलं, तेव्हा म्हणालो की, परमात्मा आहे, त्याच्याशिवाय कुणीही परमात्मा नाही.''

काही सत्यं अशी आहेत की, ती अनुभवल्यानंतरच समजतात. मृत्यूचं सत्य आम्हाला मृत्यूतून गेल्यानंतरच समजतं. पण ते समजावं, अशी तयारी आम्हाला जिवंत असतानाच करावी लागेल. मरण्याची तयारीही जीवनात करावी लागते आणि जो माणूस ही तयारी करू शकत नाही, तो अगदी चुकीच्या पद्धतीने मरतो. चुकीच्या पद्धतीने जगणं एक वेळ माफ करता येईल, पण चुकीच्या पद्धतीने मृत्यू माफ करता येत नाही. कारण तो परम बिंदू आहे. शेवटचा बिंदू. जीवनाचं सार, निष्कर्ष आहे. आयुष्यभराच्या चुकांच्या बाबतीत जरा कमी-जास्त चालतं, पण शेवटच्या क्षणाची चूक ही कायम – स्थिर – स्थायी होते.

आणि गंमत अशी आहे की, आयुष्यभरातल्या चुकांवर पश्चात्ताप करता येतो, माफी मागता येते, सुधारता येतात, पण मरणानंतर सुधारण्याची संधी नाही, पश्चात्ताप, माफी काहीही नाही. म्हणून चुकीचं आयुष्य माफ करता येतं, पण चुकीचं मरण – त्याला क्षमा नाही.

आणि लक्षात ठेवा, जो माणूस चुकीच्या पद्धतीने जगला, तो योग्य पद्धतीने मरू कसा शकेल? जीवन तर मरेल, जीवन तर त्या बिंदूवर पोचेल, जिथून निरोप घेतला. तर मी जो आयुष्यभर आहे, तोच मी माझ्या अंतिम क्षणी समग्र एकत्र होऊन जाईन. शेवटच्या क्षणी माझं आयुष्यभराचं सर्व एकत्र होऊन उभं ठाकेल. माझं संपूर्ण आयुष्य त्या एका क्षणात सामावलं जाईल. असं म्हणू की, जीवन ही पसरलेली घटना आहे आणि मृत्यू एकत्रित, संक्षिप्त. एका कणात आयुष्यभराचा विस्तार सामावतो.

म्हणून मृत्यूहून जास्त मोठी घटना नाही कोणती, पण ती एकदाच घडेल. त्याचा अर्थ असा नाही की, तुम्ही आधी कधी मेलाच नाहीत. नाही, खूप वेळा ही घटना घडली आहे आणि जो जाणीवपूर्वक जगतो आणि मरतो, त्याचं आयुष्य एका

वेगळ्याच स्तरावर असतं-पोचतं. तो प्रथमच जाणीवपूर्वक आयुष्याचा पूर्ण अर्थ, प्रयोजन, गहनता, उंची समजू शकतो. संपूर्ण सत्य त्याच्या हातात येतं जीवनाचं. आणखी एक, जर तुम्ही झोपलेले जगलात, तर मृत्यू झोपेतच येतो. मग पुन्हा नवं जीवन, पुन्हा मृत्यू.

आणि एक लक्षात ठेवा, जो जाणीवपूर्वक मरतो, तो दुसरा जन्म जाणीवपूर्वक घेतो. तो त्याचा दुसरा भाग आहे. तर या दोन गोष्टी मी सांगितल्या. मृत्यूत जाणीवपूर्वक निरोप घेण्याची – त्यासाठी दुःखात स्मरणपूर्वक जागा, जाणीवपूर्वक. दुःखापासून पळू नका. आणि दुसरी गोष्ट. सहज, आयुष्यातली कामं करताना अचानक थांबायचं, एक क्षण साक्षी व्हायचं. मग पुन्हा कामाला सुरुवात. चोवीस तासात असे दोन-चार क्षणी जरी साक्षीचे मिळतात, तर तुम्हाला जाणवेल की, जीवन मोठा वेड्यांचा बाजार आहे, जिथे तुम्ही साक्षी होऊन त्या वर्तुळाबाहेर जाता.

जर कुणी तुम्हाला शिवी घातली, तर तुम्ही इतके लगेचच भोक्ता बनता की, तुम्हाला ती व्यक्ती डोळ्यांसमोर सहन होत नाही. त्याने शिवी घातली नाही की लगेचच तुम्हाला मिळाली नाही. खरंतर ती देऊही शकत नाही, तोपर्यंत तुम्हाला मिळते. ती व्यक्ती अर्धी उच्चारेपर्यंत तुम्ही संपूर्ण घेता. दुप्पट घेता. त्या व्यक्तीलाच आश्चर्य वाटतं की, मी इतकं बोललो तर नाही, जितकी तुम्ही घेतलीत. तर तुम्ही बघू शकतच नाही की, काय होत आहे! जर तुम्ही बघू शकला असतात...!

जेव्हा कुणी शिवी देत असेल, एकदा साक्षी होऊन बघा, भ्रम बनू नका, केवळ बघा, की कुणी शिवी देत आहे. आणि तेव्हा जे हसू फुटेल, ते अतिशय मुक्त करणारं असेल. आयुष्यभर जे भोक्ता म्हणून जगलात, त्यावरही हसू येईल आणि असं होऊ शकतं की, त्या माणसाला तुम्ही धन्यवाद द्याल आणि त्या अडचणीत टाकाल. कारण हे त्याच्या समजण्याच्या पलीकडचं असेल.

चोवीस तासांत जे काही घडतं आहे – रागात, घृणेत, प्रेमात, मैत्रीत, शत्रुत्वात, कामात, विश्रामात – जे काही... जास्त नाही सांगत, पण एका क्षणासाठी झटका द्या स्वतःला आणि जागं होऊन बघा की, काय घडतं आहे. आणि त्या क्षणी भोक्ता राहू नका, जे घडतंय, ते बघणारे व्हा. इतकी शांतता पसरेल व्यापून राहील त्या क्षणात आणि त्या क्षणी इतकं जाणाल...! कारण त्या क्षणी ध्यानात मग्न व्हाल, भरून जाल. तो तर जागण्याचा क्षण आहे, ध्यानाचा क्षण आहे.

या दोन गोष्टी जर घडल्या, तर बाकी तुम्ही जे काही विचारलं आहेत, ते पाठी पडेल. जसं तुम्ही विचारलं आहेत की, जर साधकाने ब्रह्मचर्य साधलं, तर मृत्यूला सहयोगी होईल? जो जागृत होईल? खरं बघता ब्रह्मचर्य त्यालाच साध्य होतं, जो साक्षी बनू शकतो, अन्यथा साधता येत नाही. भोक्ता काममय राहणारच. भोक्ताचा अर्थच मुळी काम आहे. जर साक्षी बनला, तर हळूहळू त्याच्या जीवनातलं काम

आणि सेक्स कमी होत होत नाहीसं होईल. जर कुणी संभोगक्षणी साक्षी झाला, तर कदाचित पुन्हा संभोग नाही करू शकणार. कारण ते सगळं पोरकट वाटेल की, हे काय होत आहे? काय केलं जातंय? हे काय आहे? हे मी अजूनपर्यंत काय करत आहे? ऱ्या गोष्टींनी मला कसं काय धरून ठेवलं आहे?

पण आम्ही साक्षी होऊ शकत नाही, होत नाही. म्हणून पुन्हा पुन्हा तेच करत राहतो. जर चूक पुन्हा पुन्हा करत राहायची असेल, तर कधीही साक्षी बनू नका. प्रत्येक चूक मग पुन्हा घडत राहील. प्रत्येक चुकीचा एक ऋतू असतो. जर तुम्ही दोन-चार महिन्यांची तुमची नोंद करून ठेवलीत – म्हणजे सर्व गोष्टींची – तर तुम्हाला समजेल की, तुम्हीसुद्धा तसेच आहात, जशी काही माणसं पिरेडवाइज वेडी होतात.

माझे एक मित्र आहेत. आजच त्यांचं पत्र आलं आहे. ते सहा महिने वेडे असतात आणि सहा महिने ठीक असतात. नेहमी विचारतात मला, की माझं असं का होतं? मी म्हणालो की, तुम्हाला सर्व काही समजतं, कारण तुमचा काळ ठरलेला आहे. स्वच्छ – विभाजित आहे. इतरांचा काळ असा विभाजित नाही. म्हणून समजत नाही. सहा-सहा महिन्यांचा वेडेपणाचा आणि ठीक असण्याचा काळ हे... पण सर्वसाधारण माणसं दिवसातून दहा वेळा वेडी होतात, दहा वेळा ठीक असतात. त्यांना स्वत:लाही समजत नाही की, ती केव्हा वेडी होतात आणि केव्हा शहाणी असतात.

जर आपण दोन-चार महिन्यांचा आपला तक्ता तयार केला, तर लगेचच समजतं त्या तक्त्यावरून की, सर्व गोष्टींची पुनरुक्ती होते. रागाचा क्षण बरोबर त्या एका ठराविक कालावधीनंतर पुन्हा येतो. तुम्हाला ठराविक वेळेला केवळ भूकच लागते, असं नाही, तर रागही येतो. हिशोब ठेवा, तर समजेल. असंच सर्व भावनांचं आहे. काम, प्रेम, तिरस्कार... हीसुद्धा भूकच आहे. त्या सगळ्यांची वेळ बांधलेली आहे.

आणि तीच चूक पुन्हा पुन्हा होते, कारण आम्ही तिला कधी धरण्याचा प्रयत्न केला नाही. यंत्रवत आहे हे सगळं. कधी अडचण निर्माण होते, भूक लागलेली असते आणि घरात खाण्यासाठी काहीही नसतं. भूक लागली आहे आणि अन्न मिळतं, तर भुकेची जाणीव होत नाही. तसंच, राग आला आहे आणि आजूबाजूला कुणीही नाही, तेव्हा राग जाणवतो. पण कोणी ना कोणी सापडतंच. अगदीच कोणी नाही, तर निर्जीव वस्तूंवरही राग काढला जातो. आणि तसंही नसेल काही; तर रागात, शिवी घालत पेन तर फेकलं जातंच. त्या माणसाने जर कधी विचार केला, तर तो काय विचार करेल?

आता अमेरिकेत शोध चालू आहे की, हे जे गाड्यांचे अपघात होतात, त्यांत मानसिक कारण कारणीभूत ठरतं का? कारण रागात माणूस ऑक्सिलेटर जोरात दाबतो, त्याच्याही नकळत. असू शकतं की, मनातल्या मनात तो बायकोचं डोकं

दाबत असेल किंवा मुलाची मान. पण त्याच वेळेस त्याचा पाय ऑक्सिलेटरवर आहे. तो विसरून जातो की, तो गाडी चालवत आहे. तो राग चालवतो आहे. धोका असणारच. कारण गाडीला रागाशी काहीही देणं-घेणं नाही. आणि गाडीत अशी इनबिल्ट सुविधाही नाही की, माणूस जर रागात गाडी चालवत असेल, तर ती चालणं नाकारेल. हळू पळणं आवश्यक आहे, हा माणूस रागात आहे आणि या क्षणी त्याला काहीही दिसत नाहीये.

चोवीस तासांत आमचे क्रोधाचे, कामाचे क्षण परतून येतात. एक बांधील अवस्था, व्यवस्था की, त्याप्रमाणे आपण डोलत राहतो एखाद्या मशीनप्रमाणे. जेव्हा जागं होऊन बघाल, तेव्हा जाणवेल की, हे जगणं एखाद्या घाण्याला जुंपलेल्या बैलासारखं आहे.

निश्चितच जगणं हे घाण्याला जोडलेल्या बैलासारखं असू शकत नाही. त्यात मग जीवन कुठे आहे? यांत्रिकता आहे ती मग की, आपलं चालू आहे...! कधी विचार केलात?

मी एक पुस्तक वाचत होतो. एका अद्भुत माणसाने एक अद्भुत प्रयोग केला आहे. एखादा माणूस तुम्ही रस्त्यावरून जात असताना तुम्हाला भेटतो, विचारतो की, कसे आहात? तुम्ही सांगता, 'ठीक'. कधी जाणून घेतलंत का की, तुम्ही जे उत्तर दिलंत, ते त्याने ऐकलं का? ना त्याने उत्तर ऐकण्यासाठी तुम्हाला प्रश्न विचारला होता... ना खरंच त्याला तुम्ही कसे आहात, हे जाणून घ्यायचं होतं. ही केवळ संभाषणास सुरुवात करण्याची युक्ती. त्याला विचारायचं काही वेगळंच होतं, पण सरळ तो प्रश्न विचारणं जरा विचित्र वाटतं. म्हणून तो विचारतो की, कसे आहात?

तर त्या माणसाला वाटलं, हा प्रयोग करण्यासारखा आहे. सकाळी त्याने तसा प्रयोग केला. सकाळी त्याला एकाचा फोन आला. त्या माणसाने विचारलं, ''बोला, कसे आहात?'' तो म्हणाला, ''गाय दूध चांगलं देत आहे.''

''वा! छान! पत्नी कशी आहे?'' तेव्हा त्याला समजलं की, कोणी ऐकत नाहीये. आम्ही गोष्टी यंत्रवत घेत आहोत.

एका दुसऱ्या माणसाचं मी आत्मचरित्र वाचत होतो. सगळं जग तो माणूस फिरला आहे. तर ज्या देशात तुम्ही जाता, तिथे पन्नास फॉर्म्स भरावे लागतात, तर तो त्रासला होता की, का हे फॉर्म्स भरावे लागतात? तर त्या फॉर्ममध्ये त्याने विचित्र माहिती लिहिली. वय लिहिलं पाच हजार वर्ष – कोणत्याही सरकारने त्याला अडवलं नाही. कोण वाचतं? कुणाचा संबंध? प्रयोजन आहे कुणाला?

आयुष्य निद्रिस्त – यंत्रवत चालू आहे. यांत्रिक उत्तरं आहेत. कुणी विचारतं कसे आहात, तर उत्तर येतं की, एकदम ठीक! हे उत्तर तर संगणकही देऊ शकतो. एक संगणक विचारतो की, कसे आहात; दुसरा संगणक सांगतो की, ठीक. यात चेतना

नाही कसलीही. जागृती नाही, काहीच नाही. या बाबतीत थोडं जागरूक होणं गरजेचं आहे. साक्षी बनणं गरजेचं आहे.

थांबा एखाद्या क्षणी, कोणत्याही क्षणी – तो क्षण जागरूकतेचा बनवा आणि बघा आश्चर्याने चारही बाजूंना काय घडतं आहे. तुम्ही केवळ साक्षी व्हा.

ही तयारी जर सुरू राहिली, तर समजेल की, आयुष्यातला राग कमी होत चालला आहे. कारण साक्षी चेतना क्रोध करू शकत नाही. राग करण्यासाठी आयडेंटिटी हवी, बेशुद्धी हवी. साक्षी चेतना ब्रह्मचर्याला उपलब्ध करेल, कारण ती कामवासनेने ग्रासलेली नसते. ती जास्त अन्नग्रहण करत नाही. म्हणून तिला कुठलं व्रत, शपथ घ्यावी लागत नाही; की मी कमी जेवेन.

आम्हाला माहीत नाही की, आम्ही जर जास्त जेवण जेवलो, तर त्याचं कारण वेगळंच असतं. आता जर एखादा माणूस जास्त जेवला... त्याला हे जाणवत नाही. तुम्ही कधी विचार केलात का की, जर तुम्ही रागात असाल, तर जास्त जेवण जेवता? नोंद ठेवा. जेव्हा कधी जीवनात प्रेम कमी मिळतं, अन्न जास्त जेवलं जातं? नोंद ठेवा. असाही विचार करा की, जेव्हा जीवन प्रेमाने भरलेलं असतं, तेव्हा जास्त अन्न जेवलं जात नाही. जर प्रियकराशी-प्रेयसीशी भेट झाली, तर भूक मरते. प्रेमाच्या क्षणात भूक मरते. पण तेच प्रेम जर नसेल, तर माणूस जास्त अन्न खाऊ लागतो. का? यामागे एक व्यवस्था आहे.

लहान मुलाला आईकडून प्रेम आणि अन्न दोन्ही मिळतं. मुलाचा जो पहिला अनुभव आहे, तो प्रेमाचा आहे. जर आईने मुलाला अन्न दिलं नाही, तर अप्रेमाचा अनुभव मुलाला येतो. पहिल्या अनुभवात भोजन, अन्न आणि प्रेम या दोन गोष्टी नाहीत. लहान मुलासाठी प्रेम आणि अन्न ही एकच गोष्ट आहे. तर आई जर मुलावर खूप प्रेम करत असेल, तर ते बाळ दूध कमी पितं. कारण त्याला खातरी आहे की, कधीही दूध मिळू शकतं. भविष्याची चिंता नाही. म्हणून पोट जास्त भरून घ्यायची आवश्यकता नाही. जी आई बाळावर प्रेम करत नाही, जी जबरदस्तीने दूध पाजते, कसंही करून पाजते, सोडवायचा प्रयत्न करते. ते बाळ जास्त दूध पिऊ लागतं. कदाचित तासाभराने दूध मिळणार नाही! किती काळ मग उपाशी राहावं लागेल?

तर प्रेमाची कमतरता त्याला जास्त जेवायला भाग पाडते आणि विपुल प्रेम त्याची भूक कमी करतं. हा भाव त्याची मानसिकता होऊन जातो. आता हे यंत्रवत होऊन जातं.

म्हणून ज्यांच्या आयुष्यात प्रेमाची कमतरता आहे, ते जास्त अन्न ग्रहण करतात. जर हे जाणवलं, तर आश्चर्य वाटेल की, तुम्ही जेव्हा जास्त अन्न ग्रहण करता, तर प्रश्न हा नाहीये की, तुम्ही कमी जेवण्याचा निश्चय कराल. प्रश्न हा आहे की, तुमच्या जीवनात प्रेम नाही. मूळ कारण तुमच्या लक्षात येतं का? कुठे त्रास

आहे? खरी गोष्ट काय आहे?

एक जास्त जेवणारा माणूस आहे. तो कुणा साधूसमोर शपथ घेतो की, मी आता केवळ एकदाच जेवेन. तर तो एकाच वेळेस दोन-तीन वेळेचं जेवण जेवतो आणि दिवसभर उपाशी मरतो. दिवसभर अन्नाचाच विचार करतो. मग तो विक्षिप्त होतो. भुकेची विक्षिप्तता निर्माण होते. चोवीस तास एकच विचार, अन्नाचा! आता आमच्या देशात इतके हजार साधू-संन्यासी आहेत, जे चोवीस तास अन्नाच्या चिंतेने ग्रासले गेले आहेत. विक्षिप्तता आहे ही. त्यांना समजतच नाही की, हे त्यांनी काय करून घेतलं आहे. जणू अन्न हाच चिंतनाचा विषय आहे. अन्नाबद्दल विचार करत राहणं हेच जीवनाचं लक्ष्य आहे जणू. जर त्यांनी त्यांच्या इच्छेप्रमाणे अन्नाची व्यवस्था केली, तर सगळे प्रश्न संपतील.

विवेकानंद अमेरिकेत गेले असताना एका भाषणात म्हणाले होते की, माझा देश बरबाद झाला नसता, पण माझ्या देशाचा धर्म स्वयंपाकघर हा झाला म्हणून मेला; माझा देश! आणि मग तो धर्म कसला?

याच्या मागे कारण आहे की, आम्ही जागं होऊन आपल्या आतील संपूर्ण व्यवस्था नीट बघत नाही की, आम्ही कधी काय करतो?

आता एक दारुड्या आहे, पीतच जातोय आणि आम्ही सगळे त्याच्या मागे लागले आहोत की, त्याने दारू सोडून द्यावी. त्यालाही हे व्यसन नको आहे. पण त्याला हे समजत नाही, तो जाणून घ्यायचा प्रयत्न करत नाही की, तो का दारू सोडू शकत नाही आहे. सतत बेशुद्धावस्थेत का राहावसं वाटतंय? नक्कीच त्याच्या आयुष्यातल्या घटनांना तो विसरू इच्छितो, आठवणींपासून पळ काढतो, त्या घटनांवर पडदा टाकू इच्छितो. हे असं बेशुद्ध होण्यापेक्षा, पडदा टाकण्यापेक्षा त्याने जागं व्हावं. मार्ग शोधावा. पण नाही, तो पडद्यावर पडदे टाकत राहतो, लपवून ठेवू इच्छितो. आणि कालांतराने तो स्वतःच विसरून जातो की, मी काय विसरू इच्छित होतो? का दारू प्यायला लागलो, कधीपासून?

एखादा सतत सिगरेट ओढत राहतो. धूर आत घेतो, बाहेर फेकतो. काय कारण? हा धूर जो आत-बाहेर घेतला फेकला जातो, यामागे नक्कीच काही कारण असणार. कारण संपूर्ण जगात इतके लोक विनाकारण सिगरेट ओढत असतील, हे शक्य नाही. आणि एकाने जरी हे जाणून घ्यायचा प्रयत्न केला, तर समजू शकेल की, केव्हा सिगरेट ओढली जाते – जेव्हा तो एकाकी असतो, साथीदार नाही कुणी तेव्हा. ती सिगरेट त्याची जोडीदारीण बनते आणि सिगरेट स्वस्त साथीदार आहे. काही त्रासही नाही. खिशात घाला – जिथे हवी तिथे घेऊन जा. एकटे बसा. हवी तेव्हा ओढायला सुरुवात करा. ते गुंतणं आहे आणि एका अर्थी निर्दोष आहे. निर्दोष व्यर्थता आहे. तुम्ही कुणाचंही काहीही नुकसान करत नाही. जर नुकसान करतच

असाल, तर ते थोडंफार स्वत:चंच. धूर आत घेता, बाहेर फेकता, काहीही करत नाही आहात, पण तरीही व्यग्र आहात.

मी ट्रेनमध्ये होतो. माझी सवय आहे की, ट्रेनमध्ये असताना शांत झोपून जाणं. जितका काळ झोपता येईल, झोपून घ्यायचं. माझ्या बरोबर एक सद्‌गृहस्थ होते. ते त्रासलेले होते. अनेकदा मला उठवण्याचा त्यांनी प्रयत्न केला. जेव्हा सहा एक तासांनी मी उठलो, स्नान केलं आणि परत झोपायला गेलो, तर ते म्हणाले, "तुम्ही हे काय करत आहात? एकमेव वर्तमानपत्र आहे, जे मी दहा वेळा वाचून काढलं. खिडकी उघडतो, बंद करतो. आणि तुम्ही आपले झोपलेले. मला वाटलं होतं की, काही गप्पा होतील, चर्चा होतील. आणि आजच्याइतकी सिगरेट मी कधीही ओढली नाही. आता तुम्ही ऊठा.''

त्याचं बरोबर होतं. एवढ्या गर्दीत ते एकटे होते. इतकी गर्दी आपल्याला दिसते – बायको, मुलं, आई-वडील-नवरा-कुटुंब... सर्व काही आहे आणि तरीही माणूस एकटा आहे. अजूनही आम्ही माणसाचं एकाकीपण संपवू शकलो नाही. हे एकटेपण संपवण्यासाठी माणूस काही ना काही करतो आहे. कधी पत्ते खेळतो, कधी सिगरेट... दुसऱ्यांबरोबर खेळणं सोडा, तो स्वत:शीच खेळतो आहे. दोन्ही बाजूंनी डाव चालू आहे. तेव्हा तर वेडेपणाचा कळस होतो की, दोन्ही बाजूंचा डाव एकच माणूस खेळतो. बुद्धिमान, अगदी हुशार माणूसही असं करताना दिसतो. तेव्हा तो बुद्धिमान वाटत नाही. काय कारण आहे?

यासाठी जागं होणं आवश्यक आहे. साक्षी होणं आवश्यक आहे. जो दोन्ही बाजी स्वत:च खेळतो आहे, तोच जर क्षणभरासाठी जागा झाला आणि साक्षी होऊन बघितलं, तर तुम्ही जसे त्याला हसत होतात, तोही स्वत:वर तसा हसणार नाही? की हसू शकेल? तो बघेल, विचार करेल की, मी आयुष्याशी काय करतो आहे? कसला खेळ खेळतोय आयुष्याबरोबर?

आणि जर हे दिसून आलं, तर शपथा घ्यायला लागत नाहीत, व्रत करावं लागत नाही, काही सोडावं लागत नाही. गोष्टी ज्या व्यर्थ आहेत, त्या सुटतात. जर मूळ कारणापर्यंत पोचलो, सतर्क झालो; तर त्या जागी पोचतो हळूहळू, जिथून ती मुळं उखडून टाकता येतात, सहजतेने.

आणि लक्षात ठेवा, तुम्ही कुठल्या झाडाची पानं तोडायला सुरुवात केली, तर अडचणीत याल. कारण एक पान तोडलं, तर चार पानं फुटतात, कारण झाडाला वाटतं की, तुम्ही कलम करत आहात. त्यात त्याची चूकही नाही. त्याला वाटतं, तुम्हाला चार पानांची आवश्यकता आहे. मग तुम्ही चार तोडता आणि चाराची सोळा पानं होतात.

नाही, गोष्टी मुळापासून उखडायला लागतात. पानं तोडून नाही. आम्ही

आयुष्यभर पत्ते खेळतो आणि मुळांचा आम्हाला पत्ता नाही. कोणी म्हणतं, ब्रह्मचर्याची शपथ घ्या...!

कलकत्त्याला मी माझ्या मित्रांबरोबर एका घरी पाहुणा होतो. ज्यांच्या घरी राहत होतो, ते वयस्कर गृहस्थ अतिशय इमानदार होते. सत्तर एक वर्षांचे! ते मला म्हणाले, ''तुम्हीच सांगा की, आता मी काय करू? आयुष्यात तीन वेळा ब्रह्मचर्याचं व्रत घेतलं.'' माझे मित्र हे ऐकून प्रभावित झाले. आश्चर्याने त्यांनी विचारलं, ''तीन वेळा?'' मी म्हणालो, ''तुम्हाला 'तीन वेळा' याचा अर्थ तरी समजला का?'' मी विचारलं त्यांना, ''चौथ्यांदा का नाही घेतलंत? तिसऱ्यांदा घेतलंत, तर सफलता मिळाली?'' ते म्हणाले, ''नाही, तिसऱ्या खेपेस माझी हिंमतच तुटली. म्हणून घेतलं नाही.''

ते इमानदार गृहस्थ होते. तीन वेळा त्यांनी व्रत घेतलं, याचाच अर्थ ते प्रत्येक वेळेस तुटणार. तीन वेळा व्रत तुटेल, पण त्यामुळे तीन वेळा आलेली निराशा पक्की होत गेली. आणि तीन वेळा हताश, ती खोलवर रुतत जाणार. चौथ्या खेपेस व्रत घेण्याची हिंमत होणारच नाही. मी त्यांना म्हणालो की, ज्या साधूने हे व्रत तुम्हाला करायला सांगितलं, नक्कीच तो तुमचा शत्रू असणार. तुम्ही त्याला मित्र मानलंत. त्याने तुमची हिंमत, आत्मविश्वास तोडला. आता वयाच्या सत्तरीतही ब्रह्मचर्य घेण्याची हिंमत नाही राहिली तुमच्यात. पण याचं कारण काय आहे? पानं! एक पान तोडलं, तीन नवीन आली.

ब्रह्मचर्याचं व्रत घेतलं जातं? ब्रह्मचर्याचं व्रत नसतं, केवळ कामवासनेची समज असते. कामवासनेची जागरूकता असते. कामवासनेची जागरूकता ब्रह्मचर्याचं फळ बनतं. जेव्हा कुणी मनुष्य आपल्या कामवासनेसंदर्भात जागरूक होतो, समजतो, शोध घेतो, जगतो, ओळखतो; तर अचानक त्याला जाणवतं की, तो कोणत्या खेळात गुंतला आहे. हा खेळही त्याला पत्ते वाटण्याइतकाच साधा आहे. आता सर्व खेळ हा पत्ते वाटण्यासारखा चालू आहे. जेव्हा संपूर्णपणे जागरूक होऊन त्याच्या खोलात एखाद्या तीरासारखी ही गोष्ट पोचते, तेव्हा अचानक त्याला जाणवतं की, ब्रह्मचर्य पूर्ण झालं, फळलं. ब्रह्मचर्य हे व्रत नाही.

लक्षात ठेवा, धर्माचा आणि व्रताचा एकमेकांशी काहीही संबंध नाही. आणि व्रतं कधीही धार्मिक नसतात. धार्मिक मनुष्य तो आहे, ज्याच्या जीवनात व्रतं फलित होतात. एखाद्या परिणामासाठी तो जितकं जीवनाकडे बघतो, तितकं त्याला जाणवत राहतं की, गोष्टी बदलत चालल्या आहेत. बदलत आहेत.

एका माणसाच्या हातात दगड-धोंडे आहेत. आम्ही त्याला ओरडतो आहोत की, फेकून दे ते दगड-धोंडे, पण त्याला मात्र ते हिरे वाटतात, रंगीत दगड! त्यात चमक दिसते. तो समजवतो की, ते हिरे आहेत. कसे टाकून देऊ? ज्यांनी सोडून

दिले, त्यांना आम्ही देव मानतो, मी साधारण मनुष्य आहे, नाही सोडू शकत. पण हा माणूस हिऱ्यांच्या खाणीत पोचतो आणि त्याला हिरे दिसतात. मग त्याला हे दगड-धोंडे टाकून दे, असं सांगावं लागेल का? त्याला समजणारच नाही की, त्याने दगड-धोंडे कधी टाकून दिले आणि केव्हा त्या हिऱ्यांनी मुठी भरून घेतल्या. आणि तरीही जर तुम्ही त्याला विचारता की, काय झालं त्या दगड-धोंड्यांचं? तर तो म्हणेल की, मी तर विसरूनच गेलो, बरं झालं आठवण करून दिलीत. पण त्याचं काय झालं, हे मला माहीत नाही. ते कधी घरंगळून गेले हातातून... समजलं नाही. कारण समोर हिरे दिसले.

जीवन हा एक विधायक चढ आहे, निषेधात्मक उतार नाही. जीवन त्याग नाही, तर उपलब्धता आहे. जितके साक्षिचेतनेने खोलवर जात राहाल, तितका परम आनंद – त्याचा तळ दिसू लागेल. तेवढं दुःख सुटत जाईल, कचऱ्याचा निचरा होईल. दगड फेकून द्यावे लागतात, हिरे उचलावे लागतात.

तर तुम्ही जे काही प्रश्न विचारलेत, त्या सर्व बाबी या दोन घटनांबरोबर चालतील. तुमच्या वेदनांचा बोध तीव्र व्हावा. तादात्म्य तुटावं. तुम्ही शरीराने वेगळे, अलिप्त रहा. आणि जीवनातल्या समस्त क्रिया साक्षिभावाने बघा. भोक्ता होऊ नका. एक छोटासा प्रसंग सांगतो, जो मला अतिप्रिय आहे.

आत्ताच ईश्वरचंद्र विद्यासागरांची जन्मतिथी झाली. ते एक नाटक बघायला गेले होते. त्यात एक खलनायक होता. तो एका बाईला त्रास देत होता. अगदी हर प्रकारे. हे नाटक ते बघत होते. पण हळूहळू त्यांचा संयम संपत आला. ते विसरून गेले की, नाटक चालू होतं. त्यांनी पायातला बूट काढला आणि अगदी क्लायमॅक्स चालू असताना सरळ उडी मारून स्टेजवर गेले आणि त्या माणसाला – नटाला मारू लागले.

नटाने त्यांना वाकून नमस्कार केला, तो बूट आपल्या डोक्यावर ठेवला. ईश्वरचंद्रासारखे बुद्धिमान गृहस्थ नाटकाला सत्य समजले. तो नट म्हणाला की, हा माझा सर्वांत मोठा पुरस्कार!

ईश्वरचंद्रजीसारख्या बुद्धिमान गृहस्थाने नाटकाला सत्य समजलं, तर आमच्यासारख्या साधारण माणसांनी, ज्यांना आम्ही सत्य म्हणतो, त्याला नाटक कसं समजायचं? पण जर साक्षी होण्याचा थोडा प्रयोग केला, तर समजू शकू. नाटक दिसू लागेल. आणि जर असं झालं, तर मृत्यूत जागेपणात प्रवेश करता येईल.

उद्या पुन्हा बोलू.

◆

सूक्ष्म शरीर, ध्यान-साधना म्हणजे तंत्र-साधनेचे काही गुप्त आयाम

दोन शरीरांचं मीलन केवळ एका शरीराला जन्म देण्याची सुविधा आहे. पण जेव्हा दोन आत्म्यांचं मीलन होतं, तेव्हा एका विराट आत्म्याला आमंत्रित केलं जातं, त्याला उतरण्याची ती सोय आहे.

एका प्रवचनात तुम्ही असं म्हणाला होतात की, समाधीत जर सूक्ष्म शरीर स्थूल शरीराबाहेर पडलं; तर स्त्रीच्या मदतीशिवाय पुरुषाचं सूक्ष्म शरीर पुन्हा स्थूल शरीरात प्रविष्ट होऊ शकत नाही. तसंच स्त्रीच्या सूक्ष्म शरीराला पुरुषाच्या मदतीशिवाय पुन्हा स्थूल शरीरात प्रवेश घेता येत नाही. कारण दोहोंच्या स्पर्शाने विद्युतवृत्त पूर्ण होतं आणि बाहेर पडलेली चेतना तीव्रतेने आत परतून येते. तुम्ही तुमचाही एक असाच अनुभव सांगितलात की, झाडावर ध्यानस्थ असताना स्थूल शरीर खाली पडलं आणि तुमचं सूक्ष्म शरीर ते बघत राहिलं. मग एका स्त्रीचा स्पर्श आणि तुमचं परतून येणं. तर प्रश्न असा आहे की, या प्रयोगात स्त्री आणि पुरुष यांना एकमेकांची आवश्यकता का असते? केव्हापर्यंत असते? दुसऱ्याच्या मदतीशिवाय परतून येणं शक्य नाही का? काय अडचण असते?

भगवान श्री,

दोन-तीन गोष्टी समजून घेणं आवश्यक आहे. एक म्हणजे संपूर्ण जगाची व्यवस्था ऋण आणि धन यांच्या विरोधावर निर्भर आहे. निगेटिव्ह आणि पॉझिटिव्ह यांवर अवलंबून आहे. या जीवनात जिथे कुठे आकर्षण आहे, ओढ आहे, तिथे तिथे ऋण आणि धन यांचे विभाजित भाग कार्य करतात. स्त्री-पुरुष हे विभाजनही त्या मोठ्या विभाजनाचा भाग आहे. सेक्सचं विभाजनही त्या मोठ्या विभाजनाचा भाग आहे. विद्युत भाषेत सांगायचं, तर धन आणि ऋण यांचे ध्रुव एकमेकांना तीव्रतेने खेचतात.

साधारणपणो स्त्री-पुरुष एकमेकांकडे आकर्षित होतात, त्याचं कारणही हेच आहे. या आकर्षणात आणि एका चुंबकाच्या आकर्षणात फार काही फरक नाही. जर लोखंडाच्या तुकड्याला वाचा असती, तर त्यानेही असं म्हटलं असतं की, मी चुंबकाच्या प्रेमात पडलो आहे, त्याच्याशिवाय मी आता जगू शकत नाही. प्रेमाच्या कविताही केल्या असत्या. पण तो बोलू शकत नाही. केवळ इतकाच फरक आहे. अन्यथा आकर्षण तसंच, तेच आहे. हे आकर्षण जर आम्हाला समजलं, तर अजून दोन-तीन गोष्टीही समजतील.

सामान्य रूपात या आकर्षणाला अनुभवता येतं. पण आध्यात्मिक अर्थानेही या आकर्षणाचाही उपयोग होऊ शकतो आणि काही स्थितीत हे अनिवार्य होऊन जातं. जसं, जर कुणा पुरुषाचं सूक्ष्म शरीर अचानक बाहेर आलं. आकस्मित रूपात! ज्यासाठी त्याने पूर्वपरिश्रम घेतलेले नाहीत, साधना केलेली नाही, आयोजन नाही, आकस्मितपणे, विनासायास बाहेर येतं. एखाद्या आजारपणात, अपघातात, साधनेच्या एखाद्या प्रक्रियेत. पण स्वतःने न करता, तर अशा अवस्थेत पुन्हा परतून जाणं खूप कठीण पडतं. कारण परतून जाण्याचा मार्ग, पद्धत माहीत नसते. अशा अवस्थेत विरुद्ध आकर्षणाच्या बिंदूची मदत होऊ शकते.

जर पुरुषाचं सूक्ष्म शरीर बाहेर असेल आणि स्त्री त्याच्या शरीराला स्पर्श करत

असेल, तर त्याच्या सूक्ष्म शरीराला आपल्या शरीरात परतून येणं सोपं जातं. जसा एखादा चुंबक बाहेरच्या बाजूला, मध्ये काचेचा अडसर, भिंत आणि दुसऱ्या बाजूला लोखंडाचा तुकडा! तो तुकडा काचेच्या या भिंतीची पर्वा न करता चुंबकापाशी खेचला जातो. शरीरामध्ये स्थूल शरीर, पण स्त्रीचा स्पर्श त्या शरीराबाहेर मेलेल्या सूक्ष्म शरीराला, खेचून आणण्यात सहयोगी ठरतो. तो मॅग्नेटिक फोर्स कारण बनतो. असंच स्त्रीच्या आकस्मिक रूपाने बाहेर गेलेल्या सूक्ष्म शरीराला आत आणण्यासाठी सहयोगी मिळू शकतो. पण हे आकस्मितरीत्या गरजेचं आहे. पण जर व्यवस्थित रूपात प्रयोग केला गेला, तर मात्र आवश्यकता नाही. का आवश्यकता नाही?

कारण जर माझी मागील चर्चा तुम्ही ऐकली असेल, तर तुमच्या लक्षात येईल, मी म्हटलं होतं की, प्रत्येक पुरुषाचं पहिलं शरीर पुरुष आहे आणि दुसरं शरीर स्त्री आहे. स्त्रीचं पहिलं शरीर स्त्री आहे, दुसरं पुरुष आहे. जर कुणी नियोजन करून आपल्या शरीराला बाहेर काढलं असेल, तर त्याला दुसऱ्या स्त्रीच्या शरीराची आवश्यकता नाही. तो आपल्या आतल्या स्त्री-शरीराचा उपयोग करून त्याला परतून आणू शकतो. तेव्हा दुसऱ्याची गरज भासत नाही.

पण हे तेव्हाच होतं, जेव्हा नियोजित असतं. घटना आकस्मितपणे घडलेली नसेल. आकस्मित घटनेत तुम्हाला जाणीवच नसते, माहीत नसतं की; तुमच्या आत अजून एक शरीर आहे. म्हणून कदाचित असं घडूही शकतं की, स्त्री-स्पर्शाशिवाय पुरुषाचं बाहेर गेलेलं शरीर परतून येईल. पण हेही आकस्मित असेल, जसं शरीराबाहेर जाणं होतं. म्हणून खातरीपूर्वक नाही सांगता येत.

म्हणून प्रत्येक प्रयोगशाळेत मनुष्याच्या आंतरिक शरीरावर सर्वाधिक काम केलं गेलं आहे, इतिहासात हा प्रयोग जितका तांत्रिकांनी केला, तितका कुणीही केलेला नाही. म्हणून या प्रयोगशाळांमध्ये स्त्रियांचं असणं अपरिहार्य झालं. असाधारण स्त्री! कारण एक स्त्री जर अनेकांना स्पर्श करत असेल, तर तिच्यातला मॅग्नेटिक फोर्स कमी होत जातो. म्हणून कुमारींचं या तंत्रात असणं महत्त्वाचं झालं होतं.

वृद्ध स्त्रीबद्दलचं आकर्षण कमी होत जातं, याचं कारण तिचं वृद्धत्व नाही. पुरुषांचंही तसंच आहे. वृद्धावस्था हे कारण नाही. मुख्य कारण त्यांची जी पोलॅरिटी आहे, ती क्षीण झाली आहे. पुरुष कमी पुरुष होतो आणि स्त्री कमी स्त्री होते. जर कुणी वृद्धावस्थेपर्यंत आपलं पुरुषत्व अथवा स्त्रीत्व जर सांभाळू शकलं – हे सांभाळण्याच्या आणि वाचवण्याच्या प्रक्रियेचं नावच ब्रह्मचर्य आहे – तर त्यांचं आकर्षण शेवटपर्यंत टिकतं.

एक स्त्री आहे अमेरिकेत, जिवंत, सत्तरीच्या पुढची. पण अमेरिकेत त्या स्त्रीचं आकर्षण जितकं आहे लोकांना, तितकं तरुण स्त्रियांबाबतही नाही आहे. या स्त्रीने तिच्या सत्तराव्या वर्षापर्यंत तिचं चुंबकीय तत्त्व जोपासलं आहे. पुरुषांनाही हे करता येईल.

श्री. पृथ्वीचंद्रजी बसले आहेत इथे, त्यांचं वयही बरंच आहे, पण त्यांनीही

त्यांचं तत्त्व अजूनपर्यंत जोपासलं आहे. ते आजही आकर्षक आहेत, वयस्कर असूनही.

म्हणून तंत्रात कुमारिकांचं महत्त्व जास्त झालं. आणि त्याचा उपयोग साधकाची बाहेर गेलेली चेतना पुन्हा आत यावी, यासाठी होत होता. आणि या कुमारिकांना इतकी सुरक्षा दिली गेली की, त्यांची पवित्रता हरवू नये, जेणेकरून त्यांची चुंबकीय शक्ती बाहेर पडू नये.

ही चुंबकीय शक्ती वाढवण्याचेही उपाय आहेत आणि कमी करण्याचेही उपाय आहेत. आम्हाला साधारणपणे माहीत नाही, पण ज्याला आम्ही सिद्धासन म्हणतो, पद्मासन म्हणतो; ही आसनं मनुष्याची चुंबकीय शक्ती बाहेर वाहू नये, हे लक्षात ठेवून निर्मिलेली आहेत.

आमच्या चुंबकीय शक्तीचे निश्चित मार्ग आहेत वाहण्याचे. जशी हातांच्या बोटातून शक्ती वाहते. खरंतर जिथून शक्तीला बाहेर पडण्यासाठी वाव मिळतो, त्यासाठी लांब, निमुळती गोष्ट हवी. गोलाकारातून ही शक्ती बाहेर पडू शकत नाही. हात आणि पाय या दोन मुख्य गोष्टी आहेत, जिथून चुंबकीय शक्ती बाहेर वाहते.

तर पद्मासन आणि सिद्धासन यांमध्ये दोन्ही हातापायांना जोडलं जातं. ज्यामुळे शक्ती जर एका हातातून वाहिली, तर ती दुसऱ्या हातात प्रवेश करते. दुसरा जो मोठा मार्ग आहे या शक्तीला बाहेर वाहण्याचा, तो म्हणजे डोळे. पण जर डोळे अर्धे उघडे ठेवले, तर या शक्तीचं वाहणं बंद होतं.

तुम्हाला जर हे समजलं, तर आश्चर्य वाटेल की, संपूर्ण उघड्या डोळ्यांतून, तसंच संपूर्ण बंद डोळ्यांतूनही शक्ती बाहेर वाहते. केवळ डोळे अर्धवट उघडे असतील, तर ती वाहत नाही. कारण अर्धवट डोळे उघडे असतील, तर डोळ्यांच्या आत जे वर्तुळ तयार होतं, त्याला तोडण्याची व्यवस्था होते. अशा स्थितीत शक्ती वाहूही इच्छिते आणि वाहू इच्छितही नाही, थांबू इच्छिते. शक्तीत दोन खंड तयार होतात. अर्धा खंड बाहेर पडू इच्छितो, अर्धा पडू इच्छित नाही. द्वंद्व तयार होतं आणि एक दुसऱ्याला खंडित करतं. म्हणून अर्धवट उघडे डोळे महत्त्वाचे झाले. तंत्रात, योगसाधनेत...!

सर्व बाजूंनी शक्ती सुरक्षित केली गेली असेल आणि व्यक्तीला आपल्या आतल्या शरीराची जाणीव असेल, तर दुसऱ्याची आवश्यकता भासत नाही. पण कधीकधी प्रयोग करताना अचानक घटना घडतात. कोणी ध्यान करत आहे, त्याला माहीत नाही आणि ध्यान करता करता तो क्षण येतो आणि घटना घडते, आणि तेव्हा बाहेरच्या सहयोगीची मदत घेतली जाऊ शकते. अनिवार्य नाही, केवळ आकस्मित अवस्थेत अनिवार्य आहे.

म्हणून माझ्या मते जर पतिपत्नी एकमेकांना सहकार्य करू शकले, तर ते आध्यात्मिक रूपातही एकमेकांचे सहकारी होऊ शकतात. जर ते एकमेकांना अगदी पूर्णपणे आध्यात्मिक स्थिती, चुंबकीय स्थिती आणि विद्युत्प्रवाहांना संपूर्णपणे समजून

घेऊ शकले आणि एकमेकांना सहकार्य देऊ शकले; तर पतिपत्नी जितक्या सहजतेने अंत-अनुभूतीसाठी उपलब्ध होऊ शकतील, तितके एकटे संन्यासी-संन्यासिनींसाठी उपलब्ध करणं कठीण आहे खूप. आणि पतिपत्नींसाठी हे सोपं आहे, ही सुविधा आहे की, ना केवळ त्यांची एकमेकांशी चांगली ओळख होते, तर एकमेकांसाठी त्यांची चुंबकीय शक्ती अतिशय गहिऱ्या, खोलवरच्या तडजोडीसाठी उपलब्ध होते.

म्हणून एक अजब अनुभव येतो की, जर एका स्त्री आणि पुरुषामध्ये अतिशय प्रेम असेल, अति जवळीक, अति आत्मीयता, भांडण नाही, राग नाही; तर हळूहळू एकमेकांमधले गुण-दोष एकमेकांमध्ये प्रवेश करतात. अगदी इथपर्यंत एकरूप होतात की; त्यांचा आवाज, चेहरा, व्यक्तित्व यांत तारतम्यता येऊ लागते. खरंतर एक-दुसऱ्याची विद्युतता एक-दुसऱ्यात प्रवेश करते आणि हळूहळू सर्व सारखं होत जातं. पण जर त्यांच्यात कलहाचं वातावरण असेल, तर मात्रं असं होणं शक्य नाही.

तर ही गोष्ट लक्षात ठेवणं आवश्यक आहे की, स्त्री-पुरुष सहयोगी होऊ शकतात. पतिपत्नीच्या अपत्याचं स्वरूप मग केवळ संभोगाचं अपत्य न राहता, समाधीचं अपत्यही बनू शकतं.

या संबंधात हेही लक्षात ठेवणं आवश्यक आहे की, साधारणपणे संन्यासी जो इतका आकर्षक होतो, स्त्रियांना आकर्षित करतो; तितका साधारण मनुष्य आकर्षित करू शकत नाही, याचं अजून वेगळं असं काहीही कारण नाही. संन्याशाकडे चुंबकीय शक्ती मोठ्या प्रमाणात साठली जाते. एका साधारण स्त्रीपेक्षा संन्यासिनी जितकी पुरुषांना आकर्षित करते, त्याचा हिशोब लावता येणं कठीण. तिच्यातली शक्ती साठलेली असते.

आणि जर पतिपत्नींनीसुद्धा शक्ती साठवणं आणि तिचा व्यय करण्याची व्यवस्था ठीक समजली, तर ते एकमेकांच्या शक्तीचा ऱ्हास कमी आणि वाचवण्यासाठी उपयुक्त ठरू शकतात. जसं मी आधी म्हटलं होतं की, जर संभोग योग आणि प्रक्रिया यांच्या तंत्राने केला गेला, तर शक्ती संरक्षक होते.

पण हे लक्षात ठेवायला हवं की, अकस्मात घटनांमध्ये अनिवार्यता आहे. आणि प्रत्येक स्थितीत ही अनिवार्यता असते, हे गरजेचं नाही. अनेकदा घटना अकस्मात घडतात. तरीही सूक्ष्म शरीर परतून येऊ शकतं. पण तेव्हा आतली स्त्री कार्यरत असते, पुरुष कार्यरत असतो.

परतून येण्याची स्पष्ट विधी आहे का? कृपया यावर प्रकाश टाका.

या संबंधातही काही समजून घेण्यासारख्या गोष्टी आहेत. कारण साधारणपणे आम्हाला कल्पना नाही की, आमचा प्रत्येक स्पर्श चुंबकीय स्पर्श आहे. जेव्हा आम्ही प्रेमाने ओथंबून जाऊन कुणाला स्पर्श करतो, तर त्या स्पर्शातला फरक ज्याला स्पर्श

करतो, त्याला समजतो. जेव्हा तिरस्काराने कुणाला स्पर्श करतो, तेव्हाही समजतं. उपेक्षेने स्पर्श करतो, तेव्हाही समजतं. तिन्ही भावनांमध्ये आमचा चुंबकीय स्पर्श वेगवेगळ्या धारांनी प्रवाहित होतो. आणि मग पूर्ण मनाने, पूर्ण संकल्पाने हातावर स्वतःला केंद्रित केलं गेलं; तर चुंबकीय धारा तीव्र होतात, ज्याला मॉसमेसरने 'मॅग्नेटिक पॅसेज' म्हटलं आहे.

जर एखाद्या व्यक्तीला आम्ही नग्न झोपवलं, शरीराला स्पर्श न करता, चार इंच दुरून आपले दोन्ही हात तिच्या डोक्यावर धरलं आणि तितक्याच अंतरावरून आपले हात कंपित करत डोक्यापासून तिच्या पायांपर्यंत नेलं – असं पंधरा मिनिटं करत राहिलं; तर ती व्यक्ती अपरिसीम शांत आणि अपरिसीम निद्रेत जातो, जितकी निद्रा तिने कधीही अनुभवली नाही. स्पर्श करू नका. हातांनी केवळ विद्युत्धारा हवेत तयार करा, तसं समजा, की विद्युत्धारा वाहत आहेत – आणि दोन्ही हात डोक्यापासून पायांपर्यंत न्या.

एड्लुअस हक्सलेच्या पत्नीने एक अद्भुत घटना तिच्या जीवनचरित्रात लिहिली आहे. हक्सलेच्या पहिल्या पत्नीची आणि तिची भेट झाली. ती एक मानसशास्त्रज्ञ होती आणि हक्सले तिच्याशी चर्चा करण्यासाठी आला होता. तर ती त्याच्या घरी त्याचं मनोविश्लेषण करण्यासाठी गेली. हक्सलेला कोचावर झोपवून ती त्याच्याशी दोन तास बोलत राहिली. पण तिच्या लक्षात आलं की, हक्सले इतका बुद्धिमान होता की, त्याच्या मनातलं त्याला बोलायला लावणं कठीण होतं. ती जे जे काही सांगत होती, त्याहून जास्त तो जाणत होता. ज्या पुस्तकांबद्दल ती बोलत होती, हक्सलेने त्याहून जास्त वाचन केलं होतं. कठीण झालं. जो आजारी होता तो जास्त हुशार, जास्त शिकला-सवरलेला, जास्त बुद्धिमान होता. ती साधारण मनोचिकित्सक होती. ती मग घाबरली. गोष्ट पुढे जातच नव्हती.

ती त्रासली. अचानक तिला आठवलं की, जे तिने हक्सलेबद्दल ऐकलं होतं की, त्याला काही मॅग्नेटिक पॅसेजची माहिती होती. ती म्हणाली, ''तुम्हाला मॅग्नेटिक पॅसेजची काही माहिती आहे?'' हक्सले लगेचच उठून बसला. आत्तापर्यंत जबरदस्तीने तो उत्तरं देत होता, आता त्याची उत्सुकता निर्माण झाली. तो म्हणाला, ''तू झोप या कोचावर.'' ती झोपली. केवळ याचसाठी की, हक्सलेला काही करण्याची संधी मिळाली, तर तो थोडा रसपूर्ण होऊ शकेल. हक्सलेने तिच्या शरीरापासून पाच इंच लांबून पॅसेज दिले.

सरळ प्रक्रिया आहे. ती स्त्री अगदी शांत झाली. ती एक युक्ती होती की, हक्सलेला थोडं सक्रिय उत्सुक होऊ घ्यायची. ती उठली आणि तिने त्याला झोपायला सांगितलं.

मग ती आपल्या घरी निघून गेली. दोन दिवस गेले, पण तिची तंद्री भंगली नाही. तिचं उठणं, बसणं, चालणं – ते एका गुंगीत असल्यासारखं. अखंड, तिने हक्सलेच्या बायकोला फोन केला की, ती अगदी विचित्र अवस्थेत आहे, जेव्हापासून

ती त्यांच्याकडून आली. ती म्हणाली, ''पण हक्सलेने तुला उठवलं होतं.''

''त्याने नाही उठवलं. मीच उठून बसले होते.'' तर ती पत्नी ओरडली. हक्सलेला म्हणाली, ''तू लाराला उठवायचं विसरलास. ती अजूनही पेंगुळलेल्या अवस्थेत आहे.''

''मी तर उठवलं असतं, पण तीच आधी उठली आणि दुसऱ्याच गोष्टीत अडकली. मग मी विसरलो.''

ती जी शक्ती तिला दिली गेली, ती पुन्हा काढून घेतली गेली नाही, तर पुढले दोन दिवस तिचा पाठलाग करत राहिली. शक्ती घ्यायची असेल, तर वरून खालपर्यंत आणि घ्यायची असेल, परत तर खालून वरपर्यंत!

आणि शरीरातल्या काही जागा आहेत अतिशय संवेदनाक्षम, जिथून शक्ती त्वरित प्रवेश करते. जसं की आज्ञाचक्र, जे आपल्या दोन्ही डोळ्यांच्या मध्यभागी असतं. हा सर्वाधिक संवेदनाक्षम बिंदू आहे. डोळे बंद करून बसा आणि दुसऱ्या माणसाने जर दोन्ही डोळ्यांच्या मध्ये चार इंच दूर त्याचं बोट धरलं, तर तुम्हाला ते बोट दिसणार नाही, पण ते बोट आत दिसू लागेल. ते बोट तुम्हाला स्पर्श करत नाही, पण आत स्पर्श होण्यास सुरुवात होईल आणि आत चक्र फिरू लागेल. निद्रिस्त माणसाचंही चक्र सुरू होतं जर असं केलं तर. अतिशय सक्रिय बिंदू आहे हा.

दुसरा सक्रिय बिंदू ठीक आमच्या मानेमागे आहे. कधी लहान-मोठा प्रयोग करून बघा. तुम्ही रस्त्यावरून जात आहात. समोर चालणाऱ्या पाठमोऱ्या माणसाच्या मानेवर तुम्ही दोन्ही डोळे एकाग्र करा आणि त्याला आज्ञा करा की, मागे वळून बघ! तर दोन-तीन मिनिटांनी तुम्हाला तो घाबरून वळून बघताना दिसेल. तसंच त्याला डावीकडे अथवा उजवीकडे बघायला लावू शकता, त्याला एखाद्या गल्लीत, त्याला जायचं नसलं, तरीही जायला भाग पाडू शकता.

ज्या मुलांना चोरून नेतात, त्यांना चोरण्यासाठी त्यांचे हात-पाय बांधले जात नाहीत. त्यांच्या मानेवरच्या केंद्रावरच काम केलं जातं. गंमत म्हणजे हे करणारा माणूस त्या मुलांच्या मागे-पुढे असतो. तर असंही म्हणता येत नाही की, त्या मुलाला मागोमाग नेलं गेलं. तुम्ही पुढेच असता, पण सर्व आज्ञा मागून दिल्या जातात.

हे दोन बिंदू महत्त्वाचे आहेत. असे अजूनही बिंदू आहेत, पण त्याबद्दल न बोललेलं चांगलं. नाभी हाही एक बिंदू आहे.

जर कुणी व्यक्तीची चेतना बाहेर गेली असेल, तर तिला कुठे स्पर्श करायचा? साधारणत: त्या व्यक्तीच्या व्यक्तित्वाबद्दल आम्हाला थोडी माहिती हवी की, ती कोणत्या बिंदूवर जगते. जर ती कामुक असेल, तर तिच्या सेक्स सेंटरवर स्पर्श केल्यास त्वरित चेतना परतेल. भावुक असेल, तरच हृदयाला स्पर्श हवा.

लक्षात ठेवा, जेव्हा कुणी मरतं, तेव्हा त्याचे प्राण त्याच बिंदूतून जातात, जिथे

तो जगत असतो. आणि त्या व्यक्तीचा जो प्राण जाण्याचा बिंदू आहे, तोच बिंदू त्याच्या सूक्ष्म शरीराच्या प्रवेशाचा आहे. जसं कामुक व्यक्ती मेली, तर तिचे प्राण जननेंद्रियातूनच जातात. याचं संपूर्ण शास्त्र होतं आणि आहे. मृत व्यक्तीला बघून सांगता येतं की, आयुष्यभर ती कोणत्या बिंदूवर जगली. कारण ते सेंटर तुटून जातं.

आम्हाला माहीत आहे की, अजूनही आम्ही स्मशानात एक कृती करतो, जी समजण्यापलीकडची आहे. पण ती कोणत्यातरी समजुतीच्या क्षणी ठरवली गेली होती. स्मशानात आम्ही मेलेल्या माणसाचं कपाळ फोडतो. ते अशा ठिकाणी फोडतो, जिथे सहस्राकार आहे. जी व्यक्ती सहस्राकारातून मृत पावते, तिचं कपाळ मरताना फुटतं, प्राण तिथूनच जातात. अशा आशेने आम्ही कपाळ फोडतो की, व्यक्ती मृत पावली आहे, तिचे प्राण सहस्राकारातून जावेत. आम्ही कपाळ फोडत जात आहोत. ते तर आधीच निघून गेले आहेत, आता कपाळ फोडण्यात काही अर्थ नाही. पण ज्यांना परमस्थिती उपलब्ध झाली आहे, त्यांच्या कपाळावर छिद्र तयार होतं. मरताना ते प्राण तिथूनच जातात. हे अनुभवलं गेलं आहे.

जिथून आमचे प्राण जातात, त्याच ठिकाणी आमच्या जीवनाचा मध्य असतो. म्हणून या अशा मध्यावर स्पर्श करताक्षणी त्वरित सूक्ष्म शरीर परतून येतं. प्रत्येक व्यक्तीचा हा मध्य वेगवेगळा असतो. पण शंभरात नव्वद लोकांचा सेक्स सेंटर असणार, कारण पूर्ण जग कामुकतेने ग्रासलेलं आहे. म्हणून जर काहीही समजत नसेल, तर सेक्स सेंटरलाच प्रयोग-केंद्र समजायला हवं. जर हे सेंटर नसेल, तर जास्त संभावना आज्ञाचक्र असण्याची आहे. कारण जी माणसं अति बुद्धिमान आहेत, त्यांची सेक्सची ऊर्ज हळूहळू त्यांच्या बुद्धिमत्तेत बदलत जाते. हे दोन्ही जर नसेल, तर हृदयकेंद्र स्पर्शिलं जावं. जे ना जास्त कामुक आहेत, ना जास्त बुद्धिमान, ते भावुक असतात. ही तिन्ही सामान्य केंद्रं आहेत. मग असामान्य केंद्रंही आहे. पण अशा तऱ्हेची असामान्य माणसं फार कमी आहेत.

हे स्पर्शही दोन-तीन गोष्टी लक्षात ठेवून घ्यायला हवेत. जर स्पर्श देणारी व्यक्ती स्वत: एखाद्या विशिष्ट केंद्राशी बांधील असेल, तर फार विचार करायला हवा. समजा एखादी अशी व्यक्ती जिचं आज्ञाचक्र सक्रिय आहे, ती कुणाच्या हृदयचक्राला स्पर्शिति, तर फार कमी प्रभावित करू शकेल. या सगळ्या विज्ञानाच्या गोष्टी आहेत. या सर्व प्रयोगांकरता, सात शरीरांच्या अनुभवाकरता, शरीराच्या बहियंत्रिसाठी व्यक्तिगत प्रयोग नेहमी धोकादायक आहेत. हे प्रयोग आश्रमात करणं योग्य आहे. जिथे अजूनही काही माणसं आहेत, जी हे प्रयोग समजू शकतात. सहयोगी होऊ शकतात.

म्हणून ज्या संन्यासिनींनी परिभ्रमण करण्याचं निश्चित केलं, त्या संन्यासिनींचं सातचक्र, सात शरीर सर्व हरवलं; कारण परिभ्रमण करणाऱ्या संन्यासिनी, संन्यासी याचा प्रयोग करू शकत नाहीत. म्हणून जिथे आश्रम होते, तिथे हे प्रयोग मोठ्या

प्रमाणात केले गेले.

उदाहरणार्थ, युरोपमध्ये एक मॉनेस्ट्री आहे, जिथे आजपर्यंत एकाही पुरुषाने प्रवेश केलेला नाही. चौदा वर्षांपूर्वीची मॉनेस्ट्री आहे; जिथे केवळ स्त्रिया, साध्वी आहेत. जी स्त्री तिथे एकदा प्रवेश करते, मग ती बाहेर पडू शकत नाही. तिचं नाव नागरिकांमधून काढून टाकलं जातं, कारण ती मेल्यात जमा होते. तिचा आता जगाशी काहीही संबंध नाही. अशीच एक मॉनेस्ट्री पुरुषांचीही आहे, जिथे स्त्रीने कधीही प्रवेश केलेला नाही.

या दोन्ही मॉनेस्ट्री अगदी जवळजवळ आहेत. जर कधी कुणा साधकाचा आत्मा बाहेर गेला, तर त्याला स्त्रीच्या स्पर्शाची गरज नाही. केवळ स्त्रियांच्या मॉनेस्ट्रीच्या भिंतीजवळ त्याला ठेवलं जातं. कारण ती पूर्ण चार्ज्ड आहे. हा संकल्प की, दोन्ही मॉनेस्ट्रीमध्ये स्त्री आणि पुरुष कधीही गेले नाहीत, एकमेकांच्या मॉनेस्ट्रीत, हा संकल्प साधारण नाही. हा असाधारण संकल्प आहे. परतीचा रस्ता नाही.

अशा मॉनेस्ट्रीत जे गुप्ततम विज्ञान होतं, ते विकसित होऊ शकलं. कारण इथे प्रयोगांसाठी सुविधा होती. तांत्रिकांनीही अशी सोय केली होती, पण ते हळूहळू नष्ट झालं. तांत्रिक नष्ट होण्यास आम्ही जबाबदार आहोत. कारण या देशात नैतिकतेचे जे गैरसमज मोठ्या प्रमाणात भरले गेले आहेत, त्यांनी तांत्रिकांना अनैतिक सिद्ध केलं.

स्वभावत: एखाद्या नग्न स्त्रीची मॉनेस्ट्रीमध्ये जर पूजा झाली, तर बाहेर जो नैतिक माणूस आहे, तो त्यामुळे विचलित होईल. असं समजलं की, मॉनेस्ट्रीत बाहेर एक कुमारिका नग्न बसते आणि बाकी साधक तिची पूजा करतात, तर ही धोकादायक गोष्ट आहे. बाहेरचा माणूस एका नग्न स्त्रीबाबत जे विचार करतो, तेच तो करू शकतो.

स्वभावत: आम्ही आमच्या देशातल्या असंख्य मॉनेस्ट्रीज् नष्ट केल्या, खूपसं शास्त्र नष्ट केलं. एकट्या राजा भोजने एक लाख तांत्रिकांची हत्या केली. सामूहिकतेने. कारण ते काही प्रयोग करत होते; ज्यामुळे या देशातलं संपूर्ण पौरोहित्य, पांडित्य, तथाकथित नैतिकता सर्वच्या सर्व नष्ट झालं असतं. त्यांचे प्रयोग जर योग्य होते, तर आमची संपूर्ण नैतिकता चुकीची आहे.

कारण तांत्रिकांचा असा अनुभव होता की, नग्न स्त्रीसमोर कुणी पूजाभावनेने विशेष प्रक्रिया केली, तर तो स्त्रीपासून कायमची मुक्तता मिळवतो आणि जर कुणी नग्न पुरुषासमोर पूजाभावनेने विशेष प्रक्रिया केली, तर ती स्त्री पुरुषापासून कायमची मुक्तता मिळवते.

प्रत्यक्षात ही स्त्री आणि पुरुष यांमध्ये असलेल्या चुंबकीय शक्तीला बांधून टाकण्याची व्यवस्था आहे. जर एका नग्न स्त्रीसमोर कुणी पुरुष तिला पूजाभावनेने बघण्यात समर्थ ठरत असेल, तर ही सामान्य गोष्ट नाही. तिचा भोग घेणं ही भावना आम्हाला निसर्गाने दिली आहे. पण जर तो समर्थ ठरला, तर त्याचा विद्युत्प्रवाह जो बाहेरच्या स्त्रीपाशी

प्रवाहित होत असतो, तो त्याच्या आतल्या स्त्रीपाशी प्रवाहित होऊ लागतो. जे स्त्रीचं आकर्षण होतं, ते संपुष्टात आलं. आता ती आई, देवी –पूजनीय झाली. तिच्याकडे प्रवाहित होणारी ऊर्जा कुठे गेली मग? ऊर्जा नष्ट होत नाही. तिची प्रवाहाची दिशा बदलते. शक्ती नष्ट होत नाही, मार्ग बदलतो आणि मग आतल्या स्त्रीशी मीलन होतं. मग या मीलनानंतर बाहेरच्या स्त्रीशी मीलनाचं प्रयोजन राहत नाही.

या नग्न स्त्रीला पूज्यभावनेने बघण्याची विशेष प्रक्रिया होती, मनोदशा होती, विशेष ध्यानाचे प्रयोग होते, विशेष मंत्र, विशेष तंत्र होते. ही तशीच वैज्ञानिक व्यवस्था होती, जसं विज्ञान आज लॅबोरेटरीमध्ये करत आहे.

आम्ही सर्वांनी हे ऐकलं आहे की, हायड्रोजन आणि ऑक्सिजन जर एकत्र आले, तर पाणी बनतं. पण तुम्ही तुमच्या घरात हायड्रोजन आणि ऑक्सिजन यांचा साठा करा. पण ते पाणी बनणार नाहीत. हायड्रोजन आणि ऑक्सिजन यांचं पाणी होण्यासाठी अतिशय मोठ्या व्होल्टेजमध्ये विद्युत्प्रवाह असणं गरजेचं आहे. तेव्हाच ते एकमेकांत मिसळू शकतात आणि पाणी तयार होतं.

आपल्या पुस्तकात जर केवळ एवढंच लिहिलं असेल – दुर्भाग्य असेल ते – आणि तसं लिहू शकतातही की, हायड्रोजन आणि ऑक्सिजन मिसळल्याने पाणी बनतं. तर आम्ही पाणी बनवू शकणार नाही. आता आमच्या तंत्रपुस्तकात केवळ इतकंच लिहिलं गेलं आहे की, नग्न स्त्रियांना पूजाभावनेने पूजलं गेलं, की व्यक्तीची ऊर्जा आत वाहते. पण आम्हाला हे माहीत नाही की, अजूनही काही विद्युत – अजूनही काही तजवीज मध्ये करायला हवी. हे आपण जरा बघू या.

तिबेटमधल्या मंत्राला तुम्ही ऐकलं असेल – 'ॐ मणि पद्मे हुम.' जर हा मंत्र पूर्णपणे तुम्ही जपत राहिलात : ॐ उच्चारल्यावर तुम्हाला जाणवेल की, यात शरीरातले काही भाग समाविष्ट झाले आहेत. मणि – शरीराचा अजून काही खालचा भाग समाविष्ट होत आहे. ॐ जसा गळ्याच्या वरच्या भागात घुमत राहतो, मणि – हृदयापर्यंत जातो, पद्मे – नाभीपर्यंत जातो, हुम – सेक्स सेंटरपाशी जातो. या शब्दांचा उच्चार केल्यानंतर जाणवतं की, शरीराच्या वेगवेगळ्या स्तरांपर्यंत त्यांचा प्रवेश होतो. जर 'हुम' या शब्दाचा जास्त प्रयोग – उच्चार केला, तर सेक्स सेंटर जे आहे, त्याचा बाहेरचा प्रवास बंद होऊन जातो. इतका आघात होतो हुमचा. माणसाची कामुकता नष्ट होते.

अशा बऱ्याच प्रक्रिया होत्या, ज्या नग्न स्त्रीसमोर कराव्या लागत होत्या. आणि पुरुषही जर नग्न उभा राहिला आणि साधकही हे सर्व बघत असेल; तर अगदी सहजतेने ओळखता येतं की, परिणाम होतो आहे की नाही. स्त्रीची कामयंत्र व्यवस्था शरीराच्या आतल्या भागात लपलेली आहे. म्हणून तिला बघून हे समजू शकत नाही की, ती कामुक आहे की नाही. पण पुरुषाला बघून लगेचच समजतं. महावीरांनी ज्या साधूंना नग्न होण्याची आज्ञा दिली होती, ते केवळ असेच साधू होते, ज्यांनी हुमचा खोलवर प्रयोग

केला होता. आता त्यांची झोपतानाही जननेंद्रियं प्रभावित होऊ शकत नव्हती.

असा पुरुष सापडणं सर्वसाधारणपणे कठीण आहे, ज्याला रात्री निद्रेत दोन-चार वेळा इरेक्शन होत नाही. त्याला ते समजत असो अथवा नसो. जेव्हा स्वप्न कामकेंद्राच्या जवळपास जातात, तो प्रभावित होतो. स्वप्नं जर प्रभावित करू शकतात, तर शब्दही प्रभावित करू शकतात, चित्रंही प्रभावित करू शकतात. स्वप्नं काय आहेत?

तर सर्व तयारी आहे. त्या तयारीत रूपांतरणाची व्यवस्था आहे. ऊर्जा अंतर्मुखी असू शकते. जर... असं विचारलं जाऊ शकतं की, जिथे पुरुष नग्न अवस्थेत उभा आहे आणि स्त्रिया पूजा करून आहेत; अशी सोय, व्यवस्था नव्हती का?

हेही जरा समजून घेण्यासारखं आहे. अशी कोणतीही तांत्रिक व्यवस्था नव्हती, कारण ते अनावश्यक आहे. कारण जेव्हा पुरुषांच्या मनात स्त्रीबद्दल आकर्षण निर्माण होतं, तेव्हा तो तिला नग्न करू इच्छितो. स्त्री असं करू इच्छित नाही. ती तसं बघू इच्छित नाही.

म्हणून संभोगाच्या क्षणी शंभरात नव्व्याण्णव स्त्रिया डोळे बंद करून घेतात. पुरुष डोळे उघडे ठेवतात. एखाद्या स्त्रीचं चुंबन जरी घेतलं, तरी तिचे डोळे मिटतात. कारण ती हा क्षण साठवून ठेवू इच्छिते.

याच कारणाने पुरुषांनी नग्न स्त्रियांचे इतके पुतळे, शिल्पं, चित्रं, सिनेमे-कथा लिहिल्या, बनवल्या; पण स्त्रियांनी नग्न पुरुषामध्ये कधी उत्सुकता दाखवली नाही. म्हणून पुरुषांमधल्या परिवर्तनाचं कारण नग्न स्त्री बनू शकते. पण स्त्रीचं परिवर्तन दुसऱ्या पद्धतीने होतं.

हे लक्षात घ्यायला हवं की, स्त्रीचा सेक्स हा आक्रमक नाही. कोणतीही स्त्री आक्रमण करू शकत नाही. ती स्वत: कुणाला सांगत नाही की, माझं तुझ्यावर प्रेम आहे. हेही आक्रमणच. आणि कुणी पुरुष स्त्रीला जर सांगत असेल की, तो तिच्यावर प्रेम करतो; तर तिचा होकारही सरळ नसतो. ती नकार देईल. पण त्या नकारातून होकार समजतो.

एका स्त्रीला कामभावनेत नेण्यासाठी पुरुषाला तिला दीक्षा द्यावी लागते. जर एक पुरुष एका नग्न स्त्रीला बघून जर कामुक होत नसेल, आपल्या आतल्या ऊर्जेत जर विलीन होत असेल, तर ही घटना त्या स्त्रीसाठी बहुमूल्य ठरते. त्या पुरुषाची आतली ऊर्जा त्याच्या ऊर्जेला आत जाण्यासाठी सहयोगी ठरते. जसं पुरुष स्त्रीला कामुकतेच्या मार्गावर नेतो, तसंच जर पुरुष स्त्रीच्या समक्ष अकामच्या दिशेने गतिमान झाला, तरीही तो अकामच्या दिशेने दीक्षा देतो. म्हणून दुसऱ्या व्यवस्थेचा शोध घेतला गेला नाही.

कोही स्त्रिया पुरुष स्वभावाच्या असतात, त्यांची स्थिती काय असते?
ही गोष्ट शक्य आहे आणि त्याला कारणही आहे. जेव्हा आम्ही म्हणतो की,

पुरुष आहे हा आणि ही स्त्री आहे; तर हे योग्य नाही. प्रत्यक्षात कोणीही केवळ पुरुष नसतो आणि कोणीही केवळ स्त्री नसते. पुरुष-स्त्री होणं हे मात्रेचं गणित आहे.

एक मूल जेव्हा आईच्या पोटात असतं, तर काही काळापुरतं ते दोन्ही असतं. मग हळूहळू ते स्त्री अथवा पुरुष होण्यासाठी गतिमान होतं. हे गतिमान होणं केवळ एका मात्रेच्या फरकाने असतं. जेव्हा आम्ही म्हणतो पुरुष – तेव्हा तो साठ टक्के पुरुष आणि चाळीस टक्के स्त्री असतो. सत्तर, नव्वद टक्के पुरुष – तीन-दहा टक्के स्त्री! जेव्हा आम्ही एखाद्या स्त्रीला स्त्री म्हणतो, तर याचा अर्थ तिचं स्त्रीत्व हे पुरुषत्वापेक्षा जास्त प्रबळ आहे.

कधीकधी हे प्रमाण एकावन्न, एकोणपन्नास अशा टक्क्यांमध्येही असतं. अगदी कमी अंतर! असा पुरुष स्त्री वाटतो. तसंच स्त्रीच्या संदर्भातही होतं. ती पुरुषी वाटते. अशा स्त्रीला कुणी पुरुष भेटला, तर ती त्याच्यावर हुकमत गाजवेल.

अशा वेळी भाषेची गल्लत होते. स्त्रीला पुरुष म्हणायला हवं आणि पुरुषाला स्त्री. कारण जो हुकमत गाजवतो, तो मालक असतो. पती होणं हे एक पद आहे. ती स्त्रीही असू शकते, तो पुरुषही असू शकतो. पत्नी होणं हेही एक फंक्शन आहे. त्यात पुरुषही असू शकतो, स्त्रीही असू शकते. बरेच पुरुष पत्नीच्या लायकीवर जगतात. खूपशा स्त्रिया पतीच्या लायकीवर जगतात.

हे जे जगण्याचं कारण आहे, हे परसेंटेज आहे त्यांच्या व्यक्तित्वाचं. आणि म्हणून कधीतरी असं होतं की, पुरुष एखाद्या आजारात, काही कारणाने स्त्री होतो, एखादी स्त्री पुरुष होते.

लंडनमध्ये एक मोठी केस चालू होती कोर्टात. एका मुलीने लग्न केलं आणि लग्न झाल्यानंतर ती पुरुष झाली. केस ही होती की, ती पुरुष असूनही तिने लग्न करून धोका दिला. तिला हे सिद्ध करायला अवघड गेलं की, ती लग्नापर्यंत मुलगीच होती. पण मेडिकल सायन्सने हे सिद्ध केलं की, ती मुलगीच होती. अगदी सीमेवर होती, जिथून एक पाऊल उचललं, तर मुलगा होईल. ते एक पाऊल पुढे पडलं.

आता हे मेडिकल सायन्सद्वारे सहजसाध्य झालं आहे की, कुणा पुरुषाला स्त्री व्हायचं असेल, अथवा कुणा स्त्रीला पुरुष, तर ते शक्य आहे. हे सुखदही आहे. कारण एकच रोल निभावून माणूस दमतो.

म्हणून ज्या स्त्रियांमधे पुरुषतत्त्व जास्त आहे, त्या हुकमत गाजवणाऱ्या होतात आणि म्हणून नेहमी दुःखी राहतात. कारण हे डॉमिनेशन स्त्री होण्याच्या विरुद्ध आहे. साधारणपणे स्त्रियांना असेच पुरुष हवे असतात, जे त्यांच्यावर दबाव टाकतात. आणि अशा स्त्रियांना तसे पुरुष मिळत नाहीत. आणि पुरुषांचं सुख स्त्रीच्या समर्पणात असतं. जर पुरुष स्वतःच स्त्रीला समर्पित करत असेल, तर त्या स्त्रीला तृप्तता प्राप्त होत नाही.

खरंतर स्त्री-पुरुषांमध्ये अंतर असायला हवं. पण आम्ही जी व्यवस्था विकसित

केली आहे, त्यामुळे हे अंतर हळूहळू कमी होत चाललं आहे. बरीच माणसं सीमारेषेवर उभी आहेत. सभ्यतेमुळे असं झालं आहे. सभ्यतेमुळे स्त्री आणि पुरुष यांची भूमिका जवळजवळ एकसारखी होत चालली आहे. त्याने नुकसान होत आहे. त्यामुळे स्त्रीचं स्त्रीत्व आणि पुरुषाचं पुरुषत्व कमी होत आहे. खरंतर त्या दोघांचं दोन टोकांवर असणं आवश्यक आहे. पुरुषात नव्व्याण्णव टक्के पुरुष आणि एक टक्का स्त्री, आणि स्त्रीत हवी नव्व्याण्णव टक्के स्त्री आणि एक टक्का पुरुष! एक टक्का असणं अपरिहार्य आहे. यासाठी त्यांच्या शरीराकरता वेगळे व्यायाम हवेत, त्यांच्या जेवणात थोडा फरक हवा, त्यांचं शिक्षण भिन्न भिन्न हवं, त्यासाठी जीवनाचं अनुशासनच भिन्न असायला हवं. तेव्हा आम्ही दोघांना दोन खांबांप्रमाणे उभं करू शकू.

ज्या दिवशी माणसाला समज येईल, त्या दिवशी आपली अशी इच्छा राहणार नाही की, स्त्री पुरुषासारखी व्हावी आणि पुरुषाने स्त्रीसारखं व्हावं. दोघांमध्ये मोठं अंतर असावं. कारण जितकं अंतर, तितकं जास्त आकर्षण. जितकं अंतर, तितका रस; तितकं मीलनाचं सुख. अंतर जितकं कमी, मीलनात सुख नाही.

पण असं घडलं आहे. पुरुष सभ्य होता होता कमनीय झाला. कारण ना तो लढाईत भाग घेत, ना तो शेतात राबत, ना जंगली श्वापदांशी झुंज देत, ना तो दगड फोडत असत. तर त्याचं स्त्रैण व्यक्तित्व होण्यास सुरुवात झाली. त्याचे मसल्स हरवले, पुरुष असण्याचं पौरुषत्व त्याने हरवलं.

स्त्री पुरुषाच्या जवळ येत चालली आहे. पुरुषासारखीच शिक्षा तिला मिळते आहे. पुरुषांसाठी समाजाने जो साचा तयार केला आहे, त्यात तिला जर यशस्वी व्हायचं असेल, तर पुरुषाशी सामना करावा लागतो, पुरुषांची कामं करावी लागतात. ती नाममात्र स्त्री राहते. जीवशास्त्राप्रमाणे जे स्त्रीत्व आहे, त्याच्या विरोधात वागावं लागतं. सर्वार्थाने ती पुरुष होते. इथे पुरुष कमनीय होत चालला आहे आणि स्त्री पुरुष होत चालली आहे.

याचे घातक परिणाम झाले आहेत. सर्वांत मोठा घातक परिणाम म्हणजे कोणत्याही स्त्रीला कोणताही पुरुष तृप्त करू शकत नाही. अतृप्ततेचा दाह चोवीस तास घेरून राहतो. आणि हे तोपर्यंत होत राहणार, जोपर्यंत आम्ही स्त्री आणि पुरुष यांना समोरासमोर उभं करत नाही. असं व्हायला हवं आहे, पण होत नाहीये. ही गोष्ट रुग्ण आहे.

हे जे स्त्रीचं पुरुषात अथवा पुरुषाचं स्त्रीत रूपांतरण आहे, यासाठी आम्ही कुणाला परवर्ट नाही म्हणू शकत, जर ते नैसर्गिक असेल तर. सोशल कंडिशन्स बदलून जी स्त्री पुरुष होत आहे, अथवा पुरुष स्त्री होत आहे; त्याबद्दल मी काही म्हणत नाही, पण मेडिकली त्याच्या आत जी संरचना काम करते, त्याच्यात जो एक टक्का बदल करतो, त्यासाठी आम्ही परवर्टेड या शब्दाचा उपयोग नाही करू शकत...!

– नाही नाही – नाही करायचा. अजिबातच नाही करायचा...

पण अनेक जण असंच म्हणतात, परवर्टेड.

– नाही, परवर्ट म्हणायचा प्रश्नच उद्भवत नाही. ही केवळ दुर्घटना आहे आणि त्यातून वाचण्यासाठीचे प्रयत्न करायला हवेत. आणि ज्याच्या संदर्भात ही दुर्घटना घडते – तो दयेला पात्र आहे. परवर्ट या शब्दासाठी नाही, ही तर शिवी झाली. ना ती चूक आहे आणि ती सुधारण्याचे आमचे प्रयत्न म्हणजे वेडेपणा आहे, तोपर्यंत जोपर्यंत आम्ही त्याच्या संपूर्ण व्यक्तित्वाला गुणात्मक रूपात स्त्री बनवण्याची काळजी करत नाही, जी करता येऊ शकते अगदी सहजतेने. थोडी हार्मोन्सची इंजेक्शन्स घ्या, स्त्री पुरुष होते, पुरुष स्त्री होतो. पण आम्ही त्या दिशेने विचार करत नाही आहोत.

जर एक पत्नी पतीला ओरडत असेल, सतावत असेल, मालकी हक्क गाजवत असेल; तर तो असा विचार कधीही करत नाही की, तिला डॉक्टरला दाखवण्याची गरज आहे. त्याला वाटतं, कुणा साधूमहाराजांकडे नेऊन तिला समजवावं. तिला काही समजवण्याची गरज नाही आहे, तिला स्त्री बनवू शकतील अशा हार्मोन्सची गरज आहे. आणि असे हार्मोन्स देता येतात. जर एखादा पुरुष स्त्रीत्वाकडे झुकलेला असेल, तर त्याला तशा तऱ्हेची चिकित्सेची गरज आहे, जशी चिकित्सा इतर बाबतीत केली जाते.

भगवान श्री, एकदा तेजस शरीर बाहेर पडलं की, ते पूर्ण तऱ्हेने योग्य असं पुन्हा आत प्रविष्ट होऊ शकत नाही. त्यांच्यातला ताळमेळ आणि सामंजस्य बिघडतं. म्हणून योगी नेहमीच रुग्ण राहिले आहेत, लहान वयात मृत पावतात. असामंजस्य न होण्यासाठी काय काय तयारी करावी लागते? रुग्णतेची संभावना कमी करता येईल का? हे कसं शक्य होईल?

शरीराची जी प्राकृतिक व्यवस्था आहे, जसं आमचं सूक्ष्म शरीर बाहेर जातं, त्याच्या प्राकृतिकतेमध्ये व्यवधान पडणारच. ही घटना प्राकृतिक नाही, प्रकृतीच्या पलीकडची आहे. तर जेव्हा काही निसर्गाच्या विरुद्ध, त्याहूनही जास्त अशी घटना घडते, पलीकडची घटना, तर ताळमेळ अस्ताव्यस्त होणारच.

त्यातून वाचायचं असेल, तर बरीच तयारी करावी लागते. योगासनं त्यासाठी खूप मदत करतात. मुद्रा मदत करतात. हठयोगाच्या सर्व प्रक्रिया त्या दिशेने सहकार्य देतात. तर शरीराला इतकी मोठी अनैसर्गिक घटना झेलण्यासाठी योग्य लोहतत्त्व देणं आवश्यक आहे. मग साधारण शरीर नको, असाधारण शरीर हवं.

आता जसं राममूर्तींकडे एक शरीर होतं. त्यांच्या आणि आमच्या शरीरात मूळत: काहीही फरक नाही. पण त्यांच्या शरीराची एक युक्ती त्यांना माहीत होती. ती साध्य झाली. जे आपणही रोज बघतो, पण आम्हाला तसं कधी सुचलं नाही. एखाद्या मोटारीच्या टायरमध्ये ठराविक प्रमाणात हवा भरली की, ते टायर वजन

खेचतं. हवा कमी केली, तर वजन खेचू शकत नाही. एक विशिष्ट प्रमाण हवं हवेचं, वजन वाहून न्यायला!

तर प्राणायाम करताना, एक विशिष्ट प्राणायाम, की ज्यात छातीत इतकी हवा भरली जाते, की त्यावर हत्ती उभा राहू शकतो. तेव्हा छाती टायरसारखं काम करते. एका हत्तीचं वजन सहन करण्यासाठी किती हवा फुप्फुसात भरून घ्यायला हवी, याची नीट माहिती हवी, तर कठीण नाही. राममूर्तींची छाती एखाद्या मजबूत लोखंडाने बनलेली नाही. आपल्यासारखीच आहे. पण ते ठरावीक प्रमाणात हवा साठवून घेतात छातीत. तितक्या हवेमुळे सर्व ठीक होतं.

आता एका नवीन गाडीचा शोध केला जात आहे, जी जमिनीपासून चार फूट उंचावरून चालेल, टायरची आवश्यकता नाही. जी सोय आहे, ती इतकीच की, तिचा वेग इतका जास्त असेल, की खालून जो वारा वाहेल, तो इतकी आवर्तनं घेईल, त्यावर ती गाडी तरंगेल, चालेल. जास्त वेगात ती गाडी जर गेली, वरची हवा कापली जाईल आणि खालची हवा चार फुटांची एक पट्टी तयार करेल. तिच्या वेगामुळे.

जशी तुम्ही बोट चालवता पाण्यात अगदी जोरात, तर बोटीच्या मागे एक खड्डा तयार होतो पाण्यात. तो खड्डाच खरंतर बोटीला पुढे ढकलत असतो. जर पाण्याला युक्ती सुचली आणि खड्डा नाही बनला, तर बोट चालणार नाही. त्या खड्ड्याला भरून काढायला आजूबाजूचं पाणी धावतं. त्या कारणाने बोटीला धक्का बसतो, ती पुढे जाते. संपूर्ण वेळ हेच चालू असतं.

हठयोगाने बऱ्याचशा प्रक्रियांचा शोध लावला आहे, ज्या शरीराला एक विशिष्ट आकार देतात. त्यामुळे फरक पडतो. म्हणून हठयोगी दीर्घायुषी असतात. साधारण राजयोगी लवकर मरतात. विवेकानंद, शंकराचार्य... पण हठयोगी नाही मरत. त्याचं कारण आहे. घटना घडायच्या अगोदरच त्यांनी शरीराची तशी तयारी केली असते. शरीर अप्राकृतिक स्थिती झेलण्यास तयार असतं.

म्हणून हठयोगी अनेक अप्राकृतिक प्रक्रिया करतात. ऐन उन्हाळ्यात ब्लॅकेट ओढून बसतात. सूफी फकीर अंगावर ब्लॅकेट घेऊन हिंडतात. 'सूफ'चा अर्थ ऊन. आणि जो माणूस नेहमी ऊन घेऊन हिंडतो, त्याला 'सूफी' म्हणतात. याहून दुसरा अर्थ नाही सूफीचा. तर अरब देशात जिथे आग बरसत असते, सर्व सूफी फकीर ब्लॅकेट ओढून घेतात अंगावर, फिरतात तसेच. ते आपल्या शरीराला तशी सवय घडवतात, जेव्हा सर्वत्र उन्हाच्या प्रखर धारा बरसत असतात. कुठेही हिरवळ ही नसते. तिबेटमध्ये एक लामा नग्न बसतो बर्फावर. आणि तुम्हाला त्याला बघून आश्चर्य वाटेल की, एवढ्या बर्फातही त्याच्या अंगातून घाम निथळत असतो. या दोन्ही अनैसर्गिक तऱ्हा आहेत, ज्यांची तयारी हठयोगी करतात.

अशा अनेक तऱ्हा आहेत अनैसर्गिक, ज्यांच्यातून जर प्रवास घडला, तर त्या

अनैसर्गिक घटना झेलण्यास माणूस समर्थ होतो. मग शरीराची हानी होत नाही.

पण अशी तयारी होण्यासाठी वर्षानुवर्षे जावी लागतात. मग राजयोगाने ठरवलं की, इतकी वर्ष शरीराची काळजी घेण्याची आवश्यकताच नाही. कारण त्याची चाळीस-पन्नास वर्ष या तयारीसाठी खर्च होतात. मग त्याचा फायदा काय? म्हणून हठयोग काहीसा मागे पडला.

म्हणून शंकराचार्य तेहतिसाव्या वर्षी मरण पावले. कारण शरीर वाचवण्याची त्यांना आवश्यकताही वाटली नाही. आणि पस्तीस वर्ष त्या शरीराला जपण्यासाठी मेहनत करावी लागते, त्यामुळे जर पस्तीस वर्ष पुढली वाचतात, तर हा हिशोब फायद्याचा नाही.

समजा, मी पंधरा वर्ष मेहनत करतो वयाच्या पन्नासाव्या वर्षापर्यंत, तर माझी पस्तीस वर्ष तर वाया गेली. आणि मग मी पस्तीस वर्ष अजून जगलो, तर हिशोब तोच झाला. काही अर्थ नाही.

म्हणून हळूहळू हठयोग मागे पडत गेला. पण मला असं वाटतं की, भविष्यात विज्ञानाची मदत घेऊन प्रक्रिया जर केल्या गेल्या, तर हठयोग परतून येईल. कारण मग पस्तीस वर्ष लागणार नाहीत. विज्ञानाचा जर पूर्णपणे उपयोग करून घेतला, तर वेळ वाया जाणार नाही. पण वैज्ञानिक हठयोग सुरू व्हायला, निर्माण व्हायला वेळ लागेल आणि तोही भारतात निर्माण होणार नाही, परदेशात होईल, असं मला वाटतं. कारण आमची कुठलीच वैज्ञानिक स्थिती नाहीये.

वेळ वाचवता येईल, पण वाचवण्याचं विशेष काही प्रयोजन नाहीये. काही निवडक स्थितींमध्येच वेळ वाचवण्यात अर्थ आहे. हठयोग म्हणूनच आजही महत्त्वाचा ठरतो. शंकराचार्य जर खरंच अजून पस्तीस वर्ष जगले असते, तर इतरांसाठी उपयुक्त ठरलं असतं. याच कारणाने हठयोग पुन्हा येऊ शकतो.

शरीराची रचना तुटली – हे अगदी गाडीच्या इंजिनासारखं आहे. एकदा का इंजीन मोडून पुन्हा जोडलं, तर त्याचं आयुष्य कमी होतं, जरी ते योग्य रीतीने जोडलं असलं तरीही. शरीराचंही तसंच आहे, आयुष्य कमी होतं. अगदी पहिल्यासारखी रचना नाही होऊ शकत पुन्हा. किंचित फरक येतोच.

शिवाय आपल्या शरीरातली काही तत्त्वं अशी आहेत, जी फार पटकन मरतात, काही तत्त्वं बराच काळ जगतात आणि काही तर माणूस मेला, तरीही जिवंत राहतात. स्मशानातही प्रेताची नखं वाढत राहतात. माणसाला पुरलं जातं, तरी त्याचे केस वाढत राहतात. त्यांना मरायला बराच काळ लागतो.

जेव्हा शरीर मरतं, तर त्याच्याबरोबर अनेक मृत्यू घडतात. खरंतर शरीरात अनेक अशा गोष्टी आहेत, ज्या आपोआप घडतात, त्यासाठी आत्म्याची आवश्यकता नाही. जसं मी इथे बसलो आहे, बोलतो आहे. मी जर इथून बाहेर गेलो, तर माझं

बोलणं बंद होईल, पण पंखा चालू राहील. कारण पंख्याला त्याचं ऑटोमॅटिक बटण आहे. त्याचं माझ्या अस्तित्वाशी काहीही देणं-घेणं नाही.

तर आमच्या शरीरातही दोन सोयी आहेत. एक सोय जी आमची चेतना जशी निघून जाते, तशी संपून जाते. आणि दुसरी सोय, आमची चेतना निघून गेल्यानंतरही काही काळ कार्यरत राहते. जसे केस, नखं. माणूस जिवंत नाही, हे समजायला त्यांना वेळ लागतो. दोन्ही गोष्टी वाढत राहतात. जेव्हा त्यांना समजतं की, अरे, हा माणूस तर मेला, आता आपल्याला वाढण्याची आवश्यकता नाही; मग ते त्याचं कार्य थांबवतात. काही तत्त्वं लगेचच, सेकंदातच मरतात.

समजा कुणाला हार्टऑटॅक आला आहे. जो माणूस हार्टऑटॅकमुळे मरतो, जर सहा सेकंदात त्या हृदयाला मदत मिळाली, तर तो माणूस वाचू शकतो. कारण हार्टऑटॅक मृत्यू नाही, स्ट्रक्चर चूक आहे. पण सहा सेकंदांतून जर अधिक काळ गेला, तर काही तत्त्वं संपून जातात, ज्यांना पुन्हा जिवंत करता येत नाही. जशी आमच्या मेंदूमधील नाजूक बाबी, ज्या लगेचच मरतात.

तर जर तेजस शरीर फार काळ बाहेर राहिलं, तर त्या शरीराची जपणूक करणं अगदी आवश्यक आहे. नाही तर त्यातले काही भाग मरून जातील. तसं तर तुम्ही जाणू शकत नाही की, किती काळ तेजस शरीर बाहेर राहिलं, कारण दोघांच्या काळाचं गणित वेगवेगळं आहे. जसं की, माझं तेजस सूक्ष्म शरीर बाहेर गेलं, तर मला वाटेल की, मी वर्षभर बाहेर राहिलो आणि जेव्हा परतून येईन, तर मला दिसेल की, घड्याळातला केवळ एक सेकंद काळ गेला. गणित वेगळं आहे काळाचं.

जशी एखाद्याला डुलकी लागते आणि त्यात तो स्वप्न बघतो की, त्याचं लग्न ठरत होतं, त्याला मुलं होतात. जाग आल्यावर तो सांगतो की, मी इतकं मोठं स्वप्न बघितलं. आपण सांगतो की, तुला केवळ मिनिटभरच झोप लागली होती. एका मिनिटांत इतकं मोठं स्वप्न कसं असू शकेल?

वेळेचं गणित वेगळं आहे. एका मिनिटांत इतकं मोठं स्वप्न असू शकतं. कारण स्वप्नाचा जो काळ आहे, तो आमच्या जागेपणातल्या काळापेक्षा वेगळा आहे, जलद आहे. तसंच सूक्ष्म शरीराचं आहे.

हे शरीर सुरक्षित ठेवणं अतिशय महत्त्वाचं आहे. जर हे शरीर सुरक्षित ठेवण्याचे सर्व उपाय साधले गेले, तर सूक्ष्म शरीर बराच काळ बाहेर राहू शकतं.

शंकराचार्यांच्या आयुष्यातली एक घटना समजून घेण्यासारखी आहे. आमच्या वेळेप्रमाणे ते सहा महिने शरीरापासून बाहेर राहिले. तेजस शरीराच्या हिशोबाने वेळ-काळ मोजणं म्हणजे... गणितच नाही. एक स्त्री त्यांना त्रासदायक ठरली. श्री. मंडनांशी तिचा वाद झाला. ते हरले. पण त्यांच्या पत्नीने एक स्त्रैण तर्क दिला, जो केवळ स्त्रीच देऊ शकते. ती म्हणाली की, ही श्री. मंडन मिश्रांची अर्धी हार आहे.

अर्धी मी, त्यांची अर्धांगिनी अजून जिवंत आहे. जोपर्यंत मी हरत नाही, तोपर्यंत संपूर्ण मंडन मिश्र हरले, असं तुम्ही म्हणू शकत नाही.

शंकराचार्यंही अडचणीत सापडले. गोष्ट तर बरोबर होती. खरंतर ही बेइमानी होती, कारण मंडन मिश्र तर संपूर्ण हरले होते. स्त्रीच्या अर्धांगिनी असण्याचा असा अर्थ होत नाही की, आधी पतीला हरवा आणि मग पत्नीला हरवा, तर पती हरला. पण मिश्रांच्या पत्नीचा – भारतीचा वादही योग्य होता. अशा विदुषी स्त्रिया फार कमी आहेत. तर शंकरांनी विचार केला की, चला हेही ठीक, एक आनंद राहील. आणि जर मंडन हरले, तर भारती किती काळ टिकणार? पण चूक झाली.

पुरुषांना हरवणं सोपं आहे, पण स्त्रियांना हरवणं कठीण. कारण दोघांचेही हरण्याचे-जिंकण्याचे तर्क वेगवेगळे असतात. त्यांचं लॉजिकच भिन्न असतं. म्हणूनच पतिपत्नी एकमेकांचं बोलणं समजून घेऊ शकत नाहीत.

शंकरांना वाटलं की, ब्रह्म वगैरे विषयावर चर्चा होईल; पण भारतीने असे विषय काढलेच नाहीत. ती बघत होती की, मंडन हरले होते. ब्रह्म-माया वगैरे चालणार नाही. त्यांनी शंकरना सांगितलं की, मला कामशास्त्रासंबंधी काही सांगा. ते गोंधळले. म्हणाले, ''मी निष्णात ब्रह्मचारी आहे. कृपा करून कामशास्त्रासंबंधी मला काही विचारू नका.''

''मग अजून तुम्हाला काय माहीत आहे? इतकंसं माहीत नाही, तर ब्रह्म-माया काय समजणार? आणि ज्याला तुम्ही माया म्हणता, या जगाची उत्पत्ती ज्याच्यापासून आहे, त्यासंबंधी काही बोलायला हवं, मला तर त्यावरच चर्चा करायची आहे.''

''ठीक. सहा महिन्यांचा अवधी द्या. मी शिकून येतो. कारण मला यातलं काही माहीत नाही.''

तर शंकराचार्यांना आपलं शरीर सोडून दुसऱ्या शरीरात प्रवेश करावा लागला. या शरीरातूनही ते जाणू शकले असते, पण या शरीराची संपूर्ण धारा अंतर्प्रवाहित झाली होती. तिचं बाहेर येणं कठीण होतं. त्या शरीराने ते स्त्री-शरीराशी संबंधित होऊ शकले असते, पण त्यासाठी अंतर्प्रवाहित धारा पुन्हा बाहेर पडण्यासाठी सहा महिन्यांहून जास्त काळ लागला असता. जे सहजसाध्य नव्हतं. बाहेरून आत जाणं एक वेळ खूप सोपं आहे, पण आतून बाहेर पडणं कठीण.

या शरीराने साध्य झालं नसतं, म्हणून त्यांनी एका मित्राला विचारलं की, शोध घे, एखादं शरीर नुकतंच मेलं असेल, तर बघ. म्हणजे मी त्यात प्रवेश घेईन. आणि मी परतून येईपर्यंत माझं हे शरीर सुरक्षित ठेव. सहा महिने त्यांनी एका राजाच्या शरीरात वास्तव्य केलं आणि ते परतून आले.

तोपर्यंत त्यांचं शरीर सांभाळलं गेलं होतं. हे काम इतकं कठीण आहे की, त्याची कल्पना येणंही अशक्य. त्यांनी त्यांचं शरीर अशा मित्राच्या हवाली केलं होतं, जो त्यांना समर्पित होता.

जसं मी तुम्हाला सांगितलं होतं की, तिबेटचे साधक एक प्रयोग करतात, बर्फ पडत असतो आणि त्यांना घाम येत असतो. संकल्पाने ते तथ्य निर्माण करतात की, बर्फ नाही, ऊन आहे. अतिशय प्रखर परिस्थिती तर बर्फ पडणारी आहे. पण ते अमान्य करतात. डोळे बंद करून घेतात, म्हणतात, की मी असं मानतो, की सूर्य आहे आणि प्रखर ऊन पडलं आहे. हे मानणं ते तनामनात भिनवतात. एक क्षण येतो की; त्यांचा प्रत्येक श्वास, कणन्कण, प्राणाचा कणन्कण जाणतो, की ऊन आहे. मग घाम का नाही येणार? परिस्थितीला दाबून टाकलं गेलं. मन:स्थिती प्रभावित झाली.

सर्व योग एका अर्थी परिस्थितीला दाबून, मन:स्थितीला वर आणणारे आहेत. आणि सर्व सांसारिकता एका अर्थी परिस्थितीच्या दबावाखाली मन:स्थिती चेंगरून जाण्याचं नाव आहे; तसं जीवन जगणं आहे.

तर शंकराचार्यांचं शरीर त्या मित्राने सहा महिने जपलं, पण कसं? याची कुठेही नोंद नाही. एका माणसाचे प्राण निघून गेले, तर सहा महिने काय केलं त्या शरीराचं? त्या शरीराला सर्व मित्रांनी घेरलं. अखंड, सहा महिने. त्यात एक संख्या, निश्चित संख्या अखंड हजर हवी घेर धरण्यासाठी. कुणी बदलत होतं, संख्या तीच होती. चोवीस तास – सजग. एका विशिष्ट वातावरणात. तापमान अखंड तेच हवं, आणि निश्चित प्रकाश पोचायला हवा. त्या लोकांची अशी भावना हवी की, आम्ही श्वास घेत नाही आहोत, शंकर घेतो आहे. आम्ही जगत नाही आहोत, शंकर जगतो आहे. आणि या सर्वांच्या विद्युत्धारा शंकराच्या शरीरातून वाहायला हव्यात. त्या सात जणांच्या सात विद्युत्धारा शंकराच्या सात चक्रातून वाहायला हव्यात. तर ते शरीर सहा महिने...!

आणि हे अखंड चालू राहायला हवं. त्या शरीरातली उष्णता अखंड हवी. ती धारा तुटायला नको. ते विशिष्ट शरीराचं तापमान अखंड तेवढंच हवं, जसं जिवंत माणसाचं असतं. आणि हे तापमान त्या सात लोकांमुळेच – अन्यथा असं तापमान निर्माण करता येत नाही. त्या सात जण त्यांची संपूर्ण ऊर्जा ते सात चक्रांत घालत राहिले. आणि त्या शरीराला हे समजायला नको की, तो माणूस जो होता, तो आता नाही. कारण त्या माणसाकडून मिळणारं जे काही होतं, ते आता ही सात जण देत होते.

मी जे सांगतोय, त्याचा अर्थ समजता आहात ना? त्या माणसाची जी चेतना त्याच्या सातही चक्रांना मिळत होती, त्या शरीरालाही कधी समजत नाही. त्याला समजण्याचा एकच मार्ग आहे की, त्याच्या सातही चक्रांना सातही शरीराची ऊर्जा मिळत राहते. ते जिवंत राहतं. ते जर चुकलं, तर मरणाची तयारी सुरू होते. त्याला अजून काही माहीत नाही. त्याला जर अजून कुणी दुसरी व्यक्ती ऊर्जा देते, तरीही ते जिवंत राहतं.

तर शंकराचार्यांना सहा महिने सांभाळून ठेवणं हा एक अद्भुत प्रयोग होता.

शंकराचार्य सहा महिन्यांनी परतले आणि त्यांनी उत्तर दिलं. त्यांना जे माहीत नव्हतं, ते त्यांनी जाणून घेतलं.

हे जाणायला अजून एक मार्ग होता, पण शंकराचार्यांना ती युक्ती माहीत नव्हती. जर अशी घटना महावीरांच्या जीवनात घडली असती, तर महावीरांनी दुसऱ्याच्या शरीरात प्रवेश केला नसता. महावीर आपल्या मागच्या जन्मात गेले असते. हा एक दुसरा स्रोत होता, पण जातिस्मरणाचा प्रयोग जैन आणि बौद्ध यांपर्यंतच सीमित होता. तो हिंदूंपर्यंतही कधी पोचला नाही. महावीर मागच्या जन्मामध्ये गेले असते आणि मागच्या जन्मातल्या स्त्रियांना आठवून जाणून घेते झाले असते. मग सहा महिने लागले नसते. हे शास्त्र शंकराचार्यांकडे नव्हतं, पण दुसरं शास्त्र होतं – परकायाप्रवेश!

अध्यात्माचीही अनेक शास्त्रं आहेत आणि आजही कोणत्याही धर्माकडे पूर्ण शास्त्र उपलब्ध नाही. एखाद्या धर्माने एखादं शास्त्र प्रगत केलं आहे आणि त्याने तो संतुष्ट आहे. एखाद्या धर्माने दुसरं शास्त्र अवगत केलं आहे. पण जगात अजून एकही असा धर्म नाही ज्याने, अथवा असा एकही धर्म निर्माण झालेला नाही, ज्याने सर्व धर्मांची शास्त्रं, ती संपत्ती सामावून घेतली, गोळा केली आहे. आणि हे तोपर्यंत होऊ शकणार नाही, जोपर्यंत सर्व धर्म एकमेकांकडे शत्रुत्वभावनेने बघत राहतील. हे सर्व धर्म मित्रत्वाच्या भावनेने एकत्र यावेत आणि आपापली शास्त्रं एकमेकांसाठी उघडतील, मालकत्वाची भावना विसरून जातील; तर एक विज्ञान विकसित होईल ज्यात अनेकानेक...

आता इजिप्तने काही विकसित केलं – त्यांचे पिरॅमिड्, त्यांच्याकडे हे शास्त्र – जे हिंदुस्तानात कुणाकडेही नाही. ज्यांनी मॉनेस्ट्रीजमध्ये काम केलं आहे. ते भारतामध्ये नाही. जे भारताकडे आहे, ते तिबेटमध्ये नाही. आणि प्रत्येक जण आपापल्या या तुकड्याला पूर्ण समजतात. हे फार कठीण आहे.

आता जातिस्मरण अगदी सोपा प्रयोग आहे, दुसऱ्याच्या शरीरात प्रवेश करणं कठीण आहे. त्यात धोका आहे. जातिस्मरणाचा प्रयोग सरळ आहे, ज्यात धोका नाही. हे शंकराचार्यांना जमणं कठीण होतं, कारण त्यांनी जैन-बुद्धांशी केवळ वादच घातले. म्हणून हे ज्ञान – या ज्ञानाचे, शास्त्राचे दरवाजे त्यांच्यासाठी बंद होते. त्यांना त्यांच्या दरवाजातून येणाऱ्या सूर्यकिरणांचाच प्रकाश प्रिय होता.

आम्हाला हे समजत नाही, पण कोणत्याही दरवाजातून येणारी सूर्यकिरणं असतात त्याच एका सूर्याची. पण आम्ही आमच्या-आमच्या दरवाजाचे दावेदार आहोत, तिथेच बसून राहतो. आम्हाला हे समजत नाही की, अरबस्तानमध्ये जो माणूस ब्लॅंकेट ओढून काम करतो आहे, तेच काम तिबेटमधला माणूस नग्न राहून करत आहे. त्या दोघांचं कार्य एकसारखंच आहे, जराही फरक नाही. तेच काम आहे आणि सूत्रही तेच आहे.

तुम्ही विचारत आहात की, जे माध्यम असतं, त्यात प्रवेश कशा तऱ्हेचा होतो. प्रवेशात दोन फरक आहेत. यात प्रवेश करणारा कुणाच्या शरीरात प्रवेश करत असतो. माध्यमाच्या बाबतीत, माध्यम कुणालातरी प्रवेश करवतं.

दोहोंत फरक आहे. जर मी माझं शरीर सोडून दुसऱ्या शरीरात प्रवेश केला, तर त्याची प्रक्रिया वेगळी आहे. असं म्हणायला हवं की, ही पुरुष प्रक्रिया आहे. यात एखाद्या शरीरात प्रवेश करावा लागतो. माध्यमाची जी प्रक्रिया आहे, ती स्त्रैण आहे. यात माध्यम केवळ रिसेप्टिव असेल आणि कुणाला आपल्यात बोलावून घेईल. माध्यम ज्यांना आमंत्रण करेल, सर्वसाधारणपणे तो अशरीरी आत्मा असेल.

आणि अशरीरी आत्मा आमच्या अवतीभोवती सतत फिरत आहेत. आत्ता आपण जितके इथे बसलेले आहोत, तितकेच नाही आहोत, अजूनही काही माणसं बसलेली आहेत. पण त्यांच्यापाशी शरीर नाही, म्हणून आपण निश्चिंत आहोत. आम्हाला त्यांच्या अस्तित्वाने काही फरक पडत नाही. जसा इथे रेडिओ आहे. तो ऑन केला, तर दिल्ली बोलू लागेल. पण जोपर्यंत ऑन केला नव्हता, तर तुम्हाला काय वाटतं दिल्ली बोलत नव्हती? रेडिओतून दिल्ली रेडिओ स्टेशनच्या वेव्हज वाहत होत्याच, पण आम्हाला ते माहीत नव्हतं. कारण आम्हाला आणि त्याला जोडणारं माध्यम तेव्हा नव्हतं. रेडिओ एका माध्यमाचं काम करतो.

मृत आत्म्यांसाठी काम करणाऱ्या व्यक्ती या रेडिओचं काम करतात. एक तऱ्हेचं ट्यूनिंग! यांच्या असण्याकारणाने जे आत्मे आमच्या अवतीभोवती सातत्याने असतात, त्यांच्यातला एखादा आत्मा प्रवेश करू शकतो.

पण हे अशरीरी आत्मे आहेत. असे आत्मे नेहमीच शरीरात प्रवेश करण्यासाठी आतुर असतात. त्याची कारणं आहेत. मोठं कारण – जो अशरीरी आत्मा, ज्याला आम्ही प्रेत म्हणतो, त्याच्या त्याच इच्छा असतात, ज्या शरीरधारी आत्म्यांच्या असतात; तशाच वासना असतात, ज्या शरीराशिवाय पूर्ण होऊ शकत नाहीत.

समजा एखाद्या प्रेतात्म्याला कुणावरतरी प्रेम करायचं आहे, तर त्यासाठी शरीर हवं. प्रेमाची वासना तर राहते, पण शरीर नसतं. तो शरीराजवळ गेला कुणाच्या, तर आरपार निघून जातो. तर त्याला शरीराची आकांक्षा राहते. एखादी भयभीत व्यक्ती जर आतल्या आत आक्रसत असेल, तर तो तिच्यात प्रवेश करतो.

भीतीने माणूस आक्रसतो. तुम्ही तुमचं शरीर जितकं व्यापून टाकायला हवं, तितकं भीती असताना व्यापत नाही, आक्रसून लहान होता. शरीरात बरीचशी जागा रिकामी राहते. त्या जागेत, त्या पोकळीत तो प्रवेश करतो. लोकांना वाटतं की, भीतीमुळे भुतं निर्माण होतात, भीतीच भूत वाटते, हेही अयोग्य. भुताला त्याचं स्वतःचं अस्तित्व आहे.

भीतीमुळे केवळ त्याला प्रकट होण्याची संधी मिळते. तर भीतीत कोणताही माणूस माध्यम बनू शकतो. पण त्या माध्यमात प्रेतात्माच प्रवेश करतो, म्हणून त्रासदायक होतं.

ज्या माध्यमाबद्दल तुम्ही बोलत आहात, तो स्वेच्छेने आमंत्रित केला गेलेला आत्मा आहे. स्वेच्छेने कुणी आपल्या आतली जागा रिकामी केली आणि आमंत्रण दिलं आहे, तर माध्यमाची कला इतकीच आहे की, तुम्ही तुमच्या आतली जागा रिकामी करू शकता आणि जवळपास असणाऱ्या आत्म्याला आमंत्रण देऊ शकता की, ये. पण हे जाणूनबुजून केलं जातं, म्हणून काही भीती नाही. स्वेच्छेने केलं जातं, म्हणून धोका नाही. म्हणूनच त्याच्या येण्याचा मार्ग माहीत आहे आणि त्याला परत पाठवण्याचा मार्गही माहीत आहे. पण हे केवळ अशरीरी आत्म्यांच्या बाबतीतच होऊ शकतं.

जर शरीरधारी आत्म्यांना बोलवायचं असेल, तर त्यात धोका आहे. कारण त्याचं शरीर मूर्च्छित होईल. जेव्हा कुणी मूर्च्छित होतं, पडतं; तर आम्हाला वाटतं की, ही साधारण मूर्च्छा आहे. अनेकदा ती मूर्च्छा साधारण नसते. त्या व्यक्तीच्या आत्म्याला बोलावलं गेलं असतं. अशा वेळी त्या व्यक्तीचा इलाज करणं धोकादायक असतं. काहीही न करणं हेच फायद्याचं असतं. पण आम्हाला ते समजत नाही. अजून शास्त्र तेवढं प्रगत झालेलं नाही की, हे जाणावं की, साधी मूर्च्छा आहे की आत्म्याला बोलावलं गेल्यामुळे आलेली मूर्च्छा आहे. घटना तीच आहे, पण फरक आहे.

आता उद्या! बरं विचारा...

भगवान श्री, रामकृष्ण परमहंसांना आपलं शरीर ताजं ठेवण्यासाठी अन्न रसाचा आधार घ्यावा लागला. अशा रसाच्या आधाराशिवाय उच्च शरीर टिकणं शक्य नाही का? कोणत्या शरीराला अशा आधाराची गरज पडते? पाचव्या, सहाव्या की सातव्या शरीराच्या उच्च भूमिकांमध्येही शरीराला टिकवण्यासाठी एखाद्या रसाची आवश्यकता भासते?

रामकृष्णांना भोजनाची अतिशय आवड होती. गरजेपेक्षा जरा जास्तच वेडे होते, असं म्हणायलाही हरकत नाही. ब्रह्मचर्चा चालू असतानाही शारदांना स्वयंपाकघरात जाऊन विचारायचे की, काय जेवण बनतंय. त्यामुळे शारदा त्रासायच्या, तसंच जवळचे भक्तही त्रासून जायचे की, कुणाला जर हे कळलं, तर नाव वाईट होईल. गुरूबद्दल जास्त चिंता शिष्यांना असते. गुरूबद्दल कुणी अपशब्द तर बोलणार नाहीत ना? शेवटी त्यांना सूतोवाच केलं गेलंच की, आपण ब्रह्मचर्चा सोडून भोजनचर्चा करता, हे बरोबर नाही. आपल्यासारख्या व्यक्तीला काय भोजन आणि का उत्सुकता अन्नाची? तर रामकृष्णांनी जे सांगितलं, अतिशय आश्चर्यकारक होतं.

"तुम्हाला माहीत नाही कदाचित, आणि माहिती असणार तरी कसं. माझ्या होडीचे सगळे नांगर, साखळ्या निघून गेल्या आहेत, तुटल्या आहेत. खुंट्या उखडल्या गेल्या आहेत. शीड हवेने भरलं गेलं आहे. आणि मी कसा काय उभा

आहे, मला माहीत नाही. एक खुंटी मी सांभाळली आहे आणि तिला खोचून ठेवली आहे, गाडली आहे, म्हणजे होडी आत्ता सुटणार नाही. आणि ज्या दिवशी मी अन्नात रस घेणार नाही, तुम्ही समजून जा, की माझं मरण जवळ आलं आहे, केवळ तीन दिवस बाकी आहेत. त्या दिवशी मी मरेन, कारण अजून काही कारण बाकी राहिलं नसेल. पण मला तुम्हाला काही सांगायचं आहे आणि तुमच्यापर्यंत मला काही पोचवायचं आहे. माझ्यापाशी काही आहे, जे मी तुम्हाला द्यायला आतुर आहे, म्हणून मला थांबणं गरजेचं आहे. माझी होडी जाण्यासाठी अगदी तयार आहे, पण माझ्या होडीत जी संपत्ती आहे, ती मी किनाऱ्यावरच्या लोकांना देऊ इच्छितो. पण किनाऱ्यावरची माणसं झोपलेली आहेत. त्यांना उठवू देत आणि ही संपत्ती त्यांनी घेण्याचं मान्य करू देत. आणि त्यांनी हेही मान्य करू देत, मला त्यांना मान्य करायला लावू देत की, ही संपत्ती आहे. कारण त्यांना ही संपत्ती न वाटता, कचरा वाटतो आहे. म्हणतात की, कोणत्या गोष्टीत आम्हाला गुंतवता आहात? झोपू देत. आम्हाला आमच्या अंथरुणात आनंद मिळतो आहे. मला त्यांना मान्य करायला लावू देत आणि त्यांना ही संपत्ती देऊन टाकू देत, कारण माझी जाण्याची वेळ आता जवळ आली आहे. म्हणून एक खुंटी ठोकून ठेवली आहे. म्हणून मी अन्नात रस घेत राहतो आहे. हे भोजन हीच माझी खुंटी आहे. आणि ज्या दिवशी मी अन्नात रस घेणार नाही, समजून जा, की तीन दिवसांनंतर माझा मृत्यू होईल.''

त्या दिवशी कुणीही ही गोष्ट गांभीर्याने घेतली नाही. नेहमी असं होतं. अनेक गोष्टी गांभीर्याने घेतल्या जात नाहीत. रामकृष्ण, बुद्ध, महावीर यांच्या आयुष्यात, सर्वांच्याच आयुष्यात अशा अनेक गोष्टी आहेत; ज्या गंभीरतेने घेतल्या गेल्या असत्या, तर जगाचा खूप फायदा झाला असता. रामकृष्ण सांगत होते, पण समज असा झाला की, ते एखादी व्याख्या देत आहेत, काही समजवण्यासाठी असं बोलत आहेत. भक्तांच्या मनात शंका राहिलीच असणार की, त्यांना भोजन करायचं आहे, पण त्यासाठी त्यांनी ही एक युक्ती शोधली, की आमची समजूतही निघावी आणि काही कठीणही न व्हावं. पण तसं झालं.

एक दिवस शारदा अन्नाचं ताट घेऊन गेल्या, ते आपले निजले होते आणि रामकृष्णांनी पाठ फिरवली. रोज ताट बघून ते उठून बसायचे. ताटात काय काय आहे, हे बघायचे. पण त्यांनी पाठ फिरवली आणि शारदांना त्यांचे शब्द आठवले. त्यांच्या हातातून ताट निसटलं. त्या ओरडू लागल्या, रडू लागल्या. रामकृष्णांनी विचारलं, ''आता काय झालं? आता मी खुंटी उखडून टाकली. किती काळ मी ती ठोकून बसू?'' आणि ठीक तीन दिवसांनंतर त्यांचा मृत्यू झाला.

तुम्ही विचारत आहात की, कशातही रस नसताना पृथ्वीवर आत्मा राहू, थांबू शकतो का? पाचव्या शरीरापर्यंत या पृथ्वीवरचा काही रस हवा, नाही तर नाही थांबू

शकत. पाचव्या शरीरापर्यंत या पृथ्वीवर एखादी खुंटी हवी नसेल, तर नाही थांबू शकणार. पंचेंद्रियांपैकी एका इंद्रियात तरी रस हवा. पण पाचव्या शरीरानंतर मात्र थांबू शकतो. त्या थांबण्यात काही इतर कामं केली जातील. तेव्हा शरीराच्या कोणत्याही रसाला वाचवण्याची आवश्यकता नाही. त्या परिस्थितीत... आता ही दुसरी गोष्ट आहे. जी जरा लांबवयाला लागेल. पण थोडक्यात समजून घेऊ.

पाचव्या शरीरानंतर जर कुणाला थांबायचं असेल, जसे महावीर अथवा बुद्ध थांबतात, कृष्ण थांबतात; तर त्यांच्यासाठी या जगातून मुक्त झालेले आत्मे काम करतात. या जगातून मुक्त झालेल्या चेतनांचा दबाव काम करतो. थियॉसॉफीने या संदर्भात मोठं संशोधन केलं होतं, जे अगदी महत्त्वाचं होतं. तो शोध असा आहे की, बरेच आत्मे जे मुक्त झाले आहेत, लीन झाले आहेत, ज्यांना जिथे पोचायचं होतं, तिथे पोचले आहेत, त्यांचा दबाव अशा माणसांसाठी काम करतो, ज्यांना काही काळ पृथ्वीवर थांबायचं असतं.

उदाहरणार्थ, समजा एक होडी, जहाज निघायच्या तयारीत आहे. आता खुंटी नाही थांबण्यासाठी, पण त्या किनाऱ्यावरची माणसं ओरडत आहेत, ''थांब अजून, एवढी घाई करू नकोस'' त्या किनाऱ्यावरचे हे आवाज थांबण्याचं कारण बनू शकतं. पण महावीर, बुद्ध, कृष्ण यांच्यावर या आवाजांचा काही परिणाम झाला नाही. रामकृष्णांच्या काळापर्यंत पोचे-पोचेपर्यंत परिस्थिती खूप बदलली आणि कठीणही झाली. खरंतर त्या किनाऱ्यावरची माणसं इतकी दूर गेली आहेत आमच्या काळापासून, ज्याचा काही हिशोबच नाही. त्यांचा आवाज पोचणं कठीण झालं. किनारे वाढत-पसरत चालले आहेत आणि अंतर वाढत चाललं आहे. सातत्य राहिलं नाही.

जसं महावीरांच्या आयुष्यात सातत्य आहे. त्यांच्या आधी तेवीस तीर्थंकर होऊन गेले, त्यांच्या परंपरेने, त्यांच्या व्यवस्थेचे, ज्याचे महावीर चोविसावे तीर्थंकर आहेत. महावीरांकडे तेवीस कड्या आहेत. जो तेविसावा माणूस आहे, तो अगदी जवळ आहे. महावीरांआधी अडीचशे वर्ष अगोदर त्यांचा मृत्यू झाला आहे. जे पहिले गृहस्थ होते, ते अतिशय दूर आहेत. मध्ये तेवीस माणसं आहेत आणि ते सगळे जण एकमेकांजवळ आहेत. आणि महावीरांआधी जो माणूस गेला आहे, त्या किनाऱ्यावर...!

तुम्हाला हे जाणून आश्चर्य वाटेल की, तीर्थंकराचा अर्थ काय आहे. तीर्थंचा अर्थ आहे घाट. आणि तीर्थंकरचा अर्थ आहे, जो या घाटावरून प्रथम उतरला. याहून दुसरा काही अर्थ नाही. या घाटावरून तेवीस तीर्थंकर आधी उतरले आहेत. त्यांची एक सुसंबद्ध व्यवस्था आहे. त्या लोकांत, जगात बोलली जाणारी भाषा आणि प्रतीक, सूचना आणि संकेत सर्व सुरक्षित आहे. हा चोविसावा माणूस किनाऱ्यावर उभं राहून त्या तेविसांकडून मिळालेले संदेश ऐकू शकतो. समजू शकतो, त्यांना पकडू शकतो.

अशीच व्यवस्था हिंदूंपाशी होती, बुद्धांपाशी (बौद्ध) होती. पण रामकृष्णांपर्यंत

येईपर्यंत अशी कोणतीही व्यवस्था उरली नाही. त्यांच्यापाशी सूत्र नव्हतं कोणतंही की, त्या पलीकडच्या आवाजाकारणाने त्यांनी किनाऱ्यावर थांबावं. म्हणून एकमेव उपाय होता की, या किनाऱ्यावर खिळा, खुंटी ठोकूनच थांबणं.

या जगात दोन तऱ्हेच्या माणसांनी अध्यात्माचं कार्य केलं आहे. एक म्हणजे ज्यांनी शृंखलाबद्ध काम केलं आहे. हजारो वर्ष शृंखलाबद्ध काम करत आले आहेत. जसं बौद्धांची चोविसावी व्यक्ती आता निर्माण होऊ घातली आहे. आजही बौद्ध भिक्षुक त्याची प्रतीक्षा करत आहेत. अनंत अनंत रूपात त्यांची आकांक्षा आणि वाट बघितली जात आहे. पण जैनांपाशी नाहीये.

हिंदूंकडेही कल्कीची कल्पना आहे. एक व्यक्ती तशी येणं आहे. पण साफ सूत्र नाही की, त्याला कसं बोलवावं, कसं ओळखावं.

तुम्हाला आश्चर्य वाटेल की, जैनांच्या तेवीस तीर्थंकरांनी सर्व सूत्रं नमूद केलेली आहेत की, जेव्हा चोविसावा येईल, तर त्याला तुम्ही कसं ओळखाल. सर्व सूत्रं उपलब्ध होती. त्या चोविसाव्यात कुठली लक्षणं असतील, त्याच्या हस्तरेषा कशा असतील, पायांवर कशी चक्रं असतील. त्याचे डोळे कसे असतील. त्याच्या हृदयावर कुठलं चिन्ह असेल, त्याची उंची व वय काय असेल. त्या माणसाला ओळखायला कुठलीही अडचण येणार नाही.

महावीरांच्या वेळेस आठ जणांनी दावा केला होता की, आम्ही तीर्थंकर आहोत, कारण तशी वेळ आली होती आणि दावेदार आठ होते. शेवटी महावीर स्वीकृत झाले आणि बाकीच्या सात जणांना सोडून दिलं गेलं. कारण प्रतीकं केवळ महावीरांनी पूर्ण केली. पण रामकृष्णांच्या वेळी, असं ओळखण्यासाठीची कोणतीही चिन्हं नव्हती, काहीही उपाय नव्हते.

गोंधळलेली परिस्थिती होती. आध्यात्मिक अर्थाने आज जगाची अवस्था अजब आहे. आता पलीकडून आवाज येत नाहीत. जरी आले, तरी समजत नाहीत. समजले जरी, तरी त्याचं गुपित शोधणं कठीण जातं. आता सर्व कठीण आहे की, त्या लोकापासून या लोकापर्यंत बातमी येणं हे सिंबॉलिक – सांकेतिकच असू शकतं.

तुम्हाला कदाचित माहीत नसेल, पण मागील शंभर वर्ष वैज्ञानिकांना या गोष्टीची माहिती आहे की, कमीत कमी पन्नास हजार पृथ्वी असायला हव्यात, जिथे जीवन असेल. आणि जिथला मनुष्य या इथल्या मनुष्याहून जास्त विकसित चेतनामय प्राणी असेल. पण त्यांच्याशी चर्चा कशी होणार? त्यांना निरोप कसे पाठवणार? कोणता संकेत त्यांना समजेल? कठीण आहे ना? तिरंगा बघून भारताला समजतं की, आपला झेंडा फडकवला जात आहे. पण त्यांना नाही समजणार. तर अनेक अजब प्रयोग केले गेले, जे कल्पनातीत आहेत.

एका माणसाने सैबेरियात खूप मोठा त्रिकोण बनवला आणि त्यात पिवळी फुलं

लावली. एका विशिष्ट प्रकाशांनी त्यांना प्रकाशित केलं. कारण त्रिकोण कोणत्याही पृथ्वीवर असला, तरी तो त्रिकोणच असणार. कोणीही कुठेही असो, भूमितीचा कोन – त्यात भेद असणार नाही. तर कदाचित भूमितीमुळे काही संबंध निर्माण होतील. इतका मोठा त्रिकोण कोणत्या ग्रहावरून कोणी बघेल, समजेल त्याला की, इतका मोठा त्रिकोण आपोआप तर बनू शकत नाही – हे एक. आणि दुसरं म्हणजे भूमितीचा शोध घेणारी माणसं असतील! असा अंदाज बांधून खूप मेहनत घेतली अनेक दिवस. पण काही उपयोग झाला नाही. आता अनेक रडार लावले गेले आहेत की, जर कुणी संकेत पाठवले तर मिळावेत. काही काही संकेत सापडलेही, पण त्यांचं गुपित समजलं नाही.

जसं उडती तबकडी – ऐकलं असेलच. अनेकांनी बघितलं आहे की, विजेसारखी, फिरती एक वस्तू, चक्कर घेणारी दिसते आणि दिसेनाशी होते. पण ती वस्तू काय आहे, कोण पाठवतं, कुठून येते, का नाहीशी होते; हे उलगडलं नाहीये.

अशी शक्यता दाट आहे की, परग्रहावरचे लोक पृथ्वीवर काही संकेत पाठवण्याचा प्रयत्न करत आहेत, जे आम्हाला समजत नाहीत. नाही समजत, तर आमच्यातले काही जण त्यांना खोटं ठरवतात. काहींना तो डोळ्यांचा भ्रम वाटतो. कुणी म्हणतं की, प्राकृतिक घटना आहे. पण नक्की काय होतं, हे कुणी ठोस सांगू शकत नाही. काहींना मात्र वाटतं की, परग्रहावरचे लोक आमंत्रण पाठवत आहेत.

पण हे तरीही सोपं आहे. कारण दुसऱ्या ग्रहांवर जे जीवन आहे आणि या ग्रहावरचं जे जीवन आहे, या दोहोंत इतकं अंतर नाही, जितकं अंतर त्या लोकांत गेलेल्या आत्म्यांमध्ये आणि या या लोकांमधल्या आत्म्यांमध्ये आहे. हे अंतर अजून जास्त आहे.

तर या युगात रामकृष्णांसारख्या व्यक्तींना... या युगात पूर्ण पृथ्वीवर गेल्या दोनशे वर्षांत, दोनशे नाही, खरंतर मोहम्मदांनंतर कठीण झालं आहे. नानकांनी या कठीण परिस्थितीला बघून एक नवीन सोय केली. गोष्टच सोडून दिली परंपरेची आणि एक नवी दहा माणसांची परंपरा उभी केली. पण तीही हरवली. अतिशय लवकर हरवली.

आता तर व्यक्तिगत साधक जगात आहेत, ज्यांच्यापाशी शृंखलाबद्ध व्यवस्था नाही. तर व्यक्तिगत साधकांना शरीराचीच खुंटी उपयोगात आणावी लागत आहे. आणि पाचव्या शरीरापर्यंत तर शरीराच्या खुंटीशिवाय अन्य उपाय नाही. त्यानंतर बाहेरचे संकेत, दबाव काम करू शकतात. जर ते नाही मिळाले, तर सातव्या शरीराच्या व्यक्तीलाही पाचव्या शरीराखालील खुंटीचं काम करावं लागेल, त्याचाच उपयोग करावा लागेल, त्याशिवाय अन्य उपाय नाही.

बाकीचं उद्या!

धर्म-महायात्रेला स्वतःला
पैजेवर लावण्याची हिंमत

चेतनेला प्रतीक्षा आरसा बनवते आणि जेव्हा आम्ही आरसा होतो, त्या दिवशी सर्व साध्य होतं. कारण 'सर्व' कायमच होतं, आम्ही हजर नव्हतो. आरसा बनून आम्ही हजर होतो.

जातिस्मरण म्हणजेच पूर्वजन्मातल्या आठवणींत प्रवेश करण्याबाबत तुम्ही द्वारकेत झालेल्या शिबिरात चर्चा केली होती. तुम्ही म्हणाला आहात की, चित्ताचं भविष्याशी असलेलं नातं संपूर्णपणे तोडून ध्यानाच्या शक्तीला भूतकाळात केंद्रित करून वाहू द्यायला हवं. त्या प्रक्रियेचा क्रम तुम्ही सांगितलात, आधी पाच वर्षांपर्यंतच्या आठवणींपर्यंत जा, मग तीन वर्षं, मग जन्मक्षण आणि नंतर गर्भदान स्मृतीत, मग पूर्वजन्मात प्रवेश होतो. नंतर म्हणालात की, या क्रियेची सर्व सूत्रं मी सांगत नाही. पूर्ण सूत्रं काय आहेत? पुढल्या सूत्रांना स्पष्ट करण्याची कृपा होईल का?

भगवान श्री,

पूर्वजन्मांच्या आठवणी नैसर्गिकपणे थांबवल्या गेल्या आहेत. कारणं आहेत त्यामागे. आयुष्यात, आत्ताच्या जीवनातही अशी सोय आहे. जे आपण रोज रोज जगतो, त्यातलाही जास्त भाग विस्मरणात जातो. आणि हे आवश्यक आहे. जे तुम्हाला आठवत नाही, ते स्मृतिपटलावर कोरलं जरूर जातं. फक्त आपली चेतना आणि स्मृतिपटल यांचं नातं तुटतं.

जसं एखादी पन्नास वर्षांची व्यक्ती आहे, एवढ्या काळात अब्जावधी आठवणी तयार होतात. त्या जर सगळ्या आठवणीत राहिल्या, तर माणूस फक्त विक्षिप्त होईल. ज्यामध्ये काही सार आहे, अशा गोष्टी आठवणीत राहतात; ज्या असार आहेत, त्या विस्मृतीत जातात. पण विस्मरणाचा अर्थ असा नाही की, त्या मुळासकट नाहीशा होतात. चेतना आणि आठवणी यांच्यातला सांधा बदलतो. मनाच्या कोणत्याशा कोपऱ्यात त्या आठवणींचा साठा साठत राहतो.

बुद्धांनी या संग्रहित स्थानाला 'आलयविज्ञान' असं बहुमूल्य नाव दिलं आहे. 'द स्टोअर हाउस ऑफ कॉन्शसनेस.' जसं आमच्या सर्वांच्या घरात टाकाऊ वस्तूंसाठी एक स्थान – जागा असते. आमच्या नजरेसमोरून त्या वस्तू गायब होतात, पण असतात. तशाच आमच्या आठवणी नजरेसमोरून दूर होतात, पण मनाच्या एका कोपऱ्यात त्या साठत राहतात. जर या आयुष्यातल्या सगळ्या घटना आठवत राहिल्या, तर आयुष्य जगणं कठीण होऊन जाईल. म्हणून भूतकाळ विसरणं आवश्यक आहे. तुम्ही भूतकाळ विसरता, म्हणून येणाऱ्या काळात जगण्यासाठी समर्थ होता. मन रिकामं होतं आणि पुढे बघू लागतं. जर मागचं विसरता आलं नाही, पण पुढचं बघण्याची क्षमता निर्माण होणार नाही. आणि रोज मन रिकामं व्हायला हवं, म्हणजे नवे संस्कार ग्रहण करता येतील. तर अतीत रोज मिटतं, भविष्य रोज येत राहतं. आणि जसं भविष्य भूत बनतं, तेही मिटून जातं, म्हणजे आम्ही पुढच्यासाठी मुक्त होतो. मनाची व्यवस्था ही अशी आहे.

एका जन्मातलंही पूर्ण स्मरण आम्हाला नसतं. जर मी तुम्हाला विचारलं की, १ जानेवारी, १९५० मध्ये तुम्ही काय केलंत? तर तुम्हाला आठवणार नाही. तुम्ही

तेव्हा होतात आणि काही ना काही केलंही होतंत, तरीही आठवणार नाही. पण संमोहनाच्या छोट्याशा प्रक्रियेतून तो दिवस जागा होईल. आणि संपूर्ण दिवसाचं तुमचं वागणं, घडामोडी, घटना तुम्ही सांगू शकाल.

एका मुलावर मी हा प्रयोग अनेक दिवस करत होतो. पण हे सांगता येणं कठीण होतं की, तो जे काही सांगत होता, ते खरोखरच १९८४ सालातल्या १ जानेवारी या दिवशी घडलं होतं की नाही! संमोहित अवस्थेत तो सर्व काही सांगत होता. जागा झाला, तसं सगळं विसरला.

तर एकच उपाय होता की, तो जे जे सांगत होता, ते ते लिहून ठेवणं. तसं मी केलं. तीन-चार महिन्यांनंतर मी त्याला विचारलं, तर तो म्हणाला, ''मला काही आठवत नाही.'' मग मी त्याला पुन्हा संमोहित केलं आणि विचारलं की, अमक्या तारखेला तू काय केलंस? तर मी जे लिहून ठेवलं होतं, ते तर त्याने सांगितलंच, शिवाय असंही आणखीन काही सांगितलं, जे मी लिहून ठेवलं नव्हतं. अर्थात मी सर्व काही लिहून ठेवू शकत नव्हतो. जे माझ्या आठवणीत होतं, तितकंच लिहिलं होतं.

संमोहित अवस्थेत माणसाला कितीही खोलवर नेता येतं. तो माणूस बेशुद्ध असतो. अगदी गतजन्मातही नेता येतं. जातिस्मरण आणि संमोहन यांच्या प्रक्रियांत केवळ इतकाच फरक आहे की, जातिस्मरणात तुम्ही जागरूकतेने गतजन्मात जाता आणि संमोहनामध्ये तुम्ही बेशुद्धावस्थेत गतजन्मात जाता. तुम्हाला तसं नेलं जातं. पण या दोन्ही प्रक्रियांचा प्रयोग केला, तर व्हॅलिडिटीत खूप वाढ होते. बेशुद्धावस्थेत गतजन्मातलं सांगणं आणि ते लिहून ठेवणं वेगळं. पण तेच जर जाणीवपूर्वक ध्यानात नेऊन नेलं गेलं गतजन्मात, तर आमच्यापाशी जास्त प्रमाण गोळा होतात.

दोन मार्गांनी एकाच स्मृतीला जागृत करता येऊ शकतं. जागवण्याची क्रिया, साधी सरळ आहे; पण त्यात विशिष्ट धोके आहेत. म्हणून पूर्ण सूत्रं मी नाही सांगितली. सांगता येणारही नाहीत. कोणाला प्रयोग करायचा असेल, तर सांगता येईल. पण सर्वसामान्य रूपात नाही सांगता येणार. तरीही एक सूत्र खाजगी ठेवून उर्वरित प्रक्रिया सांगता येईल.

काल मी सांगितलं की, आमची चेतना संकल्पामुळे गतिमान होते. तुम्ही ध्यानाला बसलात आणि अगदी खोलवर ध्यानात जाऊ लागलात, की मनाशी एक संकल्प करा की, ध्यानाच्या अवस्थेत पाच वर्षांचा मला होऊ देत आणि जाणू देत की, पाच वर्षांचा असताना काय झालं होतं? तर अचानक तुम्हाला दिसेल, गहिऱ्या ध्यानात की, तुम्ही पाच वर्षांचे झाला आहात आणि त्या वेळचे प्रसंग दिसू लागतील. आधी याच जन्मातल्या गोष्टींसाठी असा प्रयोग करा. जसजसा हा प्रयोग स्वच्छ आणि खोल होत जाईल आणि मागे परतून येणं शक्य होऊ लागेल, जे

कठीण नाही; तर आईच्या गर्भात असतानाच्या आठवणींनाही जागं करता येईल. तुम्ही गर्भात आहात आणि ती पडली असेल तेव्हा, तर त्या वेळच्या माराची आठवणही जागी होईल. त्या वेळचं आईचं दु:ख, वेदना, आनंद... सर्व काही... कारण त्या वेळची तुमची आणि आईची आठवण – या दोन अवस्था नव्हत्या. संयुक्त अवस्था होती. तर आईचे जे अनुभव होते खोलवरचे, तेच अनुभव तुमचेही झाले.

म्हणून आईची मन:स्थिती गर्भारपणीच्या नऊ महिन्यांमध्ये मोठं कार्य करते. आणि योग्य अर्थ असा की, आई म्हणजे केवळ नऊ महिने गर्भाला आपल्या पोटात सांभाळणारी व्यक्ती नाही, तर आई म्हणजे जिने गर्भाला चेतनेची विशिष्ट दिशा दिली. केवळ पोटात वाढवणं हे कार्य तर प्राणीही करतात, आणि आज ना उद्या मशीनही हे काम करेल. शक्य आहे की, मुलं एखाद्या मशीनमध्ये वाढतील. आर्टिफिशियल वूंब बनवलं जाईल; कारण आईच्या गर्भाशयात जी सोय आहे, ती विजेच्या एखाद्या यंत्रातही निर्माण करता येऊ शकते. तेवढी ऊब, तेवढं पाणी – सर्व काही. आज ना उद्या मुलं आईच्या पोटातून काढून मशीनच्या पोटात वाढू लागतील. पण त्याने आई होण्याचं कार्य पूर्ण होत नाही.

आई होण्याचं कार्य या पृथ्वीवर कदाचित फार कमी आयांनी केलं आहे. हे काम खूप मोठं काम आहे. नऊ महिने त्या मुलाच्या चेतनेला एक विशेष दिशा देण्याचं महत्त्वाचं काम आईचं आहे. गर्भारपणी जर आई राग-राग करत असेल, तर मूलही तसंच राग-राग करणारं निपजतं. माझ्याकडे अनेक स्त्रिया येतात. तक्रार असते ती मुलांचीच, कुणी रागीट असतो, कुणी बाहेरख्याली, कुसंगतीत... पण या सगळ्याचं बीज त्यांनीच पेरलेलं असतं. त्यांच्या चेतनेची दिशा आयांनीच दिलेल्या असतात. मुलं केवळ ते प्रकट करत असतात. प्रकट करण्यात आणि पेरण्यात फरक आहे. म्हणून आम्हाला समजत नाही. कारण बिजाचं अंतराळ खूप मोठं आहे.

इमायल कुवेने एक छोटीशी आठवण लिहिली आहे. त्याचा मिलेटरीमधला एक मित्र होता, जो संमोहनावरचं एक पुस्तक वाचत होता. त्यात लिहिलं होतं की, आईच्या मनातले जे विचार, सूचना असतात; त्या मुलावर कोरल्या जातात, जेव्हा मूल पोटात असतं. त्याने तसं त्याच्या गर्भार बायकोला सांगितलं. दोघांनी ही गोष्ट हसण्यावारी घेतली. गंभीरतेने विचार केला नाही.

त्याच संध्याकाळी ते एका पार्टीला गेले. तो आणि त्याची बायको, ज्या जनरलच्या सन्मानार्थ ती पार्टी दिली जात होती, त्यांच्या जवळ बसले होते. त्या जनरलचा अंगठा एका युद्धात पिचला होता. त्या अंगठ्याकडे त्याला बघावंसं वाटत नव्हतं. त्याच्या मनात एक भीती दाटून आली. दुपारीच त्याने ते पुस्तक वाचलं

होतं, त्याला वाटलं, हा अंगठा असाच बघत राहिलो, तर माझ्या मुलाचाही अंगठा तसाच होईल. पण जे बघावंसं वाटत नाही, लक्ष तिथेच जातं पुन्हा पुन्हा. जनरल जेवताना, कुणाशी शेकहँड करताना तर अंगठा सतत दिसत राहिला. बायकोही तो अंगठा वारंवार बघत होती. तिलाही भीती वाटली. तिने डोळे बंद केले, पण तरीही तिला तो अंगठा दिसत राहिला. डोळे बंद केल्यावर जी गोष्ट स्वच्छ दिसायला हवी असते, ती दिसत राहते. ती बेचैन झाली. त्या पार्टीत दोन-तीन तास त्या अंगठ्याची सोबत होती.

रात्री दोन-तीनदा ती दचकून जागीही झाली. सकाळी ती नवऱ्याला म्हणाली, ''कुठलं ते पुस्तक तुम्ही वाचलंत आणि मी संकटात पडले. माझ्या मनात भीती दाटून आली आहे की, आता माझ्या मुलाचा अंगठा तसाच होईल की काय?'' ''वेडी झाली आहेस का? त्या पुस्तकात काय ठेवलंय? असं कुणी काहीतरी लिहितं, तर ते खरं होतं का? सोडून दे.'' पण ती सोडू शकली नाही.

जी गोष्ट सोडून घ्यायला सांगतो, तीच गोष्ट पाठपुरावा करत राहते. जे विसरू इच्छितो, तेच वारंवार आठवत राहतं. विसरण्याचा प्रयत्नच आठवण देत राहतो की, हे विसरायचं आहे आणि हेच ठाम होत जातं.

तिचे दिवस भरत आले. मुलाचा जन्म होण्याची वेळ जवळ येत चालली, अंगठा डोईजड झाला. आणि जेव्हा मूल जन्मलं, तेव्हा इतकी आश्चर्यकारक घटना घडली की, मूल पिचलेला अंगठा घेऊनच जन्माला आलं.

या आईने त्या मुलाला पिचलेला अंगठा दिला. सर्व आया आपल्या मुलाला अंगठा देत आहेत. प्रत्येकीकडे वेगवेगळे अंगठे आहेत, जे मुलांना मिळतात.

तर सर्वप्रथम जन्मापर्यंत स्मरण, जन्म देईपर्यंत... पण तो खरा जन्मदिवस नाही. खरा जन्मदिवस तर तो आहे, जेव्हा – ज्या दिवशी गर्भदान होतं. ज्याला आम्ही जन्मदिवस म्हणतो, तो जन्मानंतरच्या नऊ महिन्यानंतरचा दिवस आहे. खरा जन्मदिवस तो आहे, जेव्हा गर्भात आत्मा प्रवेश करतो. त्या तिथपर्यंत आठवणींना घेऊन जाणं कठीण नाही. त्यात जास्त धोकाही नाही. कारण त्या या जन्मातल्या आठवणी आहेत. आणि त्यासाठी एकच करायला हवं, जसं मी आधीच सांगितलं आहे, भविष्याकडे पाठ फिरवणं! आणि जे थोडं तरी ध्यान करू शकतात, त्यांना भविष्य विसरता येणं सहज शक्य आहे, भविष्यात आठवण्यासारखं काय असतं? भविष्य नाहीचे. उन्मुखता बदलायची आहे. भविष्याकडे बघू नका, मागे बघा. आणि आपल्या मनात हळूहळू संकल्प करत जा. एक वर्ष, दोन वर्ष, दहा वर्ष, वीस... वर्ष... मागे जा. आणि हा अगदी अजब अनुभव असेल.

साधारणपणे जागृतावस्थेत मागे न जाता आपण जर ध्यान केलं, तर जितके मागे जाऊ, तितकी स्मृती अंधूक होत जाईल. कोण म्हणेल की, पाच वर्षापर्यंतच

मागे जाऊ शकलो. तितकंच आठवत आहे. तेही एखाद-दुसरीच घटना आठवत आहे. जसजसे आपण आत्ताच्या वयापर्यंत येऊ, स्मृती स्पष्ट होत जाईल. कालच्या-आजच्या आठवणी अगदी स्पष्ट होतील. पण परवाच्या महिन्याभरापूर्वींच्या, वर्षापूर्वींच्या आठवणी कमी कमी होत जातील.

पण हेच जर तुम्ही ध्यानात असताना कराल, तर तुम्हाला आश्चर्य वाटेल. अगदी उलट होईल स्थिती. जितक्या बालपणातल्या आठवणी असतील, त्या अगदी स्पष्ट होतील. कारण लहान मुलांची पाटी जितकी कोरी असते, तितकी कोरी नंतर कधीही असत नाही. त्यावर जितकं स्पष्ट लिखाण होतं, तितकं नंतर पुन्हा कधीही होत नाही. ध्यानात तुम्ही जितके मागे जाल, स्मृती स्पष्ट होत जातील. आठवणीत जितके मोठे होत जाल, स्मृती अस्पष्ट होत जातील. आजचा दिवस सर्वांत अस्पष्ट असेल. आणि आजपासून मागे – पन्नासावं वर्ष सर्वांत स्पष्ट! कारण ध्यानात आम्ही 'स्मरण' करत नाही.

हा फरक समजून घ्या. जागेपणी आम्ही जे आठवतो – ते आठवणं असतं. आज मी पन्नास वर्षांचा आहे आणि आठवतो आहे माझं पाच वर्षांचं वय. मी आहे तर पन्नास वर्षांचा, आत्ता आहे, या क्षणी आणि आठवण काढतो आहे पाच वर्षांची. हे माझं पन्नास वर्षांचं मन मध्ये उभं आहे. म्हणून त्या आठवणी अंधूक आहेत. कारण पन्नास वर्षांचा पडदा, एक-एक पायऱ्या मध्ये आहेत. आणि मी अगदी वाकून बघत आहे.

ध्यानाच्या प्रक्रियेत तुम्ही पन्नास वर्षांचे नाही आहात, पाच वर्षांचे झाला आहात. तुम्ही पाच वर्षांचे होऊन पाच वर्षांच्या आठवणी काढत आहात. त्या पाच वर्षांच्या आठवणीत पाच वर्षांचे झाला आहात. म्हणून जागृतावस्थेत आपण त्याला स्मरण म्हणू आणि ध्यानात आपण त्याला पुन्हा पुनश्च जगणं म्हणू. ते पुनर्जीवन आहे, पुनःस्मरण नाही. या दोहोंत फरक आहे.

आत्ता शोभना तुमच्या मागे बसली आहे. ती म्हणते, ध्यानात असताना तिला चित्र-विचित्र गोष्टी आठवत होत्या. ती लहान झाली होती, बाहुलीशी खेळत होती. आणि ही आठवण इतकी पक्की होती की, ती घाबरली. तिला भीती वाटली की, कुणीतरी येईल आणि या वयात तिला बाहुलीशी खेळताना बघेल. तिने डोळे उघडून बघितलं की, खरंच कुणी आलं तर नाही! तिला समजत होतं की, या आठवणी आहेत. पुनःस्मरण आहे. आता तो एक तरुण आहे, तो अंगठा चोखतो आहे, तो सहा महिन्यांचा झाला आहे. तो जसा ध्यानात गेला, त्याचा अंगठा त्याच्या तोंडात गेला.

तर स्मरण आणि पुनश्च ते वय जगणं यांत फरक आहे, जो समजून घेणं आवश्यक आहे. तर एका जन्माचं पुनर्जीवन, तसं थोडंसं कठीण आहे. कारण

आपण आपली एक ओळख बनवली आहे. जो माणूस पन्नास वर्षांचा झाला आहे, तो पाच वर्षांचा होऊ इच्छित नाही. म्हणून ज्यांना गतजन्मात जायचं आहे, त्यांना आपली ठोस ओळख जी त्यांनी निर्माण केली आहे, तिला जरा सैल करावं लागेल.

उदाहरण सांगतो एक. एखाद्या माणसाला आपलं बालपण आठवायचं असेल, तर त्याने लहान मुलांशी खेळावं. त्याचं पन्नास वर्षांचं असणं जे आहे, ते जे वयानुसार आलेलं गांभीर्य, सवयी आहेत, त्या जरा मोडाव्यात. त्याने पळावं, नाचावं. दिवसातून एक तास तरी त्याने बालपण जाणीवपूर्वक जगावं, तर मग ध्यानात त्याला मागे जाता येणं सोपं होईल.

आणि लक्षात ठेवा, चेतनेला वय नसतं. चेतनेवर फक्त फिक्सेशन असतं. केवळ तसा समज असतो. डोळे बंद करून सांगा, आपल्या चेतनेचा विचार करून सांगा की, तिचं वय काय? तुम्ही काहीही सांगू शकणार नाही. तुम्ही म्हणाल, मला जन्मपत्रिका बघू देत. जगात जोपर्यंत जन्मपत्रिका नव्हत्या, कॅलेंडर नव्हतं, वर्षांची गणती नव्हती; तोपर्यंत कुणालाही आपल्या वयाचा पत्ता नव्हता. आजही असे आदिवासी आहेत, ज्यांना तुम्ही जर त्यांचं वय विचारलंत, तर त्यांना सांगता येणार नाही. कारण कुणाचे आकडे दहापाशी संपतात, कुणाचे पंधरापाशी.

मला एक माणूस माहीत आहे, तो नोकर आहे. त्याला मी त्याचं वय विचारलं, तर तो म्हणाला की, असेल पंचवीस. पण त्याचं वय कमीत कमी साठ होतं. त्याच्या मुलाचं वय विचारलं. तरी त्याचं उत्तर तेच – पंचवीस! आश्चर्य वाटतं, कारण आमच्याकडे पंचवीसच्या पुढचे आकडे आहेत. त्याच्यासाठी पंचवीस ही शेवटची संख्या आहे. त्यानंतर असंख्य सुरू होतं.

वय म्हणजे तारीख-वार-दिवस यांचा हिशोब आहे. म्हणून वय आहे. पण आत जर आम्ही वाकून बघितलं, तर तिथे वय नाही. आतून कुणी वय किती, हे बघू इच्छितो, तर ते कधीही समजणार नाही. कारण वय हे बाहेरचं मोजमाप आहे. पण हे बाहेरचं मोजमाप आतील चित्तावर उमटतं. एखाद्या खिळ्यासारखं ठोकलं जातं.

आम्ही खिळे ठोकत जातो की, आता आम्ही पन्नास वर्षांचे झालो, बावन्न-पंचावन्न...! चेतनेवर खिळे ठोकत जातो असे. जर हे ठोस असतील, तर पाठी जाणं कठीण होईल. म्हणून खूप गंभीर माणूस आपल्या बालपणातल्या आठवणींत जाऊ शकत नाही. ज्यांना आम्ही गंभीर म्हणतो, असे लोक रुग्ण असतात. गंभीरता हा एक मानसिक आजार आहे. जे जास्त गंभीर, ते नेहमी आजारी असतात. ज्यांचं चित्त जरा हल्लक, निर्भर असतं, जे लहान मुलांशी खेळू शकतात, हसू शकतात; त्यांना पाठी जाणं सोपं असतं.

चोवीस तास आपल्या वयाचा विचार करू नका. जेव्हा आपल्या मुलांशी बोलाल, तेव्हा असं कधीही म्हणू नका की, मला माहीत आहे, कारण माझं वय

इतकं आहे. वयाच्या आणि जाणण्याचा, माहिती असण्याचा काहीही संबंध नाही. असं वागू नका मुलांशी की, त्यांच्यात आणि तुमच्यात पन्नास वर्षांचं अंतर निर्माण होईल. त्यांना मैत्रीचा हात द्या.

एका बाईने तिच्या एका छोट्याशा पुस्तकात 'मुलांशी मूल होऊन रहा' असं लिहिलं आहे. तिचं वय सत्तर आहे. तिने एका पाच वर्षांच्या मुलाशी मैत्री केली आहे. कठीण गोष्ट आहे ही. पाच वर्षांच्या मुलाचा बाप, आई, भाऊ, गुरू होणं सोपं आहे; पण मित्र होणं खूप कठीण आहे. ज्या दिवशी आई-वडील मुलांचे मित्र होऊ शकतील, त्या दिवशी या जगात आमूलाग्र बदल होईल. हे जग अगदी वेगळं होईल. हे जग इतकं कुरूप राहणार नाही.

त्या बाईने पाच वर्षांपासून वय वर्ष दोनपर्यंतच्या मुलांशी मैत्री केली. तिला पाठी जाता येणं अगदी सहज शक्य होईल.

ती सत्तर वर्षांची बाई आपल्या पाच वर्षांच्या मित्राबरोबर समुद्रावर गेली. तो पळत होता, खेळत होता आणि शिंपले गोळा करून त्यांची माळ ओवत होता. तर तीही पळत होती, खेळत होती, माळ ओवत होती. तिला हे वयाचं अंतर तोडायचं होतं. ती त्या दगड-धोंड्याच्या माळेकडे आनंदाने बघायचा प्रयत्न करत होती. जसा तिचा मित्र बघत होता, तसा आनंद. मुलाचे हात बघत होती, आपले हात बघत होती. मुलगा पाण्याच्या लाटा पकडण्याचा प्रयत्न करत होता, फुलपाखरू पकडण्याचा प्रयत्न करत होता, तीही करत होती. सर्व काही.

ही दोन वर्षांची मैत्री एक अद्भुत परिणाम करून गेली. ती विसरून गेली तिचं वय. ती लिहिते की, तिने हे काहीही अनुभवलं नव्हतं, जेव्हा ती पाच वर्षांची होती, ते ती सर्व आत्ता अनुभवत होती सत्तरीत पाच वर्षांची होऊन! सर्व जग वंडर लँड बनलं. परीचं जग झालं. तो मुलगा माझ्याशी तसंच बोलू लागला, जसं तो एका पाच वर्षांच्या मुलांशी बोलेल. मीसुद्धा त्याच्याशी तसंच बोलू लागले.

तिने एक संपूर्ण पुस्तक लिहिलं आहे तिच्या दोन वर्षांच्या अनुभवावर. 'सेन्स ऑफ वंडर!' त्यात तिने लिहिलं आहे की, 'मला प्राप्त झाला एक आश्चर्यभाव! आता मी म्हणू शकते की, अगदी मोठ्यातल्या मोठ्या संतांनी जर काही मिळवलं असेल, तर ते याहून वेगळं आणि जास्त असू शकणार नाही, जे मला दिसत आहे.'

जेव्हा जीझसना कुणी विचारलं होतं की, कोण आहेत ती माणसं, जी तुझ्या स्वर्गाच्या राज्यात प्रवेश करू शकतील? तर जीझसनी उत्तर दिलं होतं, 'ते जे मुलासारखे असतील!'

मुलं कदाचित कोणत्यातरी मोठ्या स्वर्गातंच राहतात. आम्ही त्यांना शिकवतो-सवरतो आणि त्यांचा स्वर्ग हिरावून घेतो. पण हे हिरावून घेणं आवश्यक आहे, कारण हिरावून घेतलेला स्वर्ग जेव्हा परत मिळतो, तर त्याचं नावीन्य काही वेगळंच

असतं. पण खूप कमी लोकांना तो मिळतो. आम्ही सगळेच तो स्वर्ग हरवून बसतो, पण त्या स्वर्गाला पुन्हा प्राप्त करत नाही. मरता मरता जरी कुणी पुन्हा बाळ झालं, लहान मूल झालं; तरी तो स्वर्ग मिळू शकतो. म्हातारा माणूस जर मुलांच्या नजरेने जग बघू शकला, तर आयुष्यात अशी शांतता आणि असा आनंद आणि आशीर्वादांचा असा वर्षाव होतो की, त्याचा अंदाज बांधता येत नाही.

तर बाहेरच्या जीवनात ज्यांना पूर्वजन्मामध्ये जायचं आहे, त्यांना आपली दृढता तोडावी लागेल. कधी एखाद्या मुलाचा हात धरून पळू लागा, विसरून जा तुमचं वय. आणि मजेशीर गोष्ट म्हणजे, वय म्हणजे केवळ एक आठवण आहे, एक विचार. असा विचार, जो मनात खोलवर रुतला आहे. बाहेरची दृढता तोडत जाल आणि ध्यान करायला बसाल, तर एक-एक वर्ष मागे जाल. एक-एक वाढदिवस मागे जात जा, सावकाश, तर या जन्माच्या शेवटापर्यंत पोचाल, तर त्रास होणार नाही. मागच्या जन्मात जाण्याची हीच पद्धत आहे. केवळ एका जन्मातून दुसऱ्या जन्मात जाण्याचं जे सूत्र आहे, ते मी नाही सांगू शकत. त्याला कारण आहे. कारण कुणी जर केवळ कुतूहल म्हणून त्याचा प्रयोग केला, तर तो वेडा होईल. कारण पूर्वजन्माच्या आठवणी अचानक एखाद्या धबधब्यासारख्या कोसळू लागल्या, तर त्यांना झेलणं कठीण होऊन जाईल.

माझ्याकडे एका मुलीला आणलं गेलं. ती अकरा वर्षांची होती. तिला तिचे तीन जन्म आठवतात. अगदी अकस्मातरीत्या. प्रकृतीची एक चूक. निसर्ग आपल्या पूर्वजन्माच्या आठवणी गाडून टाकतो आणि या जन्मीच्या आठवणी त्या आठवणींच्या पार असतात.

म्हणून ज्या भागात, देशात असे विचार आहेत, जसे मुसलमान, खिश्चन भागात की, मागचा जन्म नसतो; तिथे मागच्या जन्माच्या आठवणी असणारी मुलं जमत नाहीत, कारण त्यांचं या दिशेने लक्ष नसतंच. जसं आम्ही नक्की मानलं आहे की, या भिंतीपलीकडे काहीही नाहीये, तर आम्ही हळूहळू या भिंतीकडे बघणंच सोडून देऊ. पण या देशात जैन, बुद्ध, हिंदू यांच्यात कितीही मतभेद होवोत, एका गोष्टीत मतभेद नाही, ती गोष्ट म्हणजे मागील जन्म. पुनर्जन्माच्या यात्रेत कोणताही भेद नाही. म्हणून या देशाचं चित्त हजारो वर्ष पूर्वजन्म असण्याच्या शक्यतेने भरून गेलं आहे.

तर अनेकदा अचानक ही शक्यता निर्माण होते की, मागच्या जन्मी मरताना एखादी व्यक्ती या भावनेने जर प्राण सोडते की, मला या जन्माची आठवण राहू देत, तर आठवण राहते.

त्या मुलीला जेव्हा माझ्याकडे आणण्यात आलं, तेव्हा तिला तिचे तीन जन्म आठवत होते. पहिला जन्म आसाममध्ये झाला होता, जेव्हा ती सात वर्षांची

असताना मरण पावली. सात वर्षांच्या मुलीला जितकी आसामी भाषा बोलता येईल, तितकी ती बोलते. ती आता जन्मली आहे मध्यप्रदेशात, आसामला कधी गेली नाही. दुसरा जन्म मध्यप्रदेशातला कटनी भागातला. तेव्हा ती साठ वर्षांची होऊन मरण पावली. आणि आता ती अकरा वर्षांची आहे. पण ती आत्ता दिसते म्हातारी अठ्ठ्याहत्तर वर्षांची. तिचे डोळे, तिचा चेहरा, चिंताग्रस्त जणू मरणोन्मुख आहे. म्हणजे साठ वर्षांचा मागचा जन्म आणि आत्ताची अकरा वर्षं मिळून, तिचं आत्ताचं वय जरी अकरा असलं, तरी दिसते ती अठ्ठ्याहत्तर वर्षांची!

तिला तिचे मागच्या जन्मातले नातलग, सासर सगळं आठवतं; ती माणसंही आहेत अजून. माझे जे शेजारी होते, ते त्या तिच्या मागच्या जन्मात भाऊ होते. त्यांच्या डोक्यावर एक व्रण होता. तिने सर्वप्रथम त्यांना विचारलं की, व्रण गेला नाही अजून? हा व्रण जेव्हा तुझं लग्न झालं आणि घोड्यावरून तू येत असताना पडलास, त्याचा आहे. पण त्यांना हे आठवत नव्हतं. तर एका वयस्कर बाईने सांगितलं की, तो पडला होता.

तिच्या वडिलांना मी सांगितलं की, तिच्या या आठवणी संपवायला हव्यात, तिला विसरून जायला हवं, काही उपाय करायला हवेत. तिला घेऊन या. सात दिवसांत तिच्या या आठवणी ती विसरली नाही, तर या मुलीला जगणं अशक्य होईल. ना तिला शाळेत जाता येत होतं, ना शिकता येत होतं; कारण ती म्हातारी दिसायची. आणि ती तर सगळं शिकलेलीच होती. 'लहानपण' असं काही तिच्यात नव्हतंच. तिच्या आठवणी संपायला हव्या होत्या.

पण तिच्या घरच्यांना त्यात आनंद होता. कारण तिला बघण्यासाठी लोक यायचे. कुणी नारळ, पेढे, हार घेऊन यायचे. अगदी राष्ट्रपतीनींही आमंत्रण दिलं. अमेरिकेतूनही आमंत्रण आलं. त्यातच त्यांना आनंद वाटायचा. त्यांनी तिला माझ्याकडे आणणं बंद केलं. या गोष्टीला आता सात वर्षं झाली. आज ती मुलगी वेडी झाली आहे. आता ते मला बोलावतात, काही करा म्हणून सांगतात; पण आता कठीण आहे. आता तर तिला कसली शुद्धच नाही. तिला आता हेही कळत नाही की, कोणती आठवण कोणत्या जन्मातली आहे.

प्रकृतीची व्यवस्था अशी आहे की, जितकं तुम्हाला झेपेल, तितकंच तुम्हाला आठवतं. म्हणून आधीच्या जन्मातल्या आठवणींत जाण्याअगोदर आधी विशेष साधना करणं आवश्यक आहे. जी तुम्हाला योग्य बनवते, जी तुमची मानसिकता दृढ करते, जी तुम्हाला गोंधळून टाकत नाही.

खरंतर दुसऱ्या जन्मातल्या आठवणींत जाण्यासाठी सर्वांत आवश्यक आहे, एक गोष्ट ती ही की, जोपर्यंत हे जग तुम्हाला स्वप्नवत वाटत नाही, एक लीला एक खेळ; तोपर्यंत तुम्ही दुसऱ्या जन्मात जाणं योग्य नाही. तुम्हाला हे जग म्हणजे

एक खेळ वाटू लागलं, तर मग भीती नाही. तुमच्या चित्तावर घाव होणार नाही. धोका नाही या खेळाच्या आठवणी आठवण्यात.

पण जर हे जग तुम्हाला सत्य, वास्तविक वाटतं, आत्ताची बायको वास्तविक वाटते आणि उद्या जर तुम्हाला आठवलं की, ती मागच्या जन्मी तुमची आई होती; तर तुम्ही अडचणीत सापडाल. काय करावं आता? बायको मानायचं की आई मानायचं?

म्हणूनच जाणूनबुजून एक सूत्र मी सांगितलेलं नाही. ते हेच की, या जन्माच्या अगोदरच्या जन्मात कसा प्रवेश करायचा? पण ज्यांना या जन्मातल्या सर्व आठवणी आठवतात, तर त्यांना सूत्र सांगता येईल. पण ही व्यक्तिगत गोष्ट आहे. त्याची सार्वजनिक चर्चा होऊ शकत नाही आणि ते योग्यही नाही. कारण आमचं मन कुतूहलाने न जाणो किती काम करतं. जास्त करून लोक कुतूहलातच जगतात. एक नजर टाकून बघू, काय होतं आहे ते! पण हे असं बघणंही धोकादायक ठरू शकतं, कारण अशी एखादी गोष्ट समजू शकते की, जी नंतर निस्तरता येणार नाही. पण या जन्माचा प्रयोग जरूर करा. तो प्रयोग जर आनंददायी ठरला आणि या जन्मातली सर्व परिस्थिती...!

जसं तुम्ही सर्व आठवू लागाल, तुम्हाला समजेल की, ते एखाद्या स्वप्नासारखं आहे, त्याहून अधिक काही नाही. मग तुम्हाला हेही समजेल, की ज्या गोष्टी तुम्ही इतक्या गांभीर्याने घेत आहात – व्यवहारात लाभ होत आहे की नुकसान, बायको-नवरा भांडत आहेत, वडील आज नाराज झाले – हे सर्व उद्या आठवणींच्या अडगळीच्या खोलीत जाऊन पडणार आहे. तुम्हाला जेव्हा जुन्या गोष्टी आठवतील, तुम्हाला समजेल की, किती क्षणांना तुम्ही तेव्हा गंभीर समजला होतात. आज त्या कुठेच नाहीत. एका क्षणी त्या गोष्टींनी तुम्हाला इतकं धरून ठेवलं होतं की, जणू जगण्या-मरण्याचा प्रश्न! आज त्याचं काहीही मोल नाही. काही अर्थ नाही.

मागच्या आठवणी जर बघितल्या, तर दोन गोष्टी होतील. एक म्हणजे ज्या गोष्टी गंभीर समजल्या होत्या, त्या गंभीर सिद्ध झाल्या नाहीत. आम्ही त्या विसरून गेलो. ज्यासाठी आम्ही आमचं आयुष्य मरणाच्या दारापर्यंत आणून ठेवलं, आज त्या गोष्टी कुठेही नाहीत, तर आज तुमचं आयुष्य भिन्न होईल. कारण तेव्हा तुम्हाला दिसेल, या ज्या गोष्टी आज तुमच्यासाठी मारण्यासारख्या, मरण्यासारख्या आहेत; त्या उद्या कचऱ्याच्या ढिगाऱ्यात पडणार आहेत. एक-दोन क्षण थांबा... आणि सगळं अर्थहीन होईल. एक-दोन क्षण वाट बघा आणि त्या गोष्टी आठवणी बनतील. आणि संपूर्ण आयुष्याचं फळ जर सर्वसाधारण आठवणीत रूपांतरित होणार असेल, तर आमचं आयुष्य आणि एखाद्या अभिनेत्याचं आयुष्य, यांत काय फरक आहे? शेवटी अभिनेता जे जगतो – त्याचा एक परिणाम म्हणजे सिनेमा

बनतो, जो पडद्यावर बघता येतो. आणि आम्ही जे जगतो, सर्वार्थाने शेवटी एक आठवणींचा सिनेमा बनतो, जो पुन्हा बघता येऊ शकतो.

आम्ही ज्याला जीवन म्हणतो, ते कॅमेऱ्याचं फोकसिंग याहून जास्त काय आहे? आणि ज्या क्षणांना आम्ही महत्त्वपूर्ण क्षण असं म्हणत होतो, ते सगळे एका पडद्यावर टांगले गेले. आज त्यांची किंमत एका सिनेमापेक्षा जास्त नाही. फरक इतकाच की, सिनेमा एका पेटीत बंद करून ठेवता येतो, हा सिनेमा आपल्या स्मृतीच्या पेटीत बंद करावा लागतो. याहून अधिक काही फरक नाही.

आणि आमच्या स्मृतींची पेटी हासुद्धा तितकाच सिनेमा आहे, जितका पडद्यावरचा सिनेमा असतो. आज ना उद्या विज्ञान असं संशोधन करेल, ज्यामुळे आठवणींना बाहेर काढून पडद्यावर दाखवता येईल. अशक्य नाही हे. कारण जेव्हा आम्ही डोळे बंद करतो, बघतो; तेव्हा डोळ्यांच्या पडद्यावर तोच सिनेमा पुन्हा प्रोजेक्ट करतो. जेव्हा तुम्ही एखादं स्वप्न बघता, तेव्हा तुमचे डोळे तसेच हलत असतात, जसे तुम्ही सिनेमा बघताना हलतात. कुणी जर स्वप्न बघत असेल, तर त्याच्या दोन्ही पापण्यांवर हात ठेवून जाणून घेता येतं की, तो स्वप्न बघत आहे की नाही. कारण त्याची बुबुळं जर हलत असतील पापण्यांच्या आड, तर समजून जा, स्वप्न बघणं चालू आहे. जर हलत नसतील, तर नाही.

ध्यानात जर तुम्हाला तुमचे मागचे जन्मही जर आठवले, तुम्ही आठवू शकलात... आणि जातिस्मरणाचा प्रयोग याचसाठी होता. खरंतर महावीर आणि बुद्ध कुणाला दीक्षा देतच नसत, जोपर्यंत त्यांना जातिस्मरण करायला भाग पाडत नसत. आणि म्हणूनच आजचा जो दीक्षित साधू आहे; ना तो दीक्षित आहे, ना साधू. दोन्ही नाही. त्यांना काही माहीतच नाही.

काही दिवसांपूर्वी एक जैन मुनी माझ्याकडे आले आणि त्यांनी मला ध्यान शिकवायला सांगितलं. ''मी आचार्य तुलसींचा साधू आहे, त्यांनी मला दीक्षा दिली आहे.'' मी विचारलं, की त्यांनी जर दीक्षा दिली आणि ध्यान शिकवलं नाही, तर मग काय शिकवलं? कशासाठी दीक्षा घेतली? दीक्षाचा अर्थ काय असतो? ध्यानच शिकवलं नाही? आचार्य तुलसी अजून कसला व्यवसाय करतात? दीक्षेचा अर्थच असा की, ध्यानात प्रवेश करवणं, तेव्हा दीक्षा होते.

जातिस्मरण झाल्यानंतरच महावीर आणि बुद्ध दीक्षा घ्यायचे. मागचे जन्म आठवले जावेत. महावीरांचं असं म्हणणं होतं की, जोपर्यंत तुम्हाला पूर्वजन्माचं स्मरण होत नाही, तोपर्यंत तुम्ही जीवनाकडे गंभीरतेने बघू शकत नाही.

एखाद्या माणसाला आठवेल की, त्याने मागच्या जन्मी एका स्त्रीवर प्रेम केलं होतं आणि तो तेव्हा तिच्याशिवाय जगू शकणार नव्हता. तसंच त्याने अजून एका जन्मात अजून एका स्त्रीला सांगितलं होतं, त्याही अगोदर एका स्त्रीला – अजून एका

स्त्री... माणूस होण्यापूर्वी पशू होता, तेव्हा मादीलाही हेच सांगितलं होतं... आजही तो तेच सांगतो आहे एका स्त्रीला. हे जर सगळं त्याला आठवलं, तर तो आज हसू लागेल. त्याने अनेक जन्म, अनेकांना हे सांगितलं आणि तो तरीही मजेत जगू शकला. तो अनेक जन्म जगत आहे.

तसंच एखाद्या हुद्द्याबदल, संपत्तीबदल... जन्मोन्जन्म तेच तेच करत आहोत, तेच पुन्हा करू इच्छितो आत्ताही! पण त्याला याची आठवण नाही. ते जर आठवलं, तर पुन्हा तेच आताही करणं केवळ अशक्य. तोपर्यंत कुणी माणूस संन्यासी होऊ शकत नाही, जोपर्यंत हे जग त्याला स्वप्नवत वाटत नाही. आणि हे जग म्हणजे एक स्वप्न, असं कसं होईल? हे जग स्वप्न व्हावं, याचसाठी जातिस्मरण!

या जन्मातल्या आठवणींत जा, कुतूहल म्हणून नव्हे, तर भार हलका करायला. हा जन्म एका स्वप्नासारखा बघितलात. आता पूर्वजन्मही स्वप्नासारखा बघण्याची क्षमता प्राप्त झाली, तर सूत्र सांगता येईल. पण ते व्यक्तिगत आहे.

जे काही प्रयोग मी सामूहिक करत आहे, ते असं प्रयोग आहेत, ज्यांमुळे तुम्हाला काही नुकसान पोचणार नाही. या प्रयोगांतून तुम्ही तिथपर्यंतच पोचू शकता, जिथपर्यंत त्यात धोका नाही. तिथपर्यंत गेल्यानंतरची सूत्रं मात्र व्यक्तिगत असतील. म्हणून जी माणसं तिथपर्यंत शीघ्र पोचतील, त्यांच्याशी मी उर्वरित गोष्टी बोलेन, ज्या सर्वांसमक्ष सांगता येत नाहीत. त्या व्यक्तिगत गोष्टी आहेत, हे मी पुन्हा पुन्हा सांगतो आहे.

भगवान श्री, कोणकोणते बिंदू आहेत, जे गर्भाला श्रेष्ठ जीवात्मा येण्यास योग्य अथवा निकृष्ट जीवात्मा येण्यास योग्य ठरतात? श्रेष्ठ आत्मा गर्भात यावा, त्यासाठी काय काय तयारी करावी लागते? कशी? आणि बुद्ध, महावीर, कृष्ण आणि जीझस यांसारखे लोक गर्भात यावेत, त्यांचं सामान्य गर्भाच्या तुलनेत काय वैशिष्ट्य होतं?

बऱ्याच गोष्टींचा विचार करावा लागेल. एक तर संभोगाचा क्षण जितका पवित्र असेल, तितका तो पवित्र आत्म्याला आकर्षित करू शकतो. पण 'काम' याची इतकी निंदा झाली आहे की, संभोगाचा क्षण अगदी क्वचितच पवित्र होऊ शकतो. काम, यौवन यांना अपवित्रच सिद्ध केलं गेलं आहे. आमच्या चित्तात तो अपवित्र होऊनच ठसला आहे. पतिपत्नीचं मीलन पापाच्या अंधाऱ्या सावलीत घडतं. एक आनंद, एक पावित्र्य, एक प्रार्थना म्हणून घडत नाही. म्हणूनच स्वाभाविकपणे या सावलीत जवळपास पवित्र आत्म्याचा प्रवेश संभव नाही. तर पवित्र आत्म्याचा प्रवेश होण्याची पहिली अट ही आहे, की क्षण पवित्र हवा.

माझ्या दृष्टिकोनातून संभोगाचा क्षण प्रार्थनेचा क्षण आहे. आणि पतिपत्नीला प्रार्थनेनंतरच संभोग करायला हवा. ध्यानानंतरच. त्याचे दोन परिणाम होतील. एक

परिणाम असा की, ध्यानानंतर वर्ष-वर्ष ते संभोग करू शकणार नाहीत. आणि ध्यानानंतर संभोग करण्याचा प्रयत्न केला... खरंतर ध्यानानंतर करू शकणार नाहीत, कारण वासना राहत नाही. वर्ष जातात अशी.

ही जी वर्षांची पवित्रता आहे, ते दमन नाही. हे काही घेतलेलं व्रत नाही की, पतिपत्नी वेगवेगळ्या खोलीत झोपतात, हे सहज फलित ब्रह्मचर्य आहे. ते ध्यानामुळे, त्या आनंदामुळे; कारण ध्यानात इतकं तृप्त व्हायला होतं की, संभोग करण्यासाठी मन तयार होत नाही.

या कारणाने ध्यानामुळे ऊर्जा जी असते, ती सक्रिय आणि घन होते. पवित्र आत्म्याला जन्म देण्यासाठी अत्यंत शक्तिशाली बिंदू हवा. निर्बल बिंदू काम करू शकत नाही. तर ज्या संभोगाआधी वर्षांचं ब्रह्मचर्य आहे, तो संभोग शक्तिशाली आत्म्याला प्रवेश देण्यासाठी समर्थ असू शकतो.

मग वर्षांच्या ध्यानानंतर एखादे दिवशी संभोग करू शकलात, म्हणजे ध्यान आज्ञा देतं की करा, तर स्वाभाविकतेने तो क्षण पावित्र्याचा असतो. कारण अपावित्र्य जरा जरी राहिलं असतं, तर ध्यानाने आज्ञा दिली नसती. जेव्हा ध्यान आज्ञा देतं की, ध्यानानंतरही संभोगाची संभावना होते, तेव्हा त्याचा अर्थ हाच आहे की, आता संभोगातही एक पावित्र्य आलं आहे. एक भगवत्ता आली आहे. आता या भगवत्तेक्षणी त्या दोन व्यक्ती जेव्हा संभोग घेतात, योग्य होईल, जर आपण असं म्हटलं तर, की, त्या व्यक्ती शारीरिक पातळीवर भेटत नाहीत, तर हे मीलन खोल आणि आत्मिक आहे.

जर पवित्र आत्म्याला जन्म द्यायचा असेल, तर ती केवळ जैविक घटना नाही. दोन शरीरांच्या मीलनातून आम्ही केवळ एका शरीराला जन्म देतो. पण जेव्हा दोन आत्म्यांचंसुद्धा मीलन होतं, तेव्हा एका विराट आत्म्याला जन्म घेण्याची संधी मिळते.

महावीर अथवा बुद्ध यांचा जन्म याच पद्धतीचा आहे. जीझसचा जन्म तर अजूनच अद्भुत आहे. थोडं समजून घेऊ या. महावीर, बुद्ध यांचे जन्म पूर्वघोषित जन्मं आहेत, ज्यांची प्रतीक्षा अनेक वर्षं केली जात होती. आणि पूर्वघोषणांनी सर्व सूचना दिल्या होत्या. इतकंही सांगितलं गेलं होतं की, महावीरांच्या जन्माअगोदर त्यांच्या आईला किती स्वप्नं पडतील. पहिलं स्वप्न काय असेल, दुसरं-तिसरं-चौथं स्वप्न काय असेल? महावीरांचा आधीचा जन्म तशी घोषणा करून संपला. त्यांनी तसं सांगितलं होतं की, माझा पुढचा जन्म इतक्या स्वप्नांबरोबर होईल. अशी स्वप्नं असतील, तेव्हा समजून जा की, मी प्रविष्ट झालो. तर संपूर्ण प्रतीक दिलं होतं. त्यांची वाट बघितली जात होती की, कोणती स्त्री तशी घोषणा करेल, की ही ही स्वप्न पडली.

बुद्धांसाठीही प्रतीकं दिली गेली होती. जेव्हा बुद्धांचा जन्म झाला, तेव्हा दूर हिमालयातून एक संन्यासी आला, जो त्यांच्या जन्माची वाट बघत होता, काळजीत होता की, बुद्धांच्या जन्माअगोदर माझा मृत्यू न होवो. आणि जेव्हा तो भिक्षा मागायला आला, तेव्हा बुद्धांच्या वडिलांना म्हणाला की, घरात नवीन मुलाने जन्म घेतला आहे, मला त्याचं दर्शन घ्यायचं होतं. वडिलांना आश्चर्य वाटलं, कारण जो संन्यासी मुलाचं – बाळाचं दर्शन घ्यायचं आहे असं म्हणत होता; तो स्वत: मोठा संन्यासी, साधक होता. त्याचा मोठा शिष्यगण होता. त्याची कीर्ती चहू दिशांना होती पसरलेली! पण मग वडिलांना आनंदही झाला. कारण त्यांच्या बायकोला तसं स्वप्न पडलं होतं आणि लगेचच दुसऱ्याच दिवशी संन्यासी आला.

पहिल्याच दिवशी बाळाला संन्याशासमोर आणलं गेलं. तर संन्यासी छाती ठोकून रडू लागला. वडील घाबरले, त्यांना तो अपशकुन वाटला. "तुम्ही रडता?" "तुमच्या मुलासाठी काहीही अपशकुन नाही. रडतो आहे माझ्यासाठी की, त्या माणसाचा जन्म झाला, ज्याच्या चरणांपाशी बसण्याचा कल्पनातीत आनंद मिळू शकला असता, पण माझा अंत जवळ आला आहे आणि याला मोठं होण्यासाठी, प्रकट होण्यासाठी अजून बराच अवधी आहे. इतका काळ मला थांबता येणार नाही.''

जीझसचा जन्म झाला, तर सगळं जग वाट बघत होतं. विशेषत: मध्य आशिया. सूचना होती की, चार तारे विशेषरूपात प्रकट होतील, जेव्हा जीझसचा जन्म होईल. ज्यांना हे गुपित माहीत होतं... भारतातूनही एक माणूस, इजिप्त, अजून काही देशातून दोन माणसं – ही चारही माणसं, जेव्हा त्यांना ते तारे दिसले, अभिनंदन करायला गेले. त्या ताऱ्यांनी त्या मुलाच्या जन्माच्या ठिकाणाची वाट दाखवली.

हेरोथ जो जीझसच्या वेळी राजा होता, त्याला इजिप्तच्या त्या एका माणसाने सांगितलं की, तुला माहीत नाही, राजा जन्मला आहे. पण त्याला त्याचा अर्थच समजला नाही. त्याला वाटलं कुणी शत्रू जन्मला आहे. म्हणून जेरूसेलममध्ये जितकी मुलं जन्मली होती, त्या सर्वांचा त्याने वध केला. ही बातमी मरियमपर्यंत पोचली आणि बाळाला घेऊन ती पळून गेली. जीझसचा जन्म एका तबेल्यात झाला, जिथे घोडे बांधलेले होते, जिथे घाण होती, जिथे काळोख होता.

जीझसच्या जन्माची कथा बुद्ध आणि महावीर यांच्या जन्माच्या कथेपेक्षाही एका अर्थी विशेष आहे. जीझस यांच्या आत्म्याला जन्म घ्यायचा होता. आई होती, पण वडील उपलब्ध नव्हते. मरियमची योग्यता जीझसना जन्म देण्याइतकी होती, पण वडिलांची योग्यता नव्हती. म्हणून आजही असं सांगितलं जातं की, जीझस कुमारी मरियमच्या पोटी जन्मले. असं म्हणलं जातं, याला कारण आहे. वडील बेइमानी

होते. कुमारिका असूनही तिच्या पोटी जीझस जन्मले.

म्हणून एका अशरीरी आत्म्याला जीझसच्या वडिलांच्या शरीरात प्रवेश करावा लागला, ज्याला 'होली घोस्ट' म्हणतात. जीझसच्या वडिलांच्या माध्यमातून एक दुसरा आत्मा त्या वडिलांच्या जागी आला. जीझसचे वडील तेव्हा नव्हते, त्यांचं केवळ शरीर होतं. जसं मी म्हणालो की, शंकराचार्यांनी एका दुसऱ्या शरीरात प्रवेश केला... तसंच एका आत्म्याने जीझसच्या वडिलांच्या शरीरात प्रवेश केल्यानंतर जीझसचा जन्म झाला. म्हणून जीझसचे वडील असं म्हणू शकले की, माझा तर काही हात नाही. त्यांना तर माहीतच नाही, कधी काय घडलं! मरियम त्यांच्या दृष्टिकोनातून कुमारिकाच आहे आणि एका कुमारिकेला मुलगा झाला आहे. तो तर पूर्ण बेशुद्ध होता. त्याचं शरीर केवळ एक माध्यम म्हणून उपयोगात आणलं गेलं.

पण ख्रिश्चनांमध्ये हे सूत्र अजिबातच नाही. म्हणून फादर बिचारा कसंही करून हेच सिद्ध करत राहतो की, जीझसला कुमारी मातेने जन्म दिला. पण त्यांना कुमारी म्हणजे काय, हेच माहीत नाही.

आणि जीझसच्या विरोधात पाश्चात्त्यांमध्ये सर्वांत मोठी गोष्ट सांगितली जाते आणि ज्याचं उत्तर जीझसना मानणारेही देऊ शकले नाहीत, ती ही की, कुमारिका एका मुलाला जन्म कसा काय देऊ शकते? हे अवैज्ञानिक आहे. बरोबर आहे, पण इथे संदर्भ वेगळा आहे. हा मुलगा अशा कुमारिकेला झाला होता की, त्या मुलाचे वडील हजर नव्हते, केवळ एक माध्यम होते.

असं अनेकदा होतं की, अनेक श्रेष्ठ आत्मा जन्म घेऊ इच्छितात, पण श्रेष्ठ गर्भ आम्ही निर्माण करू शकत नाही. आणि आता तर श्रेष्ठ गर्भ मिळवणं जवळजवळ अशक्य झालं आहे. कारण गर्भाचं विज्ञानच हरवलं आहे. आज ज्याला आम्ही गर्भदान म्हणतो, ते अक्षरश: जनावरासारखं आहे. त्यात कसलंच विज्ञान नाही. आता ज्यांनी सर्व विचार केला होता, सर्व ठरवलं होतं. जसं कोणती वेळ, विशेष क्षण... जसा आम्हाला अंदाज असत नाही.

तुम्हाला कदाचित माहीत नसेल, पण पौर्णिमेला जास्ती जास्त लोक वेडे होतात. अमावास्येला सर्वांत कमी लोक वेडे होतात. अजूनपर्यंत विज्ञानाला याचं कारण समजलेलं नाही. नक्कीच पूर्ण चंद्र आमच्यात विक्षिप्तता घेऊन येतो. जसा तो समुद्राला उधाण आणतो, तसाच आमच्या चित्तवृत्तींनाही उधाण आणतो. इंग्रजीतला एक शब्द आहे, 'लुनाटिक', याचा अर्थ चंद्राने वार केला. लुनार म्हणजे चंद्र! चंद्राने वार केला – माणूस वेडा झाला त्याच्यासाठी.

प्रत्येक क्षणाचा हिशोब आहे, या पृथ्वीवर कशा तऱ्हेचा प्रभाव होतो याचा. त्या विशेष प्रभावात जर गर्भदान झालं, तर परिणाम अतिशय वेगळे होतील. जर त्या विशेष क्षणी गर्भदान नाही झालं, तर परिणाम अतिशय विपरीत होतील. संपूर्ण

ज्योतिषशास्त्र यावर आधारित आहे की, गर्भदान कधी झालं? तो क्षण कोणता? कारण तो क्षण काही प्रभावाचे संकेत, बातमी देतात. निदान मोठ्या ठळक सूचना तरी मिळू शकतात.

तर तास आणि क्षणांचाही – वेळेचा बोध! संभोगाआधी ध्यानाचं सामर्थ्य! संभोगापूर्वी वर्षांचं ब्रह्मचर्य! माझ्या ब्रह्मचर्याच्या विचारांना लक्षात ठेवा. दाबून टाकलेलं नाही, थांबवलेलं नाही. आलेलं, घडलेलं. मग प्रार्थनेनुसार संभोगात गती आणि पवित्र आत्म्यांना आमंत्रण! कारण अनेक आत्मे उपलब्ध आहेत आणि आत्म्यांमध्येही गर्भात प्रवेश करण्यासाठी निरंतर चढाओढ आहे. त्यात जर तुम्ही विशेष, निवडक आत्म्यांना आमंत्रण दिलंत; तर परिणाम जास्त सुस्पष्ट होतात. मग नऊ महिने त्या बाळाला एक विशिष्ट मानसिक आणि आध्यात्मिक वातावरण हवं.

जसं महावीरांच्या आईला एका विशिष्ट परिस्थितीत ठेवलं गेलं. बुद्धांच्या आईला एका विशिष्ट वातावरणात ठेवलं गेलं. बुद्धांच्या जन्मावेळी तर हेही सांगितलं गेलं होतं की, बाई जन्म देताना उभी असेल. घरात नाही, तर घराबाहेर बाळंत होईल. अगदी अजब गोष्ट होती ही. तर माहेरी जाताना एका वृक्षाखाली, खुल्या आकाशाखाली ती बाळंत झाली.

सर्वसाधारणपणे मुलं अंधारात जन्म घेतात. सर्वसाधारणपणे संभोग अंधाच्या खोलीत घेतला जातो. लपून-छपून, चोरून, अपराधी भावनेने. त्याचे परिणाम दुःखदच होतात. संभोग म्हणजे पाप वाटतं, जे कुणाला समजू नये. संभोगासाठी मुक्त, सरल, पवित्र असं हवं. हे पावित्र्य असणं अनिवार्य आहे.

छोट्या छोट्या गोष्टी परिणामकारक असतात. खोलीचा रंग, आभा, गंध – परिणाम करतात. यासाठी संपूर्ण विज्ञान आहे. आणि गर्भदान जर संपूर्ण विज्ञानाने केलं, तर मनुष्याच्या संततीत आमूलाग्र बदल होऊ शकतो.

वैज्ञानिक, शास्त्रज्ञ आता एक छोटासा प्रयोग करत आहेत; जो आमूलाग्र परिवर्तन घडवू शकेल. त्यांनी एक पट्टा तयार केला आहे, जो गर्भवतीच्या पोटावर बांधता येईल. अगदी अचानक, एका आजारी स्त्रीला काही कारणाने पट्टा बांधला गेला होता, पण त्याचा परिणाम मुलावर झाला. त्या पट्ट्यामुळे जिथे बाळाचं डोकं होतं, त्यावर दाब पडला आणि त्या बाळाचा आयक्यू अतिशय जास्त झाला, जेव्हा त्याचा जन्म झाला. अचानक घडलं हे. मेंदूमधल्या एका चाकावर दाब पडला. त्यानंतर शास्त्रीय पद्धतीने असे अनेक प्रयोग केले गेले. कारण कदाचित उपजतच ते बाळ बुद्धीने कुशाग्र असू शकतं. पण या प्रयोगामुळे या दबावाला शिक्कामोर्तब केलं.

तर अशी अनेक आसनं आहेत, श्वासाचे प्रयोग होत या विशिष्ट दाबासाठी. अनेक शब्दांचं उच्चारणं आहे विशेष दाबासाठी. हे सगळं त्या मुलाच्या प्रतिभेसाठी,

स्वास्थ्यासाठी, सामर्थ्यासाठी; त्याची संभावना पूर्णपणे प्रकट होण्यासाठी सहयोगी ठरतं.

मनुष्य अजूनही अनेक उपद्रवी गोष्टींचा शोध घेण्यात मग्न आहे. पण जे सर्वांत जास्त गरजेचं आहे – 'भविष्याचा शोध'. तो मात्र फार कमी शोधला जात आहे. पण हे सगळं शक्य आहे. जसं बाळ आईच्या पोटात प्रवेश करतं, तर त्या बाळाच्याबाबतीत कोणकोणत्या शक्यता असू शकतात, त्याचं प्रतिबिंब आईवर पडू लागतं. ही दुहेरी प्रक्रिया आहे, तर मूल रागीट होतं. आणि जर रागीट आत्म्याने प्रवेश केला, तर आई रागीट बनते. हे सूचक आहे. या सूचना तपासूनही प्रयोग करता येतात की, त्या मुलाच्या रागाचं मूळ आत्ताच बदलून टाकावं.

आजही पृथ्वीवर अनेक अजन्मी आत्मा आहेत, जे जन्म घेऊ शकतात. अगदी विचित्र परिस्थिती झाली आहे. अशी परिस्थिती, जणू एक युनिव्हर्सिटी आहे, जिथून अनेक मुलं बीए होऊन बाहेर पडली आहेत आणि त्यांना एमए करायचं आहे, पण एमएसाठी युनिव्हर्सिटीच नाही आणि ती मुलं एमए कुठे करावं, याचा शोध घेत फिरत आहेत.

ही आमची पृथ्वी एका सीमेपर्यंत काही लोकांची प्रतिभा आणि आत्मा विकसित करते आणि सोडून देते. त्यानंतर मात्र आमच्याकडे पुढली सोय नाही. त्यानंतरची सोय सुनियोजन करून तयार करता येऊ शकते. अशी शक्यता निर्माण करता येईल, ज्यामुळे श्रेष्ठ आत्म्यांना प्रवेश मिळू शकेल.

पहिली गोष्ट, योनीच्या संदर्भात आमचा दृष्टिकोन रुग्ण, आजारी, खतरनाक आहे. पृथ्वीवर योनीची पवित्रता जोपर्यंत स्वीकारली जात नाही, तोपर्यंत केवळ नुकसानच आहे. संभोगापूर्वी ध्यान नसेल, तर तो संभोग पाशवी राहील, मानवीय होऊ शकणार नाही. संभोगाआधी मोठं ब्रह्मचर्य नसेल, तर शक्तिशाली वीर्याणू निर्माण होणार नाहीत. म्हणून शक्तिशाली आत्मा जन्म घेऊ शकत नाहीत, देऊ शकत नाही जन्म अशा शक्तिशाली आत्म्यांना.

एक शेवटचा प्रश्न विचारा.

भगवान श्री, आपण एकदा म्हणाला होतात; की पन्नास वर्षांच्या आत महावीर यांसारखी पृथ्वीवर जर कृष्ण, जीझस, बुद्ध आणि महावीरांसारखी माणसं जन्मली नाहीत; तर संपूर्ण मनुष्यता मरण पावेल. आणि विवेकानंदांप्रमाणे असंही म्हणालात की, मी अशा शंभर माणसांच्या शोधात आहे, जे साहसपूर्णतेने आत्म्याच्या उंचीपर्यंत जाऊ शकतील, तर हा देश आणि पूर्ण मनुष्यता वाचवता येणं शक्य होईल. आणि म्हणून मी गावोगावी हिंडतो आहे, ती नजर शोधतो आहे, जी नजर ज्योत बनेल. मी सर्व कष्ट घेण्यास तयार आहे. माझ्याकडून आत घेऊन जाण्यासाठीची

संपूर्ण तयारी झाली आहे. बघायचं आहे की, मी मरताना मलाही असं म्हणायला लागू नये की, मी ज्या माणसाचा शोध घेत होतो, तो मला मिळालाच नाही. तुमची तयारी असेल तर या.

कृपया, माझी तयारी आणि तुमची तयारी याचा अर्थ स्पष्ट करा. कोणती तयारी करायला हवी? कसली तयारी करायला हवी? कृपया समजवा.

तुमच्या तयारीचा अर्थच समजावतो. कारण मला माझी तयारी करायची आहे. त्यात तुमचं प्रयोजन काहीही नाही. आणि मला काहीच तयारी करायची नाही. मी तयार आहे. तीन गोष्टी आहेत.

हजारो वर्षांनी आम्हाला विश्वासू बनवलं आहे, ही पहिली गोष्ट. एक विश्वास ठेवणारं मन तयार केलं आहे, शोधक मन नाही. तर आम्ही विश्वास ठेवतो, शोध घेत नाही. आणि या जगात जे काही महत्त्वाचं मिळण्यासारखं आहे, ते शोध घेतल्याशिवाय कधीही मिळत नाही. सगळं जरी मिळालं, तरी स्वत:चं असणं तर शोध घेतल्याशिवाय मिळत नाही. तर जिज्ञासेने भरलेलं मन हवं. तसं मन मिळवणं ही पहिली तयारी.

कदाचित तुम्ही म्हणाल की, जिज्ञासा आहे. आम्ही प्रश्न विचारतो. पण लक्षात ठेवा, अशी जिज्ञासा केवळ उत्तरांच्या शोधात असते. याला मी जिज्ञासा म्हणत नाही. जिज्ञासा अशी हवी, जी केवळ उत्तराच्या शोधात नाही, तर अनुभवाच्या शोधात आहे. उत्तर कुणीही देऊ शकतं. पण अनुभव आपले आपणच घ्यावे लागतात. प्रश्न विचारले जातात की, देव आहे की नाही? मोक्ष आहे की नाही? पण असं वाटतं की, केवळ उत्तर आहे. कुणी त्यांना उत्तरं द्या. उत्तरांच्या शोधात असलेले आज ना उद्या विश्वास ठेवणार. कारण उत्तर शोधणाऱ्याला जास्त त्रास घ्यायचा नसतो. त्यांना कुणीतरी हवं असतं विश्वासपात्र!

माझ्याकडे कुणालाही देण्यासाठी काहीही उत्तरं नाहीत आणि उत्तरात मला उत्सुकताही नाही. मी उत्तराच्या भाषेत जे काही थोडं फार बोलतो, ते केवळ एकाच कारणाने की, प्रश्न विचारणारा पळून जाऊ नये. थोडं त्याने थांबावं. म्हणजे त्यांच्या प्रश्नांच्या उत्तराच्या आकांक्षेला तोडून अनुभवाच्या आकांक्षेचं बी पेरता यावं. विचारणारे लोक अनेक आहेत, पण जाणून घेणारे लोक नाहीत. उत्तर अगदी स्वस्त गोष्ट आहे. पुस्तकांतून मिळतं. गुरूंकडे लिहिलेलं आहे. उत्तर अगदी बौद्धिक गोष्ट आहे. संपूर्ण जीवनाचा आणि त्यांचा काहीही संबंध नाही. अनुभवाचा शोध, जिज्ञासा हवी. उदाहरण म्हणून एक प्रसंग सांगतो.

मिलारेपा नावाचा तिबेटमध्ये एक फकीर होता. तो त्याच्या गुरूंना भेटायला गेला. प्रथा होती की, आधी गुरूला तीन प्रदक्षिणा घालायच्या, सात वेळा वाकून नमस्कार करायचा आणि मग अदबीने एका कोपऱ्यात बसून राहायचं. आणि जेव्हा

गुरू विचारेल, ''बोल, काय विचारायचं आहे?'' तेव्हा विचारायचं. तर मिलारेपा गुरूंना भेटायला गेला, तर सरळ त्याने त्यांची मान पकडली आणि विचारलं, ''लवकर बोला, तुम्हाला काय सांगायचं आहे? कारण मलाच माहीत नाही की, मला काय विचारायचं आहे. पण मला एक माहीत आहे की, मला काहीच माहीत नाही. तुम्हाला काही बोलायचं असेल, तर बोला.'' तर गुरू म्हणाले, ''आधी जरा शिष्टाचाराने वाग. तुला नक्की ज्ञात आहे की आधी तीन प्रदक्षिणा, मग सात वेळा नमस्कार, कोपऱ्यात अदबीने बसायचं...''

''ते मी आधी केलं आहे. जर मी प्रदक्षिणा, सात वेळा नमस्कार, अदबीने बसणं हे सर्व करताना मेलो; तर जबाबदार कोण? जर मी मेलो, तर जबाबदार तुम्ही की मी? जर तुम्ही मला खातरी दिलीत की, सात वेळा नमस्कार करताना मी मरणार नाही, तर मी सातच का सातशे वेळा नमस्कार करेन. आधी याचं उत्तर द्या. मग आरामात काम करू. शिष्टाचार नंतरही दाखवता येतील.''

''बस. तू असा माणूस आहेस की, ज्याला उत्तराचा शोध नाही, तर अनुभवाचा शोध घ्यायचा आहे. चांगलं केलंस की, तू प्रदक्षिणा नाही घातल्यास. कारण त्या प्रदक्षिणा अशांसाठीच आहेत, जे घालू शकतात. ती सोय त्यांच्यासाठी आहे. जेव्हा अशी माणसं येतात, तेव्हा समजतं की, त्यांच्याकडे भरपूर वेळ आहे प्रदक्षिणा घालण्यासाठी.''

तर पहिलं तत्त्व जे मला अपेक्षित आहे, ते म्हणजे अनुभवाची जिज्ञासा. उत्तराची नाही, फिलॉसॉफीची नाही, दर्शनाची नाही, प्राणांची! केवळ जाणण्याची नाही, तर मिळवण्याची. केवळ मिळवण्याचीही नाही, होण्याची. तर ही पहिली गोष्ट आहे.

दुसरी गोष्ट, जेव्हा आम्हाला काही मिळवायचं असतं, तेव्हा आम्हाला काही हरवावं लागतं. या जगात काहीतरी हरवल्याशिवाय काहीही नवीन मिळत नाही. पण पैसा खर्च करून सत्य मिळत नाही. कितीही पैसा खर्च करा मग. काही लोकांना वाटतं की, विकत घेता येतं. असं आमच्याकडे काय आहे, जे हरवल्याने सत्य मिळत नाही, जोपर्यंत आम्ही आम्हाला हरवायला तयार होत नाही. 'हॅविंग' हरवून नाही, तर 'बिइंग' हरवून मिळू शकतं. आमच्याकडे काय आहे, ते हरवून नव्हे, आम्ही काय आहोत हे हरवून परमात्मा मिळतो.

तर दुसरं तत्त्व असं आहे की, आम्ही आम्हाला हरवायला तयार आहोत का? सत्य तुमच्याकडे काहीही मागत नाही. काही घ्या, असंही नाही. केवळ देण्याची तयारी हवी. तुम्ही तयार आहात ना? मग संपलं. पण ही तयारी पूर्णतः असायला हवी की, स्वतःला संपूर्णतेने स्वाधीन करणं. जे हे करू शकत नाहीत, ते या महायात्रेसाठी निघू शकत नाहीत.

दुसरं तत्त्व – आम्ही अजून काही हरवायला कायम तयार आहोत. कुणी

सोडायला तयार आहेत; कुणी मुलं-बायको, पैसा सोडायला तयार आहेत. पण कुणी असं सांगत नाही की, मी मला सोडायला तयार आहे. आणि असं जोपर्यंत कुणी सांगत नाही, तोपर्यंत सत्याच्या जगात गती नाही. कारण खरंच का पत्नी, मुलं, पैसा तुमचा आहे? नाही. पत्नी तुमची नाही. चोवीस तासांत चोवीस वेळा हे जाणवतं की, तुमची नाही ती. जे माझं नाही, ते सोडतो आहोत, स्वतःलाच फसवत आहोत. तुमच्या व्यतिरिक्त तुमच्याकडे आहे तरी काय? तर जे आहे, ते सोडून द्यायच्या गोष्टी तुम्ही करत नाही. जे नाही तुमचं, ते सोडून द्यायच्या गोष्टी करता. त्याने काहीही होणार नाही.

दुसरी अपेक्षा आहे, स्वतः सोडण्याचं साहस! आणि तिसरी अपेक्षा – तयारी आहे प्रतीक्षा करण्याची! अनंत प्रतीक्षा आणि धैर्य. खरंतर ही यात्रा अशी आहे की, इथे जो कुणी म्हणेल की, आत्ता हवं, तर ही बालिश गोष्ट आहे. असं नाही की, आत्ता मिळू शकत नाही. आत्ताही मिळू शकतं, पण ते त्यालाच, जो आत्ता मागत नाही. तो म्हणतो की, केव्हाही मिळो, हरकत नाही; कधीही मिळो, मी प्रतीक्षा करेन. धैर्य हवं. आणि नेमकं तेच आता राहिलेलं नाही.

जगातल्या धर्माची कर्म कमी होण्याचं अजून काही कारण नाही. धैर्य कमी असणं हेच एक कारण आहे. कारण धैर्य, धीर धर्माचं मूळ आहे. केवळ धैर्यवान धार्मिक होऊ शकतो. कारण या जगात बाकी सगळ्याच गोष्टी नगद आहेत. धर्म दिसत नाही, त्याला स्पर्श करता येत नाही. कुलपात ठेवता येत नाही, सेफ डिपॉझिट करता येत नाही. धर्म ही एकमेव अशी गोष्ट आहे की, ज्याच्यापाशी धीर आहे, तोच त्यासाठी त्याचा शोध घेण्याचं मान्य करू शकतो.

आणि धर्म तुकड्या-तुकड्यांत मिळत नाही की, आज इंचभर मिळाला, उद्या दोन इंच मिळाला, तर आशा वाटत राहील. अधीर माणसाला आशा वाटत राहील की, आज एक रुपया मिळाला, तर उद्या दोन मिळतील. मग चार – चाराचे अगदी अरब-करोड! नाही, धर्म मिळतो तरी अथवा मिळत तरी नाही. ज्या दिवशी मिळतो, संपूर्ण मिळतो. स्फोट होतो आणि जोपर्यंत मिळत नाही, तोपर्यंत घनदाट काळोख राहतो.

अशा अंधकार क्षणात, ज्यांच्यापाशी धर्म नाही, ते अजून काही शोधू लागतात, जे आत्ता मिळू शकेल. ते दगड-धोंडे गोळा करतात, गुंफू लागतात; जे आत्ता मिळू शकतात, इथेच तर पडलेत! संपत्ती, यश शोधू लागतात, जी मिळू शकते, जी जास्त दूर नाही... हे इथेच आहे समोर. आणि जगात अजून एक सुविधा आहे या सर्व वस्तूंची. तुम्हाला या गोष्टी हप्त्यात मिळू शकतात. धर्म हप्त्यावर नाही मिळू शकत.

तर प्रतीक्षा ही गोष्ट आहे, तिसरं तत्त्व! अनंत प्रतीक्षा. खूप कठीण आहे, कारण आमचं मन सांगत असतं, मिळेल – न मिळेल? आम्ही विनाकारण तर बसलो नाही आहोत वाट बघत? या इतक्या वेळात काही दुसरं मिळालं असतं. हे

जे अधीर चित्त आहे, ते स्थिर होऊ शकत नाही. प्रत्यक्षात अधीरतेचं शांतीशी काही नातं नाही, संबंध नाही. संतुलनाचाही संबंध नाही. अधीरता याचाच अर्थ अशांत. चुळबुळ, अस्थिरता, चंचलता, पळापळ. तर असं चित्त हरवणारच, चुकणारच.

धीरचा अर्थ जणू समुद्र थांबला. एकही लाट नाही, आरसा बनला. आणि मजेची गोष्ट अशी की, चंद्र तर नेहमीच वर आहे. समुद्र जर आरसा बनला, तर आत्ता पकडू. पण समुद्र तर लाटांनी भरलेला. म्हणून चंद्राला पकडता येत नाही. सत्य कायमच हजर आहे, परमात्मा चहूबाजूंनी अगदी जवळ आहे, आत्ता आणि इथेच.

पण आमचं जे अधीरतेने भरलेलं मन आहे, लडखडणारं, डोलणारं, कंपित होणारं; त्यात काही पकडता येत नाही. ते आरसा बनत नाही. प्रतिफलन होऊ शकत नाही.

या तीन अटी तुम्ही पूर्ण करा, तर गोष्ट पूर्ण होईल. बाकी जे होणार आहे, ते सरळ होत राहील. सहजतेने होत राहील. परिस्थिती खरंतर अशी आहे की, मी पाणी घेऊन उभा आहे तुमच्यासमोर आणि सांगतो आहे की, ओंजळ धरा, तर मी पाणी ओतेन. पण तुम्ही हात सरळ ठेवता आहात. तुम्ही जरा ओंजळ करा, जरासे थांबा क्षणभर, तर पाणी ओतता येईल. कुणीही असा गैरसमज करून घेऊ नका की, मी पाणी ओततो आहे. जशी तुमच्या हातांची ओंजळ होते, पाणी पडू लागतं. मी त्याचा एक साक्षी होऊ शकतो केवळ, याहून जास्त काही नाही. की हो, या माणसाने ओंजळ धरली आणि घटना घडली.

खरंच, दीक्षाचा अर्थ हा इतकाच आहे. एक माणूस दुसऱ्या माणसाला कशी काय दीक्षा देणार? दीक्षा तर नेहमी परमात्म्याकडूनच मिळते. इतकंच घडू शकतं की, जो थोडा पुढे गेला आहे, तो साक्षी बनू शकतो.

माझ्याकडून काही खास तयारीची आवश्यकता नाही. तुमची तयारी पूर्ण असेल, तर मी साक्षीदार होऊ शकतो. तुमच्या तयारीसाठी मी तीन सूत्रं सांगितली आहेत. त्यांच्याबद्दल विचार करू नका, त्यांना जगण्याचा प्रयत्न केलात, तर ही तीन सूत्रं लगेचच आकलन होतील, धरता येतील. विचार केलात की, हरवलीत. विचार करू नका. या तीन सूत्रांना समजून घ्या की, उत्तर मिळवण्याची आशा तर नाही ना मनात? अनुभवाच्या शोधाकडे लक्ष द्या की, मी केवळ बौद्धिक सिद्धान्त तर शोधत नाही आहे ना की, परमात्म्याने हे जग बनवलं की नाही बनवलं? काय फरक पडतो समजा बनवलं असलं तरी आणि नसलं तरी? की मी खरंच काही अनुभवांचा शोध घ्यायला निघालो आहे? हे आधी स्वच्छ करा आपल्या मनात!

चांगलं होईल, जर अनुभवांचा शोध घ्यायला निघाला आहात, तर हेही स्पष्ट झालेलं चांगलं, की मला फक्त उत्तराचा शोध आहे, तरीही एक गोष्ट साफ होईल आणि एक प्रामाणिकता निर्माण होईल. तर कमीत कमी अनुभवांच्या व्यापात तरी आम्ही पडणार नाही. उत्तरं समजून घेऊ, बस. झालं, संपलं.

आणि लक्षात ठेवा, ज्याला ही गोष्ट समजेल की, मी उत्तर शोधायला निघालो आहे, त्याला लगेचच उमजून येईल की, हे व्यर्थ आहे. शब्दांनी दिलेल्या उत्तराचं करू काय? त्या शब्दांनी ना पोट भरत, ना भूक मरत, ना तहान भागत. शब्दांनी काहीही होत नाही. नदी पार करायची, तर होडी हवी. शब्दकोशांची होडी उपयोगी नाही. शब्दकोश घेऊन गेलात, तर होडी म्हणजे नदी पार करण्याचं साधन एवढंच समजेल. तो शब्दकोश बुडून जाईल आणि तुम्हीसुद्धा बुडाल आणि नदी हसेल, की काय हा वेडा! जर पुस्तकी होडीतून नदी पार करायची होती, तर नदीसुद्धा पुस्तकातली हवी. खऱ्या नदीत पुस्तकातल्या होडीतून उतरायला नको.

तर उत्तराचा शोध जरी असला, तरीही पुस्तक पुरेसं नाही. तसं असतं, तर आयुष्यात काही करायची गरजच नव्हती. म्हणून आज ना उद्या शब्द अर्थहीन वाटू लागतील, सर्व सिद्धान्त कस्पटासमान वाटतील. सर्व शास्त्रं...! आणि मग अनुभवांचा शोध सुरू होईल. पण प्रामाणिकतेने आपल्या आत ठरवता आलं पाहिजे की, मी कशाचा, काय शोध घेत आहे. हे कुतूहल आहे की जिज्ञासा? केवळ जिज्ञासा की मुमुक्षा? मुमुक्षा याचा अर्थ अनुभवांची जिज्ञासा.

दुसरी गोष्ट म्हणजे मी काय द्यायला तयार आहे? हे स्वत:नेच मनाशी ठरवलं पाहिजे. जर परमात्मा आज समोर उभा राहत असेल आणि माझ्याकडे मागत असेल की, तू माझ्या बदल्यात काय काय देऊ शकतोस; तर मी मला स्वत:ला द्यायला तयार आहे. तेव्हा तुम्ही पैसे देऊन भागणार नाही. अशा क्षणी तुम्ही खरोखरच स्वत:ला देऊ शकाल? असं नाही म्हणता कामा की, मुलाचं लग्न होऊ दे, घर होऊ दे, मुलीचं लग्न होऊ दे...! स्वत: तयार असायला हवं.

जर हे स्वच्छ होतं तर... तर दुसरं सूत्र तुमचं आयुष्य बदलून टाकणारं असेल की, मी स्वत:ला द्यायला तयार आहे. तुमची तयारी हवी... इतकं पुरेसं आहे. हे हरवू नये. असं म्हणू नये की, जरा थांब, थांब, मी घरी विचारून येतो.

धर्माहून मोठा जुगार नाही. बाकी सगळे जुगार लहान आहेत. काही जुगारांत तुम्ही हरता, काहीत जिंकता. तुम्ही कायम बाहेर असता. धर्माच्या जुगारात तुम्हाला स्वत:ला डावावर लावावं लागतं. इथे हरणं-जिंकणं नसतं; कारण तुम्हीच असता, तर कोण हरणार आणि कोण जिंकणार? आता तुम्हीच गेलात. हे स्पष्ट करा.

तिसरी गोष्ट स्पष्ट करा की, या अनंताच्या शोधासाठी जेव्हा आम्ही निघतो, तर लहान मुलांसारखी अधीरता उपयोगी नाही. जो अनंत धीर धरण्यास तयार आहे, त्याला आत्ता मिळतं, इथेच मिळतं.

या तीन गोष्टी स्वच्छ आणि स्पष्ट करा मनात, तर तयारी होत जाईल.

◆

संकल्पातून साक्षी आणि
साक्षीच्या पुढे तथाताची परम उपलब्धता!

साक्षीची साधना करणं हा खूप मोठा संकल्प आहे. आणि तथाताची साधना करणं तर साक्षीहूनही मोठा संकल्प आहे. हा महासंकल्प आहे. जेव्हा एखादा माणूस हे ठरवता की, मी साक्षी बनेन; तर याहून मोठा दुसरा संकल्प नाही.

तुम्ही असं म्हणाला आहात की, कोणी साधकाने तीव्र संकल्पाने असा प्रयोग जर केला की, मला मरण हवं आहे, मला माझ्या केंद्राशी परतून जायचं आहे; तर काही दिवसांतच त्याचे प्राण आतल्याआत आक्रसतात आणि साधक आधी आतून, मग बाहेरून आपल्या शरीराला मरताना, मेलेलं बघू शकतो. तेव्हा त्याची मृत्यूची भीती कायमची निघून जाते. तर प्रश्न असा आहे की, अशा स्थितीत पुन्हा शरीरात सुरक्षापूर्वक परतून येता यावं, यासाठी एखादी विशेष तयारी आणि सावधानता आवश्यक आहे का? की परतून येणं आपोआप घडतं? कृपया यावर प्रकाश टाका.

भगवान श्री,

मनुष्याचं आयुष्य अनेक अर्थांनी त्याच्या मनाचंच आयुष्य आहे. ज्याला आम्ही शारीरिक घटना समजतो, तीसुद्धा खोलवर बघता मानसिक घटना आहे. शरीरावर जे काही उमटतं, त्याचा जन्म मनातच होतो. या संदर्भात दोन-चार गोष्टी समजून घ्यायला हव्यात; तर जो प्रश्न विचारला आहे, त्याचं समाधानकारक स्पष्ट, सोपं निवारण होईल.

आजपासून पन्नास वर्षांपूर्वी सर्व आजार शारीरिक आजार होते. या पन्नास वर्षांत आजारासंबंधी जितकं ज्ञान वाढलं, तितका आजाराचा अनुपात शारीरिक कमी आणि मानसिक जास्त होत गेला आहे. आज अनेकांनी हे मान्य केलं आहे. जे शारीरिक आजार आहेत, ते जास्त करून मनामुळे प्रभावित होत आहेत. मन हेच आमच्या व्यक्तिमत्त्वाचा बिंदू आहे. तिथूनच आम्ही जगतो, तिथूनच आम्ही आजारी पडतो आणि तिथूनच आम्ही मरतो. म्हणून संकल्पाचं खूप महत्त्व आहे.

संमोहनाचा प्रयोग जर तुम्ही कधी बघितला असेल, तर त्यातल्या दोन-तीन गोष्टींवर विचार करण्यासारखा आहे. संमोहन म्हणजे चेतन मनाची निद्रा आणि अचेतन मनाची जागृती. ज्याचं चेतन मन निद्रिस्त होतं, तो शंका घेणं बंद करतो, कारण समस्त संदेह चेतन मनापर्यंतचेच असतात. आणि जर आम्ही आमचं मन दहा भागांमध्ये विभाजित केलं, तर एक भाग चेतन आणि नऊ भाग अचेतन आहेत. म्हणजे आमच्या मनाचे नऊ भाग अंधारात आहेत – अचेतनमध्ये आणि एक छोटासा भाग जागृत आहे – चेतनेत. हे चेतन मनच संदेह निर्माण करतं, विचार करतं. जर हे मन निद्रिस्त झालं, तर खाली जे नऊ भाग आहेत, ते केवळ स्वीकार करतात. तिथे संदेह नाहीच.

तर संमोहन म्हणजे तुमचं संदेह करणारं मन निद्रिस्त झालं आहे आणि तुमचं नि:संदिग्ध रूपाने भाव जाणणारं मन बाकी राहिलं आहे – जागृत. जर संमोहित व्यक्तीच्या हातावर दगड ठेवला आणि म्हणालो की, तुझ्या हातावर निखारा ठेवला आहे, तर ती व्यक्ती हात भाजल्यासारखी ओरडेल. आणि हात असा झटकेल की,

जणू खरोखरच निखारा होता. इथपर्यंत एक वेळ ठीक आहे. पण पुढे आश्चर्य वाटेल की, त्या व्यक्तीचा तो हात फुगतो, फोड येतात. तुम्ही तर साधा दगड ठेवला होतात, पण त्याने संपूर्णतेने स्वीकारलं की, तो निखारा होता. तर शरीराला ते अमान्य करता येत नाही.

ही गोष्ट लक्षात ठेवा. शरीर मनाला नाकारू शकत नाही. जर मनाने एखादी गोष्ट पूर्णत्वाने मान्य केली, स्वीकारली; तर शरीराला तसंच वागावं लागतं. याच्या उलटही होतं. तुम्ही हातावर निखारा ठेवा आणि सांगा की, बर्फ आहे, अथवा थंडगार दगड आहे; तर ती व्यक्ती तो दगड मुठीत ठेवेल. आणि त्याच्या हाताला निखाऱ्यामुळे फोड उठणार नाहीत. कारण मनाचं स्वीकारणं! त्याला शरीर काहीही करू शकत नाही.

म्हणून फकीर नग्न पावलांनी निखाऱ्यावर नाचू शकतात. त्यात काही चमत्कार नाही. मानसशास्त्राचा तो एक छोटासा प्रयोग आहे. दहा फकीर अशा निखाऱ्यांवर नाचत आहेत, तर ते असंही सांगतात की, अजून कुणाला नाचायचं असेल, तर त्यांनीही यावं. यात काहीही धोका नाही. तुम्हीसुद्धा नाचू शकता. कारण तुमची खातरी पटते त्या दहा जणांना नाचताना बघून. आणि जेव्हा तुमची खातरी पटते की, ते दहा जण जळत नाहीत, तर मी कसा जळणार? बास, तुम्हीसुद्धा त्या अवस्थेत पोचता, जसे ते संमोहित आहेत. तुम्हीही होता. आता तुमच्या मनाचा एक भाग शंका व्यक्त करत नाही आहे, नऊ भाग विश्वास करत आहेत. तुम्ही उडी मारा, तरी तुमचे पाय भाजणार नाहीत. आणि ज्याला थोडी जरी शंका आहे, तो उडी मारणार नाही. जर मन स्वीकारायला राजी नसेल, तर थंड वस्तूही जाळेल आणि ते मन अस्वीकृतीचं असेल.

संमोहनाचे प्रयोग मनाच्या संदर्भात गहिरं सत्य प्रकट करतात. एका मुलीवर मी काही दिवस प्रयोग करत होतो. जेव्हा ती संमोहित होती, तेव्हा मी तिला सांगितलं की, या खोलीत तुझी आई नाहीये. तिची आई मिळून आठ माणसं तिच्या समोरच बसलेली होती. आम्ही दहा जण होतो तिथे. आठ माणसं, ती मुलगी आणि मी – दहा जण. मी त्या मुलीला म्हणालो की, तुझी आई निघून गेली आहे. आता तू डोळे उघड आणि माणसं मोज. तिने नऊ माणसं मोजली. कारण समोर बसलेली आई तिच्यासाठी नव्हतीच. मी तिला अनेकदा विचारलं की, समोर सोफ्यावर कोण आहे? ती म्हणाली, ''तुम्ही काय बोलताय हे, सोफा तर रिकामा आहे.'' तिच्या आईने तिला हाक मारली, तर ती शोधू लागली की, आईचा आवाज कुठून येत होता?

मग पुन्हा तिला डोळे बंद करायला सांगितलं. वडील तिथे नव्हते तिचे, पण मी म्हणालो की, वडील आले आहेत आणि समोरच्या खुर्चीवर बसले आहेत. डोळे उघड आणि मोज. आता तिने दहा माणसं मोजली. खुर्ची रिकामी होती, तरीही त्या

मोजणीत खुर्चीवर नसलेले वडील मोजले जात होते.

मनाच्या संकल्पनांची अद्भुत संभावना आहे. जी माणसं आयुष्यात हरतात, त्यांच्या मनाची हरण्याची स्वीकृती जास्त असते. जी माणसं असफल होतात, त्यांच्या अपयशात संसार फार कमी प्रमाणात कारणीभूत असतो, शंभरापैकी नव्वद टक्के ती माणसंच जबाबदार असतात. जो नव्वद टक्के हरण्यासाठी तयार आहे, तर दहा टक्के संसार त्याला सहकार्य करत नसेल, तर हा जुलूम झाला. दहा टक्के संसार त्याला आधार देतो. आणि जी माणसं यशस्वी होत जातात, त्यांच्यासाठीही हाच नियम आहे. जे स्वस्थ आहेत, जे आजारी आहेत, जे शांत आहेत, जे अशांत आहेत – सर्वांसाठी हाच नियम आहे. तुम्ही काय होऊ इच्छिता, खोलवर बघता, तुम्ही तेच होता. विचार वस्तू होतात, विचार घटना होतात, विचार व्यक्तित्व होतं. तर आम्ही जे जगतो, जसं जगतो, त्या जगण्यात आम्हीच कारण आहोत, कारणीभूत आहोत. हे सत्य जर समजून घेतलं, तर प्रश्नाचं उत्तरही समजता येईल.

मी असं म्हणालो की, माणसाला तोपर्यंत मृत्यूचं भय वाटतं, जोपर्यंत माणूस स्वेच्छेने मृत्यूत प्रवेश करत नाही. एकदा मृत्यू येणारच, तेव्हा तो व्हॉलंटरी, स्वेच्छेने येणार नाही. मृत्यू येईल, तेव्हा तुम्हाला इच्छेविरुद्ध त्यात प्रवेश करावा लागेल. ज्या ठिकाणी तुम्हाला नाइलाजास्तव जावं लागतं, तेव्हा तुमचे डोळे बंद होणारच आणि तुम्ही बेशुद्धही होणार. तसं नाही झालं, तरच आश्चर्य! जिथे तुम्ही फरपटत जाता. तिथे तुम्ही जाणिवेने, शुद्धीत जाणं शक्य नाही. पण हे नाइलाजाचं बंधन गरजेचं नाही. व्यक्ती जिवंतपणी स्वेच्छेने मरून बघू शकतो. हा मृत्यू अद्भुत. कारण त्याला स्वेच्छेने बघितलं गेलं. तुम्ही म्हणालात की, स्वेच्छेने कुणाला कसं काय मरून बघता येईल?

तर हे अजून समजून घ्या की; आमच्या व्यक्तिमत्त्वात, आमच्या शरीरात, या पूर्ण यंत्राचे दोन भाग आहेत. एक स्वेच्छा आणि दुसरा अनिच्छा! काही भाग स्वेच्छेने काम करतात. जसं, मला माझा हात हलवायचा आहे, तर मी तो हलवतो, तेव्हाच तो हलतो. जर मला हलवायचा नाही, तर तो हलत नाही. पण या हातात जे रक्त वाहतं आतून, ते माझ्या इच्छेने वाहत नाही. माझं हृदय धडधडतं, मी त्याला सांगू की, एक मिनिट शांत हो, तर ते नाही शांत होणार. माझी नाडी, माझी पचनक्रिया... मी पोटाला सांगू की, आज पोट बंद ठेव... नाही होऊ शकत.

आमच्या व्यक्तिमत्त्वाचे हे दोन भाग आहेत. पण जर एखादा माणूस आपली इच्छाशक्ती वाढवत असेल, तर ते जे आत्ता स्वेच्छेच्या बाहेर आहे, ते आत येईल. जर कुणा व्यक्तीची स्वेच्छाशक्ती कमी होत असेल, तर जे स्वेच्छेच्या कह्यात आहे, ते कक्षेच्या बाहेर जाईल.

जसं कुणा व्यक्तीला अर्धांगवायू झाला. शंभरापैकी सत्तर टक्के अर्धांगवायू

मानसिक असतात. वास्तविक अर्धांगवायू झालेला नाही. फक्त इच्छेबाहेर गोष्टी गेल्या. तो म्हणतो की, चाल. पण नाही चालत. पाय वास्तविक बाहेर गेले नाही आहेत, त्यांच्यात तेवढं सामर्थ्य कुठे आहे बाहेर जाण्याचं. त्याच्या इच्छेचं वर्तुळ लहान झालं. जसं पांघरूण लहान पडतं. तुम्ही ते ओढून घेता आणि पावलं बाहेर राहतात.

म्हणून असं अनेकदा झालं आहे की, अर्धांगवायूमुळे वर्षानुवर्षं पलंगाला खिळलेला माणूस, एखाद्या जिवावर बेतणाऱ्या संकटाच्या वेळी घाबरून उभा राहिला आहे. लोकांना आश्चर्य वाटतं. न चालता येणारा माणूस अचानक कसा काय चालू शकला? त्याला विचारा, ''तू चालतो आहेस?'' तो म्हणतो, ''मला कुठे चालता येतं?'' आणि त्या क्षणी तो कोलमडतो. संकटात त्याच्या स्वेच्छेने वर्तुळ मोठं झालं होतं. संकट टळलं, तसं ते वर्तुळ पुन्हा लहान झालं.

नाडीसुद्धा स्वेच्छेच्या कह्यात येते. असं नाही की, मोठमोठ्या योगींना हे साध्य होतं, तुम्हालाही साध्य होऊ शकतं. त्यासाठी मोठे प्रयोग करण्याची आवश्यकता नाही. एक मिनिट नाडीचे ठोके मोजा. मग दहा मिनिटांसाठी डोळे बंद करून केवळ विचार करा की, नाडीची गती वाढत आहे. मग नाडी दहा मिनिटांनंतर पुन्हा धरा आणि ठोके मोजा. एखादीच अशी व्यक्ती असेल, जिचे नाडीचे ठोके वाढलेले नसतील.

म्हणून डॉक्टर जेव्हा नाडी तपासतात, तेव्हा ठोके जितके मोजले जातात, तितके ते कधीही नसतात. भीतीने ठोक्यांमध्ये वाढ होते.

हृदयाचे ठोकेही स्वेच्छेच्या कह्यात येऊ शकतात. बंद होण्याच्या अवस्थेपर्यंत पोचतात. शास्त्रीय प्रयोग झाले आहेत असे आणि मान्यही केले गेले आहेत.

चाळीस वर्षांपूर्वी एक ब्रह्मयोगी नावाच्या इसमाने एका मेडिकल कॉलेजमध्ये हृदयाचे ठोके पूर्णपणे बंद करून सर्व डॉक्टरांना चकित केलं होतं. ते तीन गोष्टी करू शकत. नाडी पूर्ण बंद करत. इतकंच नाही, तर जर नस कापली त्यांची, तर ते म्हणत की, रक्तप्रवाह थांब – तर थांबत असे आणि सुरू म्हणत, तर तो सुरू होत असे. आणखीन एक गोष्ट करत. पण त्यात शेवट झाला त्यांचा. ते विष घेत कोणतंही आणि अर्ध्या तासानंतर ते विष ते ओकून टाकत असत. विषप्राशन केल्यानंतर त्यांच्या पोटाचे अनेक एक्सरेज् घेतले गेले. जोपर्यंत ते आज्ञा देत नसत, तोपर्यंत ते विष शरीरात भिनत नसे. रंगूनमध्ये त्यांचा मृत्यू झाला. रंगूनमधल्या प्रयोगशाळेत त्यांनी विषप्रयोग दाखवल्यानंतर ते आपल्या गाडीतून निघाले. गाडी मध्येच बंद पडली. अर्ध्या तासापेक्षा जास्त वेळ लागला. त्यांची क्षमता अर्ध्या तासाची होती – घरी पोचता पोचता पंचेचाळीस मिनिटं लागली. पंधरा मिनिटं जास्त

लागली, त्या पंधरा मिनिटांत स्वेच्छेच्या आत विषाला प्रवेश करण्याची संधी मिळाली. त्याने प्रवेश केला.

आमच्या शरीरात असा एकही अवयव नाही, ज्याला स्वेच्छेने कयात घेता येऊ शकेल आणि असाही अवयव नाही, जो इच्छेच्या बाहेर जाऊ शकणार नाही. या दोन्ही गोष्टी घडू शकतात. स्वेच्छेने मृत्यू हा अतिशय गहिरा प्रयोग आहे. आम्ही संकल्पपूर्वक आमच्या प्राणाची ऊर्जा आकुंचित करत आहोत. लक्षात ठेवा की, गोष्ट अशी आहे की, संकल्प पूर्ण झाला तर, तर ऊर्जा आकुंचन पावेल. काही पर्याय नाही तिच्यापाशी. खरंतर आमची जीवनऊर्जा जी पसरलेली आहे, तीही संकल्पाचीच फलप्राप्ती!

शास्त्रज्ञ म्हणतात की, जिथे तुमचे डोळे आहेत. आपण म्हणतो की, इथे डोळे आहेत म्हणून दिसतं, पण शास्त्रज्ञांचं म्हणणं याच्या उलट आहे. आपण इथून बघू इच्छितो, म्हणून तिथे डोळे निर्माण झाले. अन्यथा डोळ्यांचं कातडं आणि हातांचं कातडं यात मूलतः काहीही फरक नाही. पण डोळ्यांवरची कातडी पारदर्शक झाली आहे. नाकावरची कातडी सुगंध, वास घेणारी झाली आहे. कानांवर तीच चामडी आहे, पण ती चामडी आवाज ऐकणारी झाली आहे.

हेसुद्धा आमच्या संकल्पाचेच परिणाम आहेत. करोडो वर्षं आम्ही जो संकल्प केला, त्याचं हे फळ आहे. एका व्यक्तीचा हा संकल्प नसून समूहाचा संकल्प आहे. पिढ्यानुपिढ्या, जो फलित झाला.

रशियामध्ये एक स्त्री आहे, जी बोटांनी वाचते. ब्रेल नाही. ती डोळस आहे. आता त्या बोटांना आयुष्यभर केलेल्या प्रयोगामुळे संवेदना समजतात. इतक्या, की जराशी काळी रेघ आणि त्यातला फरक तिला समजतो. आमची बोटं इतकं करू शकत नाहीत.

एक चित्रकार जेव्हा झाडांना बघतो, तेव्हा त्याला हिरव्या रंगाच्या हजार छटा दिसतात, आपल्याला केवळ झाड दिसतं. साधारण माणसांसाठी हिरवा रंग एकच आहे. चित्रकाराला रंगांशी संवेदनशीलता आहे. एक हिरवा रंग आणि दुसरा हिरवा रंग, त्यात त्याच्यासाठी तसाच फरक आहे, जसा पिवळ्या आणि लाल रंगात आहे. एवढ्या बारीक छटा बघण्यासाठी डोळ्यांची विशेष संवेदनशीलता हवी, जी आम्हाला दिसत नाही.

एका संगीतकाराला स्वरांच्या अनेक बारीक गोष्टी दिसतात, ज्या आम्हाला जाणवत नाहीत. दोन स्वरांच्या दरम्यानचं अंतराळही, जे शून्य असतं, त्याचीही अनुभूती येते. खरं संगीत तिथेच जन्म घेतं. दोन स्वरांना उठाव त्या शून्यामुळेच मिळतो. पण आम्हाला ते शून्य समजत नाही. संगीत आमच्यासाठी कोलाहल आहे.

मनुष्याचं हे व्यक्तिमत्त्व... पक्षी, झाड, प्राणी यांचं व्यक्तित्व त्यांच्या संकल्पाचं

फलित आहे. आम्ही जो संकल्प आतून करतो, तेच आम्ही होतो.

रामकृष्णांच्या जीवनात एक उल्लेख आहे, जो मौल्यवान आहे. रामकृष्णांनी त्यांच्या जीवनात पाच-सात धर्मांची साधना केली. त्यांना समजलं की, सर्व धर्म एकाच ठिकाणी घेऊन जातात, तर मला बघू देत सर्व रस्त्यांवर चालून की, त्या ठिकाणी पोचवतात की नाही. त्यांनी ख्रिश्चन, सूफी, वैष्णव, शैव, तांत्रिक अशा साधना केल्या. ज्या साधना उपलब्ध होऊ शकल्या, त्यांनी केल्या. या सर्व साधना आंतरिक होत्या. पण अशा साधनेचा प्रवास चालू होता त्यांचा, जी साधना बाहेरच्या लोकांना जाणवली.

बंगालमध्ये एक सखी संप्रदाय आहे, ज्याचा साधक स्वतःला कृष्णाची प्रेयसी किंवा बायको मानून जगतो. तो पुरुष आहे की स्त्री – याने काही फरक पडत नाही. पुरुष केवळ साधक म्हणून जगतो. तो राधा असतो, मीरा असतो. सहा महिने रामकृष्णांनी सखी संप्रदायाची साधना केली. आणि आश्चर्य घडलं की, त्यांचा आवाज एखाद्या स्त्रीसारखा झाला. त्यांची चाल एखाद्या स्त्रीसारखी...

खरंतर स्त्री आणि पुरुष एकमेकांसारखे चालू शकतच नाहीत. कारण मूळतः हाडांमध्ये आणि स्नायूंमध्ये फरक आहे. स्त्रीला एका मुलाला पोटात वाढवायचं आहे, म्हणून तिची रचना वेगळी आहे. म्हणून त्यांच्या चालीत फरक आहे. स्त्री कधी पुरुषांप्रमाणे चालू, पळू शकत नाही. नाइलाज आहे.

पण रामकृष्ण स्त्रियांसारखे पळू लागले, चालू लागले, आवाज बदलला. हे तरी एक वेळ होऊ शकतं, पण त्यांचे वक्ष स्त्रियांसारखे होऊ लागले. हेही ठीक. कारण बऱ्याच पुरुषांचे वक्ष वृद्धावस्थेत वाढतात. पण रामकृष्णांना मासिक धर्म सुरू झाला. ही चमत्कारिक गोष्ट होती. स्त्रियांप्रमाणे नियमितपणे त्यांना मासिक पाळी येऊ लागली. पण सहा महिन्यांनंतर जेव्हा त्यांनी साधना सोडून दिली, तरीही पुढे दीड वर्ष त्या साधनेचा परिणाम राहिला. संकल्प... जर रामकृष्णांनी पूर्ण मनाने हे मान्य केलं की, मी कृष्णाची सखी आहे, तर व्यक्तित्व सखीचं झालं.

युरोपमध्ये अनेक फकीर आहेत, ख्रिश्चन! त्यांच्या हातावर खिळ्यांची निशाणी प्रकट होते. जीझसना जेव्हा सुळावर चढवलं गेलं, तेव्हा त्यांचे दोन्ही हात खिळ्यांनी ठोकले गेले होते. अनेक फकीर शुक्रवारी, जेव्हा जीझसना सुळी दिलं गेलं होतं तेव्हा सकाळी सुळी देण्याचा क्षण जसा जवळजवळ येत जातो, फकीर आपले हात पसरवतात आणि त्यांच्या हातातून खिळे ठोकलेले नसतानाही रक्त वाहू लागतं, कारण ते जीझसशी तादात्म्य पावतात. त्यांचा संकल्प असतो की, ते जीझस झाले आहेत आणि त्यांना सुळावर लटकवलं आहे. तर कोणत्याही उपकरणाशिवाय, छेदाशिवाय, खिळा ठोकलेला नसतानाही... रक्त वाहू लागतं.

मनुष्याच्या स्वभावाच्या – संकल्पाच्या अनेक शक्यता आहेत. पण आम्ही ते

जाणत नाही. हा जो मृत्यूचा स्वेच्छाप्रयोग आहे, हा संकल्पाचा सर्वांत खोलवरचा प्रयोग आहे. कारण साधारणपणे जीवनाच्या पक्षात संकल्प करणं कठीण नाही. आम्हाला जगायचंच असतं. मृत्यूच्या पक्षात संकल्प करणं कठीण गोष्ट आहे. पण ज्यांना खरोखरच जगण्याचा अर्थ समजून घ्यायचा असेल, तर त्याने एकदा तरी मरून बघितलं पाहिजे. कारण मरण बघितल्याशिवाय कधीही कळणार नाही की, जे जीवन आहे, ते कसं आहे, जे मरू शकत नाही. त्यांच्यापाशी जे जीवन आहे, ते अमृताच्या धारा आहेत. हे जाणून घेण्यासाठी मृत्यूतून जाणं आवश्यक आहे. कारण एकदा स्वखुशीने मरून बघू देत, मग पुन्हा मरणाची भीती राहणार नाही. मग मृत्यू नाहीच.

तर संपूर्ण संकल्प की, माझी चेतना आकुंचित होत आहे, मी मला सर्व बाजूंनी आक्रसून घेतो. डोळे बंद करून स्वतःला आक्रसून घ्यायचं की, माझी चेतना आक्रसली जात आहे, तिने पायापासून सुरुवात केली आतमध्ये येण्यास, हात, डोकं आणि सर्व बाजूंनी चेतना आत येत येत त्या एका केंद्रापाशी येऊ लागली, जिथून ती सर्वत्र पसरते. सर्व किरणं परतून येतात. अतिशय केंद्रित होऊन केला गेलेला हा प्रयोग एका क्षणी अचानक संपूर्ण शरीराला मृत करतो आणि केवळ एक बिंदू आत जिवंत राहतो. आणि हा बिंदू बघत राहतो की, तो या शरीराहून वेगळा आहे, भिन्न आहे. अशीच अंधारात अनेक किरणं पसरलेली असली की, कळत नाही अंधार कुठला आणि उजेड कुठला. पण जेव्हा सर्व एक होऊन एका बिंदूपाशी येऊन थांबतात, तेव्हा अंधार आणि उजेड – किरणं यांतली तफावत स्पष्ट होते.

जेव्हा आमच्या आत प्राणऊर्जा एका बिंदूपाशी घनीभूत गोळा होते, तर सर्व शरीर वेगळं आणि तो बिंदू वेगळा, असं जाणवतं. आता जराशा संकल्पाची आवश्यकता आहे की, तुम्ही शरीरातून बाहेर पडू शकता. केवळ विचार करा, की तुम्ही बाहेर आहात आणि तुम्ही बाहेर होता. आणि आता बाहेरून हे पडलेलं शरीर तुम्ही बघू शकता, एखाद्या कलेवरासारखं ते दिसतं. छोटासा एक धागा त्या शरीराशी जोडला गेल्याचा आत्ताही जाणवेल. तेच दार आहे येण्या-जाण्यासाठी. एक सोनेरी धागा नाभीशी जोडलेला.

जसा हा बिंदू बाहेर येईल, तसा एक अद्भुत अनुभव येईल की, त्या बिंदूने एका नव्या शरीराचा आकार घेतला. पुन्हा तो बिंदू पसरेल, एक नवं शरीर बनेल. हे सूक्ष्म शरीर आहे. हे शरीर त्या निर्जीव शरीराची प्रतिकृती आहे. पण अतिशय पारदर्शक. जर हात हलवला, तर त्या शरीराच्या आरपार जाईल, शरीराला काहीही हानी होणार नाही.

तर पहिलं तत्त्व आहे, या शरीराची साधना, सर्व प्राण एका बिंदूपाशी केंद्रित करायचे. तसं झालं की, एक उडी मारून तो बाहेर जातो. केवळ इच्छा की बाहेर!

आणि केवळ इच्छा, की आत – म्हणजे आत. यात काही करायचं नाही. करण्यासारखी एकच गोष्ट आहे, ऊर्जा केंद्रित करणं. तसं झालं की, तुम्ही आत-बाहेर करू शकता. त्यात काहीही कठीण नाही.

एकदा हा अनुभव साधकाला मिळाला, तर त्याची जीवनयात्रा लगेचच रूपांतरित होते. कालपर्यंत तो ज्याला जीवन म्हणत होता, त्याला आता तो जीवन नाही म्हणू शकत. आणि कालपर्यंत ज्याला मृत्यू म्हणत होता, त्याला आता मृत्यू नाही म्हणू शकत. कालपर्यंत ज्या गोष्टींकरता पळत होता, भांडत होता, उपेक्षा करत होता; ते आता करू शकणार नाही. आयुष्य बदलेल; कारण असा अनुभव आयुष्यात आला आहे की, त्यानंतर आयुष्य तेच राहणार नाही, जे आधी होतं. म्हणून प्रत्येक ध्यानाच्या साधकाला शरीराबाहेर जाण्याचा अनुभव घेणं हे एक अनिवार्य चरण आहे, जो त्याच्या भविष्यासाठी एक अद्भुत परिणाम घेऊन येईल.

हे कठीण नाही, संकल्प पुरेपूर हवा. संकल्प कठीण आहे. सरळ असा संकल्प करणं शक्य नाही. म्हणून आधी छोटे-छोटे संकल्प करायला हवेत. जेव्हा त्यात सफलता मिळेल, तर संकल्प करण्याचं सामर्थ्य वाढतं.

या जगात धर्माच्या साधना वस्तुत: साधना नाहीत, संकल्पपूर्व तयारी आहे. जसा एखादा माणूस तीन दिवस उपास करतो. ही केवळ संकल्पसाधना आहे. उपवासाने काहीही फायदा होत नाही. संकल्पाने होतो की, त्याने तीन दिवसांचा संकल्प केला होता, तो पूर्ण केला. कोणी बारा तास उभं राहण्याचा संकल्प करतो. उभं राहण्याने काहीही होत नाही. उपयोग होतो संकल्प जो केला, तो पूर्ण केल्यामुळे. हळूहळू काय झालं की, मूळ गोष्ट बाजूला राहिली; की हे संकल्पाचे प्रयोग आहेत. आता एखादा माणूस उभं राहण्यालाच पुरेसं समजतो. तो विसरला आहे की, उभं राहण्यात कोणतही प्रयोजन नाही. प्रयोजन आहे, ते आतल्या उभं राहण्याच्या निर्णयाचं. तो पूर्ण होतो.

हे संकल्प कोणत्याही पद्धतीने पूर्ण केले जाऊ शकतात. हे छोटे छोटे संकल्प आहेत. एखादा माणूस दहा तास गॅलरीत उभं राहीन म्हणतो आणि खाली बघणारच नाही. तरीही संकल्प पूर्ण होतो. त्याने ठरवलं आणि तसं केलं! कुणी एक गोष्ट ठरवतं आणि पूर्ण करतं, तर त्याच्या आतली ऊर्जा कणखर होत जाते, तो आत्मवान होतो. त्याच्या व्यक्तिमत्त्वाला एखाद्या क्रिस्टलप्रमाणे पैलू पडत जातात.

अगदी लहान लहान संकल्प करायला हवेत आणि अशा संकल्पांतून ऊर्जा गोळा करायला पाहिजे. आयुष्यात अशा अनेक संधी येतात. तुम्ही गाडीतून प्रवास करत आहात आणि ठरवता की, आज मी रस्त्यावरचे कोणतेही फलक वाचणार नाही. यात कुणाचाच फायदा नाही, नुकसान नाही, पण तुमच्या संकल्पाला ही एक संधी मिळेल. आणि हे कुणाला सांगण्याची आवश्यकताही नाही. ही तुमची आतली

यात्रा आहे. आणि तुम्हाला जाणवेल की, अर्धा तास गाडीत बसणं व्यर्थ गेलं नाही. जसे तुम्ही गाडीत बसताना होतात, त्याहून वेगळे उतरताना झालात. काही मिळवलंत. हा प्रश्न नाही की, तुम्ही कुठे प्रयोग करता. हे केवळ एक उदाहरण म्हणून सांगितलं. काहीही प्रयोग करू शकता. ज्या प्रयोगामुळे तुमच्या संकल्पाला थांबण्याची ताकद मिळेल, असे कोणतेही प्रयोग!

आता एका माणसाला आम्ही सांगतो की, ध्यान करताना चाळीस मिनिटं डोळे बंद ठेव, तर तो तीनदा डोळे उघडून बघतो. हा संकल्पहीन, आत्महीन माणूस आहे. इतकंही जो करू शकत नाही, तर त्याच्याकडून आशा पूर्ण होणं शक्य नाही. त्याला सांगू की, दहा मिनिटं खोल श्वास घे – पण तेही शक्य होत नसेल, तर कठीण आहे. प्रश्न हा नाही की, असं केल्याने काय होणार? पण तसा संकल्प करून तो पूर्ण केल्याने मात्र बरंच काही मिळणार. त्याच्या आत ठोस असं काही निर्माण होईल. एखादा डाव जिंकेल. आणि ते जे उधळणारं मन आहे, ते आवाक्यात येईल. कारण मनाला समजेल की, या माणसापुढे आपलं काहीही चालणार नाही. या माणसाबरोबर जगायचं आहे, तर त्याचं ऐकावं लागेल.

तुम्ही रोज गाडीने जाता, होऊ शकतं, तुम्ही कधी बोर्ड वाचत नसाल; पण ज्या दिवशी ठरवाल की, आज बोर्ड वाचायचा नाही, तर त्या दिवशी मन पूर्ण प्रयत्न करणार बोर्ड वाचण्याचा. कारण मनाची ताकद तुम्ही संकल्पहीन होण्यावर अवलंबून आहे. इथे तुमचं संकल्पित होणं तर तिथे मनाचं मरण. जितकी इच्छाशक्ती दांडगी, मन तितकं मृत होत जातं. जितकं मन कणखर, संकल्प तितका क्षीण. मन सांगत राहील की, अरे बघ जरा बाहेर! किती छान फोटो आहेत – जाहिरात बघ – काहीतरी नवीन वस्तू आहे...

आम्ही मनाबरोबरच जातो. साधक संकल्पाबरोबर जगतो. तो मनाच्या सोबतीने जगतो, तो साधक नाही. साधकाचा अर्थच असा आहे की, मन जे आहे, ते आता संकल्पात रूपांतरित होत आहे.

तर अगदी लहान-लहान गोष्टी निवडा. चोवीस तासांत दोन-चार प्रयोग करा, ज्यांचा कुणाला पत्ता लागणार नाही. वेगळं बसून करायची गरज नाही. कुणाला सांगण्याची आवश्यकता नाही. बस, चूपचाप करा आणि त्यातून जा. अगदी लहान... लहान...

लहानसा संकल्प की, कोणी रागवलं, तर मी हसेन. आणि तुमच्यावर राग धरलेल्या प्रत्येक रागाची अद्भुत किंमत तुम्हाला मिळेल की, जे जे तुमच्यावर रागावले, त्यांना तुम्ही धन्यवाद घाल. एक लहानसा संकल्प... मी हसेन. मग काहीही होवो. पंधरा एक दिवसांतच जाणवेल की, तुम्ही कुणी दुसरेच झालात. तुमची क्वालिटी बदलेल. आणि अशा लहान लहान संकल्पांतूनच तुम्हाला खातरी

वाटू लागेल की, आता मी मोठे संकल्प करू शकतो. अजून मोठे संकल्प... आणि शेवटचा संकल्प साधकाने करण्यासारखा आहे – स्वेच्छेने मरण! जेव्हा तुम्हाला असं वाटेल की, मी हे करू शकतो – करा. जेव्हा तुम्ही या संकल्पाद्वारे आपल्या शरीराला मृत बघू शकाल, त्या दिवशी जगातलं कुठलंही धर्मशास्त्र तुम्हाला काहीही नवीन गोष्ट सांगणारं असं राहणार नाही. जगातला कुठलाही गुरू काही नवं सांगू, शिकवू शकणार नाही.

भगवान श्री, आत्महत्या करणारी व्यक्तीही स्वेच्छेने स्वत:ला मारून टाकते, तसा प्रयत्न करते. जोपर्यंत पूर्ण मरण येत नाही, तोपर्यंत मृत्यूची प्रक्रिया तिला समजत राहते की, शरीर क्रमश: थंड होत चाललं आहे, प्राण आक्रसले जात आहेत... पण अंतिम स्थितीतून त्याला परतून येता येत नाही. तर आत्महत्या स्वेच्छेने आयोजलेला मृत्यूचा प्रयोग असं नाही का?

संकल्पासाठी आत्महत्येचा प्रयोगही केला जाऊ शकतो, पण सर्वसाधारणपणे आत्महत्या करणारी माणसं प्रयोग म्हणून आत्महत्या करत नाहीत. साधारणत: जी माणसं आत्महत्या करतात, ती स्वत: करतात असं नाही. त्या माणसांना असा अनुभव येतो की, काही माणसं त्यांना आत्महत्या करायला लावतात. परिस्थिती जर तशी नसती, तर त्यांनी आत्महत्या केली नसती. कुणी प्रेमाखातर, पैशांखातर, मानहानी झाल्यामुळे... हे सर्व किंवा असंच काही जर झालं नसतं, तर त्यांनी आत्महत्या केली नसती. करण्यात त्यांना रस नाही. जगण्यातला रस संपला. तर अशी आत्महत्या म्हणजे नाइलाज, विवशता. म्हणून कुणाही आत्महत्या करणाऱ्या व्यक्तीला जर क्षण, दोन क्षण थांबवता आलं, तर ती व्यक्ती पुन्हा आत्महत्या करणार नाही. दोन क्षणांचा विलंब पुरेसा आहे. कारण त्या तेवढ्याशा काळात मन बदलतं. कारण ते मन विवशतेने तयार झालं होतं, जबरदस्तीने.

आणि आत्महत्या करणारी व्यक्ती कुठलाही संकल्प करत नाही. खरंतर – सत्य हे आहे की, ती व्यक्ती संकल्पापासून पळत असते दूर. ती व्यक्ती बहादूर नसते, डरपोक असते. खरंतर आयुष्य सांगत असतं की, तू जिच्यावर प्रेम केलंस, तिला विसरण्याचा संकल्प कर. पण तेवढं सामर्थ्य नसतं. आयुष्य सांगतं, तू श्रीमंत होतास, आता भिकारी झाला, तरीही जग... पण त्याला एकच रस्ता दिसतो – मरण! ही सर्व माणसं संकल्प सोडून त्याच्यापासून दूर जाण्यासाठी करतात. ही न्यूनता आहे.

तर नकारात्मक संकल्पांचा काहीही उपयोग नाही. तो माणूस अजूनच कमजोर आत्मा घेऊन जन्म घेईल. आधी जितका आत्मा कमजोर होता, त्याहूनही जास्त कमजोर. कारण जिथे संकल्प जगण्याची संधी मिळाली होती, तेव्हा तिथून त्याने

पळ काढला होता. हे असंच आहे की, एखाद्या मुलाची परीक्षा आहे आणि तो शाळा सोडून पळून जातो आहे. पण हे चूक आहे. संकल्प परीक्षेचा विधायक होता, तिथे संघर्ष होता, तर पळाला. तर आत्महत्या अशी वृत्ती असेल, तर पलायन आहे. संकल्प नाही.

पण मृत्यूचा उपयोग संकल्पासाठी केला जाऊ शकतो. ही दुसरी गोष्ट आहे. जसं महावीरांच्या परंपरेत मृत्यूचा उपयोगसुद्धा संकल्पासाठी केला गेला. जर कुणी साधक असा उपयोग करू इच्छित असेल, तर महावीर एकमेव व्यक्ती आहेत, ज्यांनी सूट दिली आहे. बाकी कुणीही अशी सूट दिलेली नाही. पण याचा अर्थ असा नाही की, विष खा आणि मरा. कारण हे तर एका क्षणात होईल. एका क्षणात संकल्पाचा पत्ताही लागत नाही. संकल्पासाठी क्षणांची मोठी साखळी हवी.

तरी महावीर सांगतात, उपास करा आणि उपाशी मरा. साधारण स्वस्थ माणूस असेल, तर मरायला नव्वद दिवस लागतात. जरा जरी संकल्प कमजोर असेल, तर दुसऱ्या दिवशीच खाण्याची इच्छा होईल. तिसऱ्या दिवशी वाटेल की, आता काय करावं? विनाकारण उपद्रव ओढवून घेतला. नव्वद दिवस मरण्याची इच्छा तशीच कायम ठेवणं हे कठीण आहे. म्हणून यात धोका नाही, कारण जरा जरी संकल्पहीन मनुष्य असेल, तो पळून जाईल. म्हणून महावीर म्हणतात की, उपाशी रहा आणि मरा.

हां, जर विष घ्यायचं असेल, उंचावरून उडी मारायची असेल, बुडून मरायचं असेल; तर ती एका क्षणाची घटना आहे. क्षणभरासाठीचा संकल्प आपण सगळेच करतो. पण असे जिगरबाज युद्धाच्या मैदानात उपयोगाचे नाहीत, कारण दुसऱ्याच क्षणी ते भीतीने पळ काढतात आणि जितक्या संकल्पाचे ते जिगरबाज झालेले असतात, तितक्याच संकल्पाने ते भित्रटही होतात.

तर केवळ महावीरांनी संकल्पाची शेवटची परीक्षा म्हणजे मृत्यू याची साधकांना अनुमती दिली आहे. अतिशय महत्त्वाची आणि विचार करण्यासारखी गोष्ट आहे ही. संपूर्ण पृथ्वीवर महावीर एकमेव व्यक्ती, जी साधकाला अशी परवानगी देते. याची दोन कारणं आहेत.

पहिलं कारण की, महावीरांना पक्की खातरी आहे की, असं कुणी मरत नाही, म्हणून त्याची कुणाला चिंता करण्याची आवश्यकता नाही. एक प्रयोग करत आहात, तर करा. दुसरी गोष्ट अशी की, एखादा मनुष्य तीस, पन्नास, ऐंशी, नव्वद दिवस मृत्यूची कामना करत असेल; तर ही सर्वांत मोठी गोष्ट आहे. ही अतिशय महान घटना आहे.

एखादा क्षण मरण्याचा विचार आम्हा सर्वांच्या मनात येतो. असा माणूस सापडणं कठीण की, ज्याला त्याच्या संपूर्ण आयुष्यात निदान तीन-चार वेळा

मरणाचा विचार आला नाही, की मरून जावं. मेला नाही, ही वेगळी गोष्ट! मग पेलाभर चहा पितो आणि विसरून जातो. बायको विचार करते की, मरावं, पण या माणसाबरोबर राहणं नको. नवरा सिनेमाची तिकिटं घेऊन येतो, तशी ती मरण विसरते.

मी जिथे राहत होतो, अगदी शेजारीच एक बंगाली दांपत्य राहत होतं. पहिल्याच दिवशी मला त्या दोघांच्या भांडणाचा आवाज ऐकू आला. नवरा मरणाची धमकी देत होता, आत्महत्या करेन असं म्हणत होता. मला भिंतीतून आरपार सर्वकाही ऐकू येत होतं. अनोळखी होते दोघं, तरीही मला जावंसं वाटत होतं. पण नंतर वाटलं हे योग्य नाही, नको जाऊ या. पण खरंच त्याने काही स्वतःला केलं तर? जबाबदारी माझीही आहे! आणि भांडणाचा आवाज बंद झाला. मी दार उघडलं, तर समोर त्यांचं दारही उघडच होतं. मी विचारलं त्या बाईला की, तुमचं पती कुठे गेले? ती म्हणाली बाहेर गेले आहेत, येतील. "पण ते मरायला गेले आहेत..."

"असं अनेकदा गेले आहेत. येतील." आणि खरोखरच तो परत आला. मी विचारलं, "परतलात?" तो म्हणाला, "दिसत नाही? ढग भरून आले आहेत आणि माझ्याकडे छत्रीही नव्हती. मग आलो परत."

आम्ही सगळेच अनेकदा मरणाबद्दल विचार करतो. पण जेव्हा असे विचार येतात, तेव्हा ते आत्महत्येचे नसतात, तर जीवनातले काही अडथळे असतात, जे आम्हाला उद्विग्न करतात. संकल्पाची कमतरता आम्हाला मरणाचा विचार करण्यासाठी मजबूर करतात. आयुष्यात अडचण आहे, अडथळा आला आहे. तर चालले लगेच मरायला. आयुष्यातल्या अडचणींमुळे जो मरायला जातो, तो संकल्पवान नाही. पण मृत्यू म्हणजे काय, हे विधायक स्वरूपात जाणून घेण्यासाठी जर कुणी मरणाला सामोरं जातंय, 'जाणून घेण्यासाठी' हे लक्षात ठेवा – आयुष्यापासून पळून जात नाही, विरोध नाही, निषेध नाही; तर मग तो माणूस मृत्यूत जीवनाचा शोध घेत आहे. ही वेगळी गोष्ट आहे.

याहूनही एक महत्त्वपूर्ण घटना आहे. जन्म हा निर्णयही आमचाच असतो. पण तो अचेतन निर्णय असतो. आम्हाला माहीत नसतं की, आम्ही जन्म का घेतला? कुठे घेतला? कशासाठी घेतला? एका अर्थी मृत्यू अशी संधी आहे, ज्यासाठी आम्ही निर्णायक असू शकतो. म्हणून मृत्यू ही जीवनातली अद्भुत घटना आहे, ज्याला आम्ही निर्णय म्हणू शकतो. कारण जन्माचा निश्चित निर्णय नाही घेऊ शकत; पण मृत्यूचा घेऊ शकतो की, आम्ही कसं मरावं, कधी मरावं, कुठे मरावं!

महावीरांनी म्हणूनच मृत्यूच्या या प्रयोगाची अनुज्ञा दिली की, जी व्यक्ती असा प्रयोग करून मरण पावते, ती व्यक्ती आपल्या पुढल्या जन्मासाठी निर्णय घेऊ शकते. कारण मरण स्वेच्छेने स्वीकारलं, तर निसर्ग स्वेच्छेने जन्म स्वीकारण्याची

अनुमती देतो, संधी देतो. तो त्याचा दुसरा भाग आहे. जेव्हा ती व्यक्ती या दरवाजातून ऐटीत निघते, तेव्हा दुसऱ्या दरवाजातून प्रवेश करतानाही ऐटीत करते. पुढल्या जन्माचा ज्यांना निर्णय घ्यायचा आहे, त्यांनी स्वेच्छेने मरण स्वीकारायला हवं. म्हणून अनुज्ञा दिली. पण साधारण आत्महत्या करणारी व्यक्ती संकल्पहीन आहे.

भगवान श्री, तुम्ही संकल्पातून सूक्ष्म शरीरापासून वेगळं होण्याबद्दल सांगितलं. पण जो साक्षीचा साधक आहे, त्याचं सूक्ष्म शरीर संकल्प न करता वेगळं होऊ शकतं?

खरंतर साक्षीची साधना करणं हाच एक मोठा संकल्प आहे. आणि तथाताची साधना करणं तर साक्षीहूनही मोठा संकल्प आहे. हा महासंकल्प आहे.

समजा एका माणसाने ठरवलं की, आज मी जेवणार नाही. एका माणसाने ठरवलं की, मी जेवेन, पण 'मी' जेवतो आहे, असं मी बघणार नाही. हा जास्त कठीण संकल्प आहे की, मी मला जेवताना बघेन.

जेवणं, न जेवणं ही काही मोठी गोष्ट नाही. खरं असं आहे की, ज्यांना व्यवस्थित अन्न मिळतं, त्यांनी महिन्यातून एक-दोन दिवस न जेवणं ही सुगम गोष्ट आहे. म्हणूनच उपासाची प्रथा पडली. नॅचरोपॅथी लोकांच्या मनाची पकड घेते, जेव्हा अन्नाची मुबलकता असते. उपास अशा वेळेला आनंद देणारा, हलकं करणारा ठरतो.

संपूर्ण जगात जेव्हा सर्वांनाच योग्य प्रमाणात अन्न मिळू लागेल, तेव्हा उपास आवश्यक होईल. कधीतरी पोट रिकामं ठेवावं. पण साक्षी होणं ही कठीण गोष्ट आहे.

हे असं समजा की, मी निर्णय घेतो की, मी नाही चालणार. मी या खुर्चीवर आठ तास बसून राहीन. ही फार मोठी गोष्ट नाही. मी निर्णय घेतला की, मी आठ तास चालेन, हीसुद्धा फार मोठी गोष्ट नाही. कारण निर्णय घेतला, तर चालतो आहे. साक्षीचा अर्थ की, मी चालेनही आणि स्वतःला जाणेन की, मी नाही चालत आहे. साक्षीचा अर्थ काय आहे? की मी चालेन आणि हे जाणेन की, मी चालत नाही. मी केवळ चालणं बघत आहे. हा जास्त सूक्ष्म संकल्प आहे. महासंकल्प आहे.

आणि तथाता तर अजूनही महासंकल्प आहे. तो शेवटचा संकल्प आहे. याहून मोठा कोणताही संकल्प नाही. एखादा माणूस मरणाचा संकल्प करतो, तर तोही मोठा संकल्प नाही. पण तथाताचा अर्थ, जी वस्तू जशी आहे, तशी स्वीकारणं. हा मरणाचा संकल्प तरी काहीसा अस्वीकृत असतो, म्हणजे आम्ही जाणून घेऊ इच्छितो की, मरण म्हणजे काय, मृत्यू असतो की नाही?

नाही. तथाताचा अर्थ आहे की, मृत्यू असेल, तर मरून जाऊ आणि आयुष्य असेल, तर जगू. ना आम्हाला आयुष्याशी काही देणं-घेणं आहे, ना मृत्यूशी काही देणं-घेणं आहे. काळोख आहे, तर तसेच काळोखात बसून राहू. प्रकाश आहे, तर प्रकाशात बसून राहू. चांगलं झालं, तर चांगलं स्वीकारू. वाईट झालं, तर वाईट स्वीकारू. जे काही होईल, ते आम्हाला मान्य आहे. अमान्य काही नाहीच.

एक उदाहरण देतो समजवण्यासाठी. डायोजनीज एका जंगलातून जात होता. नग्न फकीर होता आणि देखणा होता. कदाचित असं असू शकेल की, शरीराची कुरूपता झाकण्यासाठी माणसांनी वस्त्रं परिधान करायला सुरुवात केली. खूप शक्यता आहे याची. देखणा होता खूप डायोजनीज. नग्नच राहायचा. जंगलातून जात होता. चार माणसांनी, जे गुलामांना पकडण्याचं काम करत, त्यांनी त्याला पकडण्याचं ठरवलं. कारण इतका देखणा पुरुष जर हातात आला, तर त्याला किंमत चांगली येईल. आणि याचा मालकी कुणी दिसत नाही. एकटाच जातो आहे. अंगावर कपडेपण नाहीत. इतका देखणा, विशाल तेजस्वी! पण पकडायचं कसं? कारण इतका विशाल-तगडा, चौघांना भारी पडू शकतो. पण त्यांनी निदान प्रयत्न करण्याचा निर्णय घेतला. जास्तीत जास्त काय होईल? मार खावा लागेल, तर पळून जाऊ, असं ठरवलं.

ते चौघं गेले. अतिशय ताकदीने त्यांनी डायोजनीजला घेरलं. तर तो त्यांच्यामध्ये अगदी शांतपणे उभा राहिला. ''काय विचार आहे?'' त्यांना आश्चर्य वाटलं. त्यांनी साखळ्या काढल्या, तशी त्याने हात पुढे केले. त्यांना मात्र भीती वाटत होती की, हा मारेल की काय? ''घाबरता कशाला? द्या. मी साखळी बांधून घेतो.'' त्याने साखळी बांधून घ्यायला त्यांना मदत केली. त्यांना आश्चर्य वाटलं. जेव्हा हात बांधून झाले, त्यांनी विचारलं, ''कसा माणूस आहेस तू? आम्ही तुझे हात बांधत होतो, तर तू आम्हालाच मदत करत होतास? आम्हाला तर भीती वाटत होती की, तू मारशील म्हणून.''

''नाही. जर तुम्हाला साखळी बांधण्यात मजा वाटत आहे, तर मलाही मजा वाटत आहे बांधून घेण्यात. तर यात मारामारी कशाला करायची? आता सांगा, कुठे जायचं आहे?''

''आता आम्हाला सांगायला लाज वाटत आहे. आम्ही तर गुलामांना पकडतो. आम्ही तुम्हाला बाजारात विकण्यासाठी नेणार.''

''चला.'' तो इतक्या आनंदाने निघाला की, त्या चौघांची चाल मागे पडली. ''जरा हळू. इतकी घाई कशासाठी?''

''पण बाजारात जायचं आहे, तर लवकर चला.''

ते मग बाजारात पोचले. खूप गर्दी होती. लोक गुलामांना विकत घेण्यासाठी

आले होते. पण असा राजेशाही थाटाचा गुलाम आजपर्यंत विक्रीसाठी आला नव्हता. खूप गर्दी झाली. जिथे गुलामांची विक्री होते, तिथे त्याला उभं करण्यात आलं. विक्रीसाठी ललकारी सुरू झाली. ''एक गुलाम विकायला आला आहे, कुणाला विकत घ्यायचा असेल तर...'' तेवढ्यात डायोजनीज म्हणाला, ''गप्प बस, अडाणी... त्या माणसांना विचार की, मी पुढे चालत होतो की, ते पुढे चालत होते. साखळी त्यांनी बांधली की मी बांधून घेतली?''

ते म्हणाले, ''हो बरोबर आहे. आम्हाला अजूनही खातरी नाही, की आम्ही याला साखळी बांधू शकलो असतो. त्याने बांधून घेतली. आणि हा इतका भराभर चालत राहिला की, आम्ही खूप मागे पडलो. म्हणजेच आम्ही याला बाजारात घेऊन आलो, असं म्हणणं चुकीचं आहे. आणि असं म्हणणंही योग्य नाही की, आम्ही याला गुलाम बनवलं. असं म्हणायला हवं की, हा माणूस गुलाम व्हायला तयार झाला. आम्ही नाही बनवलं.''

तर डायजोनीज म्हणाला, ''मीच बोलीसाठी ललकारी देतो. तुझा आवाजही नाजूक आहे. एवढ्या गर्दीत ऐकू जाणार नाही.''

''आज एक मालक या बाजारात विक्रीसाठी आला आहे, कुणाला विकत घ्यायचा असेल तर घ्या.''

''तुम्ही स्वत:ला मालक समजता?''

''मी स्वत:ला मालक समजतो. माझ्या मर्जीने मी साखळी बांधली आहे. माझ्या मर्जीने इथे आलो आहे, स्वत:च्या मर्जीने इथे विकला जात आहे. माझ्या मर्जीविरुद्ध काहीही होऊ शकत नाही. कारण जे काही घडतं, त्याला मी स्वत:ची मर्जी करून घेतो.''

समजतंय ना? तो असं म्हणतो आहे की, जे घडतं, त्याला मी माझी मर्जी करून घेतो. हा माणूस तथातासाठी उपलब्ध आहे. तथाताचा अर्थ, प्रत्येक गोष्ट जी जी घडते, ती ती जशीच्या तशी मान्य असणं. त्यासाठी कोणताही विरोध नाही. ज्याला तुम्ही कोणत्याही परिस्थितीत हरवू शकत नाही, कारण मग तो स्वत:च हरेल. ज्याला तुम्ही मारू शकत नाही, कारण तुम्ही मारण्याअगोदरच तो मार खाण्यासाठी तयार आहे. तुम्ही दबाव आणण्याआधीच तो दबलेला आहे. कारण तुमच्या करण्याला त्याला विरोध नाही. हा खूप मोठा – महासंकल्प आहे. तथाता परम संकल्प आहे. तर जो तथातासाठी उपलब्ध आहे, तो परमात्म्यासाठी उपलब्ध झाला.

म्हणून असा प्रश्न विचारू नका की, साक्षीच्या साधकाला अथवा तथाताच्या साधकाला संकल्प साधनेतून जे मिळतं, ते मिळेल की नाही. ते तर मिळालेलंच आहे. संकल्प साधना अगदी प्राथमिक आहे, साक्षी साधना माध्यमिक आहे, तथाता साधना परम आहे. संकल्पापासून सुरू करा, साक्षीवर यात्रा करा, तथातापर्यंत पोचा.

या तिघांत विरोध नाही.

साक्षीमध्ये द्वैत आहे. साक्षी स्वत:ला वेगळं आणि जे जाणारं आहे, त्याला वेगळं मानतो. जर त्याच्या पायाला काटा टोचला, तर साक्षी म्हणतो, मला टोचला नाही. काटा शरीराला टोचला आहे. टोचणं दुसरीकडे आहे, जाणणं दुसरीकडे आहे. 'जाणणं आणि होणं' यात द्वैत आहे साक्षीच्या साधनेत. म्हणून साक्षी अद्वैताला नाही मिळवू शकत.

म्हणून जो साधक साक्षीपाशी थांबतो, तो एक तऱ्हेच्या द्वैतात घेरला जातो. शेवटी तो जगाला दोन भागांत विभाजतो. चेतना आणि जड! चेतन – तो जो जाणतो. जड जो जाणला जातो. पुरुष आणि प्रकृती अशा दोन भागांत तो जगाचं विभाजन केल्याशिवाय राहत नाही.

हा शब्द खूप छान आहे. पुरुष! प्रकृती शब्दही खूप छान आहे. प्रकृतीचा अर्थ कदाचित कधी लक्षात घेतला गेला नसेल. प्रकृती म्हणजे निसर्ग नाही. इंग्रजीत प्रकृतीला शब्दच नाही. प्रकृतीचा अर्थ 'निर्माण होण्याआधीही जो आहे – प्र – कृती.' 'सृष्टी' असाही अर्थ नाही. सृष्टी म्हणजे निर्माण झाल्यानंतर. प्रकृती म्हणजे जेव्हा काहीही नव्हतं, तेव्हाही जे होतं. आणि पुरुष हा शब्दही मोठा अर्थपूर्ण आहे. पुरुषसारखा शब्दही इतर भाषेत मिळणं कठीण! कारण हे दोन्ही शब्द विशेष अनुभवानंतर निर्माण झाले आहेत. 'पुर' म्हणजे नगर! आणि या नगरात जो राहणारा आहे, तो पुरुष! तर शरीर हे एक गाव आहे आणि त्यात एक निवासी आहे – तो पुरुष! तर प्रकृती – तर पूर आहे आणि प्रकृतीत जो राहत आहे वेगळा – भिन्न – तो पुरुष!

तर प्रकृती आणि पुरुष यांपर्यंत साक्षी पोचेल. तथाता अजून मोठी गोष्ट आहे. तथाताचा अर्थ कुठलंही द्वैत नाही. ना कुणी जाणणारा आहे, ना काही जाणण्यासारखं आहे. अथवा जो जाणणारा आहे, तोच जाणतोही आहे. तर असं नाही की, काटा टोचतो आहे आणि मी जाणतो आहे. असंही नाही की, काटा वेगळा आहे आणि मी वेगळा आहे. असंही नाही की, काटा टोचला नसता, तर बरं झालं असतं आणि असंही नाही की, काटा निघाला, तर बरं होईल. नाही. आता असं काहीच नाही. काट्याचं असणं, टोचणं, ते माहीत होणं, वेदना होणं, सर्वमान्य स्वीकारलं. तर काटाही मीच आहे, टोचणंही मीच आहे, वेदनाही मीच आहे, जाणणंहीसुद्धा मीच आहे; मी सर्वांत आहे. म्हणून या 'मी'च्या बाहेर कुठे जायचंच नाही. म्हणून असा विचारच नाही की, टोचला नसता तर... कारण स्वत:लाच कापून वेगळं कसं काय करता येईल?

तथाता जे आहे, ती परमस्थिती आहे. जे आहे, ते आहे, त्याची परम स्वीकृती. त्यात भेद नाही. पण जोपर्यंत साक्षी होऊ शकत नाही, तोपर्यंत तथातापर्यंत पोचता येत नाही. आणि संकल्प केल्याशिवाय कुणी साक्षीपर्यंत पोचू शकत नाही.

जो माणूस संकल्पापाशी थांबतो, तो शक्तिशाली होऊ शकतो. पण ज्ञानी होऊ शकणार नाही. म्हणून संकल्पाचे दुरुपयोगही होऊ शकतात. कारण तिथे ज्ञान अनिवार्य नाही. शक्ती जी मिळते, त्याने दुरुपयोग होतो.

सर्व काळी जादू जी आहे, ती संकल्पाच्या शक्तीमुळेच निर्माण झाली आहे. कारण तिथे ज्ञान नाही. शक्तीने भरलेली व्यक्ती काय करेल, हे सांगता येणं कठीण. कसा उपयोग करेल शक्तीचा, हे सांगता येणं कठीण. वाईट उपयोग... शक्ती तटस्थ आहे. पण शक्ती हवीच. चांगलं-वाईट काहीही करायचं असो. माझं मानणं असंही आहे की, शक्तिहीन असण्यापेक्षा, हवं तर वाईट करा, तरीही हरकत नाही, पण शक्ती हवी. कारण आज वाईट करणारा, उद्या कदाचित चांगलंही करू शकतो. पण जो वाईटही करू शकत नाही, तो कधीच चांगलं करू शकणार नाही.

म्हणून निर्विवादपणे, शक्तिहीन होण्यापेक्षा शक्तिवान होणं चांगलं आहे. मग शक्तिवान होण्यात शुभ आणि अशुभ यांचा प्रवास आहे. तर शक्तिवान होऊन शुभ प्रवासास जाणं चांगलं आहे. आणि हा प्रवास योग्य तऱ्हेने झाला, तर साक्षीपर्यंत पोचवेल. अशुभचा प्रवास असेल, तर साक्षीपर्यंत पोचता येणार नाही. संकल्पाच्या शक्तीतच भरकटायला होईल. तर मग तंत्र-मंत्र, हिप्नॉटिझम, जादूटोणा असं होत राहील. सगळं होईल, पण आत्म्याचा प्रवास होणार नाही. हे भरकटणं झालं. शक्ती तर आहे, पण भरकटलेली. जर शक्ती शुभ यात्रेला निघाली, तर साक्षीचा जन्म होईल. कारण शेवटी जेव्हा शक्ती निर्माण होईल, तर माणूस स्वतःला ओळखण्यासाठी, मिळवण्यासाठी तिचा उपयोग करेल. ती त्याची शुभ यात्रा असेल. दुसऱ्याला मिळवणं, दबावाखाली आणणं ही अशुभ यात्रा. ती काळी जादू – ब्लॅक मॅजिक!

आता साक्षीचा भाव केवळ मी स्वतःला ओळखू-जाणून घेऊ, एवढ्यावरच तृप्त होतो आहे, तर पाचव्या शरीरापर्यंत गोष्ट पोचेल आणि तिथेच थांबेल. पण साक्षिभाव अजून गहिरा असेल आणि असाही शोध घेईल की, मी एकटा नाही, तर सर्वांबरोबर आहे. माझ्या असण्यात चंद्र-तारे, सूर्य, दगड-धोंडे, माती, फुलं, झाडं सगळे सामील आहेत. माझ्या असण्यात दुसऱ्यांचं असणंही सामील आहे, माझं असणं एकरूप आहे. जर अशा विचारांनी यात्रा सुरू झाली, तर तथातापर्यंत पोचता येतं.

तथाता धर्माची परम उपलब्धता आहे, जिथे सगळं स्वीकार आहे. जे होतं आहे, ते सर्व मान्य आहे. असा माणूसच पूर्ण शांत होऊ शकतो. कारण जो जराही नाखूश आहे, त्याची अशांती कायम राहते. ज्याला थोडी जरी तक्रार आहे, तो अशांत असेल. जो मनात जर-तरच्या पार्श्वभूमीवर जगतो, त्याच्या मनात तणाव राहतो.

परम शांती, परम तणावमुक्तता, परम मुक्ती तथातामध्येच शक्य आहे. संकल्प असेल, तर साक्षीपर्यंत पोचता येतं. साक्षिभाव असेल, तर तथापापर्यंत पोचता येतं. कारण ज्या व्यक्तीला साक्षी होता येत नाही, ती शक्ती काहीही स्वीकारू शकत नाही. जिला अजून हेच कळलं नाही की, मी काट्याहून वेगळा आहे, ती हे जाणू शकत नाही की, काटा म्हणजे मीच आहे. ज्याला काट्यापासून वेगळं होता येतं, त्यालाच काट्याशी एकरूप होता येईल.

तर तथाता सारभूत आहे. समस्त साधनेतला जो श्रेष्ठतम शोध आहे, तो तथाताचा आहे. म्हणून बुद्धांचं नाव आहे तथागत! तथागत् हा शब्द समजून घ्यायला हवा. त्यामुळे तथाता समजणं सोपं जाईल. मदत होईल.

बुद्ध स्वत: स्वत:साठी तथागत्चा उपयोग करत असत. ते स्वत: असं म्हणत की, 'तथागताने असं म्हटलं.' 'तथागत्'चा अर्थ – 'असे आले, असे गेले.' जरी वाऱ्याची झुळूक येते आणि जाते. ना कसलं प्रयोजन, ना काही अर्थ. बस, झुळूक येते आणि निघून जाते. हे येणं आणि जाणं निष्काम आहे. अशा व्यक्तिमत्त्वाला म्हणतात 'तथागत्.'

पण वाऱ्याच्या झुळकीसारखं कोण येतं आणि जातं? तोच असू शकतो, जो तथागत् आहे. ज्याला ना येण्याने काही फरक पडत, ना जाण्याने काही फरक पडत. आला तर आला, गेला तर गेला. तसाच डायोजनीज निघून गेला. ना फरक पडला त्या साखळ्यांनी, ना फरक पडला त्या काढळ्याने.

कारण डायजोनीजने नंतर सांगितलं की, जो गुलाम होऊ शकतो, तोच गुलामीला घाबरतो. आम्ही तर गुलाम होऊ शकतच नाही, तर गुलामीला कसे काय घाबरणार? आणि जो घाबरतो, तो गुलाम आहे. आम्ही ठरलो मालक! तुम्ही आम्हाला गुलाम बनवू शकत नाही. तुमच्या साखळ्यांआडही आम्ही मालक आहोत. तुमच्या तुरुंगातही आम्ही मालक आहोत. तुम्ही आम्हाला कुठे ठेवता, याने काहीही फरक पडत नाही. आमचं मालकत्व पूर्ण आहे.

संकल्प ते साक्षी, साक्षी ते तथाता – अशी यात्रा आहे.

साक्षिभाव आणि द्रष्टा भाव यांत फरक आहे!

नाही. काहीही फरक नाही. दोन्ही एकच आहे.

आणि त्यानंतर तथाता आहे!

त्यानंतरच तथाता आहे.

तुम्ही म्हणालात की, इंग्रजीत प्रकृतीला कोणताही शब्द नाही. कॉन्स्टिट्यूशन प्रकृतीसारखा शब्द नाही का? जसं म्हणतात की कॉन्स्टिट्यूशन लाइक दॅट, तर याचा अर्थ असाच होतो की ही इज बॉर्न विद...

नाही. असा अर्थ नाही. कॉन्स्टिट्यूशनचा अर्थ होतो 'त्याचं विधान असं आहे.'

विधान! त्या व्यक्तीची संरचना अशी आहे. विधान असं आहे. प्रकृती शब्द वेगळा आहे. आम्ही म्हणतो की, अमुक एक माणसाची अशी प्रकृती आहे. हा शब्दप्रयोग बरोबर नाही. प्रकृती म्हणजे कृतीपूर्वी. प्रलयचा अर्थ कृतीनंतर. प्रकृतीचा अर्थ ज्याला बनण्याची गरजच नाही, जो अनादि आहे, जो आहेच. सृष्टीचा अर्थ, जे बनलं आहे.

युरोपियन भाषेत प्रकृतीसाठी शब्द नाही, कारण त्यांची भाषा ख्रिश्चनांच्या भाषेने प्रभावित झाली आहे. तर त्यांच्या भाषेत क्रिएशन, सृष्टी आणि स्रष्टा शब्द आहे. या देशाच्या भाषेत प्रकृती शब्द आहे. सांख्य, वैशेषिक, जैन – यांची भाषा प्रकृती आहे. त्यांचा हा शब्द आहे. कारण ते क्रिएशनला मानत नाहीत, कोणी ईश्वरालाही मानत नाहीत. ते म्हणतात, जो नेहमी आहे आणि ज्याला कधीही बनवता येणार नाही, त्याचं नाव प्रकृती आहे. तो आहेच.

आता जसं हे घर आम्ही बनवलं. या घराचा जो सांगाडा आहे, तो कॉन्स्टिट्यूशन आहे. पण या घरासाठी जी माती आम्ही आणली, ती प्रकृती आहे. जी हवा, पाणी, आग उपयोगात आणली; ती प्रकृती आहे. सांगाडा आम्ही बनवला, पण तो बनवण्यासाठी ज्याचा वापर केला, ते आम्ही बनवलं नाही. ते होतंच. जे अनक्रिएटेड होतं, त्याचं नाव प्रकृती.

एक छोटासा प्रश्न आहे. शुद्धीत असणं आणि तथाता ही एकच गोष्ट आहे का?

जेव्हा आम्ही म्हणतो जस्ट अवेअरनेस, केवळ शुद्ध मात्र, तर त्यात आणि तथातात थोडासा फरक आहे. आणि यात आणि साक्षीमध्येही थोडासा फरक आहे. असं समजा की, साक्षी आणि तथातातली एक कडी आहे. साक्षीतून तथातात जाताना ही एक कडी लागते. साक्षीत मी मी आहे आणि तू आहेस. हा भाव निश्चित आहे. जस्ट अवेअरनेसमध्ये फक्त आहे – तू हा भाव नष्ट झाला, विसरला गेला. केवळ 'आहे' हा भाव राहिला. तथातामध्ये केवळ 'आहे' हा भावच नाही. माझं असणं आणि तुझं असणं हे एकच झालं. कारण जोपर्यंत जस्ट अवेअरनेस आहे, जोपर्यंत केवळ आहे हा भाव आहे, तोपर्यंत एक त्या भावनेबाहेर एक सीमा असेल, जिथे मी नाही आहे, जिथे मी वेगळा आहे. तथाताची सीमा नाही. असणं एवढंच आहे. तर जर तथाता म्हणतो तर केवळ असणं, केवळ आहे हा भाव नव्हे. जस्ट बीइंग! बीइंग हा मोठा शब्द आहे.

जस्ट अवेअरनेस सर्वांना पेलू शकत नाही.

जसं तुम्ही म्हणता जस्ट अवेअरनेस... यात 'जस्ट' हा शब्द सोडून द्यायचा आहे. जेव्हा आम्ही म्हणतो, बस चेतना, तर बसच्या आधी आम्ही काहीतरी सोडून दिलं आहे. नाही तर 'बस' हा शब्द का वापरला असता? केवळ चेतना असं

म्हणतानाही केवळ या शब्दाबाहेर आम्ही काहीतरी नाकारलेलं आहे. नाही तर केवळ या शब्दाचा उपयोग केला नसता.

शेवटचा प्रश्न – तुम्ही म्हणालात की, आत परतून येण्याच्या संकल्पाने मृत्युसमयी सर्व जीवन ऊर्जा आकुंचन पावते, पुन्हा बी बनण्यासाठी केंद्रापाशी परतते. तर कोणत्या केंद्रावर आकुंचित होते? आज्ञाचक्रावर, नाभिचक्रावर की अन्यत्र? कोणतं केंद्र सर्वाधिक प्रमुख आहे आणि का?

ही जरा विचार करण्यासारखी गोष्ट आहे. मरणापूर्वी सर्व चेतना आकुंचित पावतील. नव्या प्रवासाला निघण्यापूर्वी या शरीरात जे जे पसरलं गेलं आहे, ते गोळा होईल. जसा कुणी एखादं घर सोडून जातंय कायमचं, तर ज्या काही महत्त्वाच्या वस्तू आहेत, त्या बांधून घेतो. एका एका खोलीत पसरलेल्या गोष्टी. ज्या गोष्टी व्यर्थ असतील, त्या सोडून देईल. ज्या सार्थक असतात, त्या घेतो आणि प्रवासाला निघतो.

हा प्रवास... जसं आम्ही एक आयुष्य सोडतो, एक शरीर सोडतो आणि दुसऱ्या आयुष्यात, जीवनात प्रवेश करतो, शरीरात... तशी आमची चेतना या शरीरात जे जे पसरवून ठेवलेलं होतं, ते गोळा करते, पुन्हा बी बनते आणि नव्या शरीरात पुन्हा सर्व पसरवून टाकेल. कारण आता नवीन शरीरात बीरूपाने प्रवेश झाला.

जसा एखादा वृक्ष मरण्याआधी... मेल्यानंतर बी सोडून जातो, तसंच जेव्हा एक शरीर मरतं, तेही बी सोडून जातं. ज्याला आम्ही वीर्य, रजकण म्हणतो. मरण्याआधी सोडलेले कण – बी, मरण्याच्या अपेक्षेने सोडलेले बी-कण. वीर्य आहे, जी तुमच्या शरीराची प्रतिकृती आहे. प्रतिमूर्ती आहे. हे एका स्तरावर घडत असतं. चेतना आपली बी घेते आणि एका शरीरातल्या बीमध्ये प्रवेश करते.

सर्व प्रवास बीपासून सुरू होतात आणि प्रवासाचा शेवट बीपाशी होतो. लक्षात ठेवा, जो प्रारंभ आहे, तोच शेवट आहे. जिथून प्रवास सुरू होतो, यात्रेचं वृत्त तिथेच येऊन पूर्ण होतं.

मरताना चेतना स्वतःला गोळा करते, बी बनते, ती कोणत्या केंद्रावर गोळा होते? ज्या केंद्रावर तुम्ही जगत होतात! जो तुमच्या जगण्यातला मूल्यवान बिंदू होता. कारण तेच केंद्र सक्रिय राहतं. जिथे तुम्ही जगलात, तोच तुमच्या जीवनाचा प्राण आहे.

जर एखादा माणूस आयुष्यभर सेक्सनेच प्रभावित होऊन जगला, त्यापलीकडे त्याने काही ना जाणून घेतलं, ना काही जगला, पैसा कमावला तोही सेक्ससाठीच – तर त्याची ऊर्जा सेक्सच्या केंद्राशीच गोळा होईल आणि त्याचा प्रवास तिथूनच होईल. का? कारण पुढला जन्मसुद्धा तिथूनच सुरू होईल. सातत्य राहील. त्याच्या

प्राणांचा शेवटही तिथेच होईल. त्याचे प्राण जननेंद्रियातूनच बाहेर पडतील.

म्हणजे ज्या केंद्रापाशी आमचं आयुष्य फिरत राहतं, त्याच केंद्रातून आम्ही निरोप घेतो आणि नंतर जन्मही घेतो तो तिथूनच. म्हणून कुणी योगी आज्ञाचक्रातून, एखादा प्रेमी हृदयचक्रातून, कुणी परम ज्ञानाला पात्र झालेला सहस्राकारचक्रातून निरोप घेऊ शकतो. आम्ही कुठून निरोप घेऊ, हे आमच्या आयुष्याचं पूर्ण सार पुरावा आहे.

या सगळ्यांचं सूत्र शोधलं गेलं होतं. मेलेल्या माणसाला बघून सांगता येत असे की, त्याने कुठल्या केंद्रातून निरोप घेतला. हे सर्व चक्रांद्वारेसुद्धा आहे. प्रवेशाचं आणि निरोप घेण्याचं दार आहे. जो ज्या दारातून गेला, त्याच दारातून तो प्रवेश करतो. एका आईच्या पोटात जो नवा अणू बनतो, त्या अणूत आत्मा त्याच दारातून प्रवेश करतो, ज्या दारातून तो गेल्या जन्मातल्या मृत्यूतून बाहेर पडला होता, आत्मा तेच दार ओळखतो.

म्हणून आई-वडिलांचं चित्त आणि त्यांची चेतना यांची अवस्था संभोगाच्या क्षणी निर्णायक असेल की, कोणता आत्मा प्रवेश करेल. कारण आई-वडिलांची चेतना संभोगाच्या क्षणी ज्या केंद्राजवळ असेल, त्याच केंद्रात प्रवेश करणारी चेतना त्या गर्भाला ग्रहण करू शकते, नाहीतर नाही करू शकत. जर दोन योगस्थ व्यक्ती संभोगाच्या कामनेशिवाय केवळ एका आत्म्याला जन्म देण्यासाठी प्रयत्न करत असतील, तर ते उंचातल्या उंच चक्रांवर प्रयोग करू शकतात.

म्हणून चांगल्या आत्म्याला जन्म घेण्यासाठी अनेक दिवस वाट बघावी लागते. त्यांना तिष्ठत राहावं लागतं चांगला गर्भ मिळण्यासाठी. म्हणून अनेक चांगले आत्मे शेकडो-शेकडो वर्ष जन्म घेऊ शकत नाहीत. अत्यंत वाईट आत्म्यांनाही तिष्ठत राहावं लागतं, कारण त्यांच्यासाठीसुद्धा सामान्य गर्भ उपयोगाचा नाही. साधारण आत्म्यांना लगेचच जन्म प्राप्त होतो. कारण त्यांच्यासाठी योग्य गर्भ तयार असतो पृथ्वीवर. रोज रोज त्यांच्यासाठी हजारो-लाखो संधी उपलब्ध असतात. एक लाख ऐंशी हजार जन्म रोज होतात. मरण संख्या कमी होत आहे. पण ही संधी अगदी सामान्य स्तरावर आहे साधारण आत्म्यांना जन्म घेण्यासाठी.

असामान्य आत्म्यांना जर आम्ही जन्म देऊ शकत नाही, तर असंही होऊ शकतं... अनेकदा झालं आहे... जरा विचार करायला हवा. अनेक आत्मे या पृथ्वीने अतिशय मेहनतीने निर्माण केले, त्यांना जन्म कुठल्या दुसऱ्या पृथ्वीवर घ्यावा लागला. ही पृथ्वी त्यांना पुन्हा जन्म देण्यासाठी असमर्थ ठरली. असं समजा तुम्ही की, एका शास्त्रज्ञाला भारतात आम्ही जन्म दिला, पण त्याला नोकरी अमेरिकेत मिळाली. जन्म आम्ही देतो. माती, पाणी, अन्न, जीवन आम्ही देतो; पण त्याला जागा देऊ शकत नाही त्याच्या आयुष्यासाठी. त्याला जागा घ्यावी लागली अमेरिकेत. आज संपूर्ण जगातून जास्तीत जास्त शास्त्रज्ञ अमेरिकेत गोळा झाले आहेत.

होणारच! तसंच आत्म्यांचं आहे. आत्मे आम्ही तयार करतो, पण पुन्हा त्यांना जन्म देण्यासाठी आमच्याकडे गर्भ नाही. स्वाभाविकपणे त्यांना दुसऱ्या ग्रहांवर शोध घ्यावा लागतो, भाग पडतं.

जर शास्त्रज्ञ निर्माण करण्याची कुवत आमच्यामध्ये आहे, तर त्यांना नोकरी देण्याची कुवतही असणारच.

नाही, हे आवश्यक नाही. कठीण असं आहे की, एक शास्त्रज्ञ निर्माण करणं हे अनेक गोष्टींवर अवलंबून आहे. एक शास्त्रज्ञ आत्मा हवा असेल, तर ते त्या आत्म्याच्या मागच्या जन्मयात्रेवर अवलंबून आहे. आणि दोन व्यक्तींच्या संभोगाचा क्षण असा हवा की, त्याला बुद्धीच्या दारातून प्रवेश मिळेल, तर प्रवेश होऊ शकेल. तो जन्महीे घेईल. पण एका शास्त्रज्ञाला नोकरी मिळणं हे समाजव्यवस्थेवर अवलंबून आहे. या शास्त्रज्ञाला अमेरिकेत दहा हजार रुपये मिळू शकतात, भारतात हजार मिळतील. त्याला तिथे एक लॅब मिळू शकते. पण इथे त्यासाठी अजून हजारो वर्ष थांबायला लागेल आणि त्याच्या ज्ञानाचं फळ त्याला तिथेच मिळू शकेल. अनेक गोष्टी आहेत अशा.

तर ज्या व्यक्तींना आम्ही या पृथ्वीवर जन्म देतो, त्यातल्या अनेक व्यक्तींना परग्रहावर जन्म घ्यावा लागतो. या पृथ्वीवर इतर ग्रहांची बातमी आणणारी माणसं मुळात कुठल्या दुसऱ्या ग्रहांवरून आली होती. हे तर शास्त्रज्ञांना आज विचार करायला भाग पडत आहे, पण योगींना हे माहीत होतं, हा विचार प्राचीन आहे की असे पन्नास एक हजार ग्रह आहेत जिथे जीवन असेल. योगींकडे कुठलाही उपाय नव्हता शोध घेण्यासाठी की, इतर ग्रहांवर कोणी असेल. एकच उपाय होता की, असेच काही आत्मे जे दुसऱ्या ग्रहांवरून इथे येऊन जन्मले, ते बातमी घेऊन आले. अथवा या ग्रहाची बातमी घेऊन जाणारे दुसरेच आत्मा आहेत.

मनुष्याची चेतना मरताना पूर्णच्या पूर्ण एका जागी गोळा होते. आपले सर्व संस्कार, सर्व प्रवृत्ती, सर्व वासना, आयुष्याचं संपूर्ण सार, सर्व आयुष्याचा सुगंध अथवा दुर्गंध, त्याला गोळा करून उभारून येईल आणि यात्रेला निघून जाईल.

ही यात्रा सर्वसाधारणपणे निवडलेली नसेल. आपोआप होईल. हे असंच की, जसं पाणी पडतं आणि खड्ड्यात निघून जातं. खड्डा भरून काढतं. एक चेतना उपलब्ध होईल जवळ आणि ती प्रवेश करेल.

म्हणून सर्वसाधारणपणे माणूस आपल्याच देशात, आपल्याच समाजात जन्म घेतो. अगदी कमी प्रमाण आहे परिवर्तनाचं. परिवर्तन तेव्हा होतं, जेव्हा गर्भ मिळत नाही. म्हणून अगदी आश्चर्य आहे की, बऱ्याचशा भारतातल्या आत्म्यांना युरोपमध्ये जन्म घ्यावा लागला. जसं एनी बेसंट, ब्लावट्स्की, लीड बीटर हे सर्व भारतीय

आत्मे आहेत. लोबसांग सम्पा, तिबेटियन आत्मा आहे, पण जन्मला युरोपमध्ये. यांना त्यांच्या देशात गर्भ मिळाला नाही.

अन्यथा साधारण व्यक्ती लगेचच जन्म घेतात. हे असं आहे की, आपल्या भागातलं घर सोडावं लागलं की, दुसरं घर त्याच भागातलं शोधलं जातं. इथे जर मिळालं नाही, तर बाहेर जावं लागतं. मुंबई नाही तर सबअर्ब, सबअर्बही नाही, तर मग पुढे कुठेतरी...

याचा एक अद्भुत उपयोग केला गेला होता. त्याबद्दलही विचार करायला हवा. याचा अद्भुत उपयोग भारतात वर्ण बनवून केला गेला, जो महत्त्वाचा होता.

भारतात चार वर्णांत सर्वांना विभागलं गेलं आणि संपूर्ण प्रयत्न होता की, ब्राह्मण आत्मा मृत्यूनंतर पुन्हा ब्राह्मणातच जन्मावा. क्षत्रिय आत्मा क्षत्रियतेत. स्वाभाविकतेने जेव्हा समाजात वर्ण निश्चित असतील, तर क्षत्रिय जेव्हा मरेल, तर त्याला इतरत्र शोध घेण्याची आवश्यकता नाही, तो पुन्हा क्षत्रियच जन्म घेईल. असे पाच-दहा क्षत्रिय जन्म जगल्यावर, असा क्षत्रिय तो असेल, की कुणाला मिलिटरीचं ट्रेनिंग जरी दिलं, तरी असा क्षत्रिय तो होऊ शकणार नाही. एका व्यक्तीचा आत्मा जर दहा-बारा जन्म ब्राह्मण म्हणूनच जन्मला, तर असा शुद्धतम ब्राह्मण, गुरुकुलमध्ये पाठवून शिकून तयार झालेलाही असू शकणार नाही.

तुम्हाला आश्चर्य वाटेल सांगितलं, तर की एका आयुष्याचं शिक्षण आम्ही विचारात घेतलं आहे. काही जणांनी अनंत आयुष्यात शिक्षणाची व्यवस्था शोधली आहे. हा अद्भुत प्रयोग होता, पण तो कुजला. कारण त्याचं मूळ सूत्र हरवलं. आणि जे याचे दावेदार आहेत, त्यांच्याकडे सूत्र नाही. ब्राह्मण, शंकराचार्य, कुणाकडेच नाही.

या देशाने जन्मांतराचा एक मोठा प्रयोग केला होता. केवळ या जन्मासाठी आम्ही माणसांना तयार करत नाही आहोत, तर पुढच्या अनेक जन्मांसाठी तयार करत आहोत की, त्याने वेगळी यात्राही करावी. तर इतक्या दूरपर्यंत विकासाच्या धारणेची दृष्टी होती.

आता जसं महावीर अथवा बुद्ध यांचे चोवीस जन्म क्षत्रिय परंपरेत आहेत. सर्वच्या सर्व एका धारेत – प्रवाहात चालू आहे. तर एका माणसाची संपूर्ण तयारी चालू आहे. जिथे तयारी थांबली, तिथून दुसरी तयारी सुरू, मध्ये विघ्न नाही, अंतर नाही, एक सातत्य!

म्हणून आम्ही खूप अद्भुत माणसं तयार करू शकलो. आता मात्र अशी माणसं निर्माण होणं कठीण आहे. खरंतर अशी माणसं जन्माला यायला हवीत. पण... खूप कठीण... खूप!

ओशो – एक परिचय

आपल्यासारख्या भेदाभेद करणाऱ्या माणसांसाठी 'अर्थपूर्ण जाणीव' किंवा 'समजूत' म्हणू या हवं तर, पण तो अर्थबोध करून देण्याचं ओशोंचं मोठं योगदान आहे. ओशोंमध्ये एक गूढवादी तसंच एक वैज्ञानिकही आहे. त्यामुळे एक क्रांतिकारी म्हणता येईल, असं चैतन्य त्यांच्या अस्तित्वात आहे. म्हणूनच जीवनाचा नवीन मार्ग शोधण्याच्या निव्वळ गरजेसाठी 'सजग माणूसकी'ची गरज आहे, हे त्यांनी वारंवार जाणवून दिलंय. तीच त्यांची तीव्र इच्छा आहे.

या सुंदर आणि अलौकिक अशा पृथ्वीतलावर आपण आपल्या रोजच्या जगण्यात गतकाळ्यानुसार सतत भीतीच्या छायेखाली वावरत असतोच.

प्रत्येकानं स्वत: बदलत राहणं, मग आपण सर्वांनी बदलत राहणं हा त्यांचा प्रमुख मुद्दा आहे. 'आपण सर्वांनी' म्हणजेच आपला समाज, आपली संस्कृती, आपल्या श्रद्धा एकूणच आपलं सर्व जग हे बदलणं आलं. त्या सर्व बदलाचं प्रवेशद्वार म्हणजे – ध्यान! मेडिटेशन!

आधुनिक जीवनपद्धतीतली अस्वस्थता जेव्हा हळूहळू शांत होत जाईल, तेव्हा प्रत्यक्ष कृती आपोआपच शांततेनं फक्त ऐकून घेण्याच्या मन:स्थितीत विरघळून जाईल. खऱ्याखुऱ्या 'मेडिटेशन'च्या आरंभाची ही एक गुरुकिल्लीच असणार आहे. या दुसऱ्या पायरीसाठी आधार म्हणून ओशोंनी नीट ऐकून घेण्याच्या प्राचीन कौशल्याचं सूक्ष्म पद्धतशीर भाषणांमध्ये रूपांतर केलं आहे. इथं 'शब्द' म्हणजे संगीत बनतं. ऐकणारा जे काही ऐकतो, त्यातून जागरूकतेची अनुभूती घेतो. या

सगळ्या नाजूक घडामोडींमध्ये शांतता जसजशी वाढू लागते, तसतसं पटकन मनापर्यंत पोहोचेल अशा गोष्टी ऐकण्याची गरज असते. ती गरज एखाद्या जादूप्रमाणे पूर्ण होते. नेहमीप्रमाणे मनाचे इतर अडथळे दूर होतात आणि सुंदर जादूमय घडामोडी घडू लागतात.'

लंडनच्या 'संडे टाइम्स'नं विसाव्या शतकातल्या जग बदलून टाकणाऱ्या एक हजार व्यक्तींमध्ये त्यांची गणना केलेली आहे. टॉम रॉबिन्स या अमेरिकन लेखकानं तर त्यांना 'जिझस ख्राईस्ट' नंतरचं सर्वांत 'खतरनाक' व्यक्तिमत्त्व असं बिरुद त्यांना बहाल केलंय. भारताचं भाग्य बदलवणाऱ्या गांधी, नेहरू आणि बुद्ध यांच्या बरोबरीनं भारतातील 'संडे-मिडडे'नं त्यांचा गौरव केला आहे.

आपल्या कार्याविषयी ते म्हणतात, 'नवीन आधुनिक मनुष्याच्या जन्मासाठी मी 'भूमी' तयार करतो आहे.' या नवीन मनुष्याला ते 'झोरबा द बुद्ध' म्हणतात. झोरबा अशा की, ज्यामध्ये पृथ्वीवरची सर्व सुखं उपभोगण्याची क्षमता असेल, तसंच बुद्धांची शांत, सौम्य अशी प्रवृत्ती असेल. ओशोंच्या सर्वांगीण विचारांमध्ये जीवन-दर्शनाचा एक झुळझुळता प्रवाह आहे. त्यामध्ये पूर्वेकडची कालातीत असलेली प्रज्ञा आणि पश्चिमेकडचं विज्ञान, तसंच तंत्रज्ञानाच्या सर्वोच्च शक्यतांचा समावेश आहे.

आंतरिक परिवर्तनाच्या शास्त्रात 'ओशो' म्हणजे क्रांतिकारी उपदेशासाठी उत्तम पर्याय आहेत. तसंच ध्यानाच्या विविध पद्धतीचे प्रसारक आहेत. आत्ताच्या आधुनिक वेगवान जीवनशैलीला अनुसरून या पद्धती त्यांनी निर्माण केल्या आहेत.

सक्रिय ध्यानपद्धती अशापद्धतीनं तयार केलीय की, त्यामध्ये शरीर आणि मन या दोन्हीमध्ये एकत्रितपणे ताणतणावांचा निचरा होऊ शकेल आणि रोजच्या जीवनात सहज स्थिर मनोवृत्ती प्राप्त होऊ शकेल आणि गाढ शांतीचा अनुभव येईल.

ओशो हे कोणत्याच अवकाशात मावणारे नाहीत. माणसाच्या व्यक्तिगत शोधापासून ते समाजातल्या सर्व सामाजिक तसंच राजकीय प्रश्नांवर प्रकाश टाकणारी अशी त्यांची प्रवचनं आहेत. ओशोंनी स्वत:ही पुस्तकं लिहिलेली नाहीत. जागतिक स्तरावर सर्व श्रोत्यांसमोर दिलेल्या प्रवचनांच्या ऑडिओ व्हिडीओच्या वार्ताकिनांचं संकलन म्हणजे त्यांची पुस्तकं आहेत. ते म्हणतात "मी जे काही सांगतो ते केवळ तुमच्यासाठीच नसून भविष्यातल्या पिढींसाठी सांगत असतो.

ओशोंची दोन आत्मकथात्मक पुस्तकं याप्रमाणे.

१) 'ऑटोबायोग्राफी ऑफ ए स्पिरिच्युअली इनकरेक्ट मिस्टीक', सेंट मार्टिस प्रेस, यूएसए.

२) 'ग्लिम्प्सेस ऑफ ए गोल्डन चाइल्डहूड', ओशो मीडिया इंटरनॅशनल, पुणे, भारत.

◆

ओशो इंटरनॅशनल मेडिटेशन रिझॉर्ट

शंभरपेक्षाही जास्त अशा निरनिराळ्या देशांमधून हजारो पर्यटक दरवर्षी या रिसॉर्टला भेट देतात. इथला अनुपम असा परिसर उत्साहानं परिपूर्ण, शांत-निवांत असा असून काहीतरी सर्जनात्मक असं नवीन जीवन जगण्याविषयी प्रेरणा देणारा आहे. संपूर्ण वर्षभर चोवीस तास चालणारे निरनिराळे उपक्रम इथे आहेत. अर्थात काहीही न करता नुसतं शांत बसणं, हाही त्यातलाच एक भाग!

इथल्या सर्व कार्यक्रमांच्या रचनेत ओशोंच्या 'झोरबा द बुद्ध'ची आंतरदृष्टी समाविष्ट आहे. यामध्ये एका नवीन मनुष्याचा नवीन ढंग आहे. जो माणूस रोजचं दैनंदिन जीवन सर्जनात्मक पद्धतीनं जगूनसुद्धा मौन तसंच ध्यानामध्ये मग्न होण्याची क्षमता राखतो.

ठिकाण : मुंबईपासून शंभर मैलावर दक्षिणपूर्वेला असलेल्या संपन्न अशा आधुनिक पुणे शहरात सुट्टी घालवण्याचं एक सुरेख असं स्थान म्हणजे, 'ओशो इंटरनॅशनल मेडिटेशन रिसॉर्ट!'' घनदाट झाडीमध्ये लपलेलं हे रिसॉर्ट सर्वांपिक्षा वेगळं असून अठ्ठावीस एकराच्या बगिचामध्ये पसरलेलं आहे.

इथली कार्यक्रमपद्धती :

ध्यान : दिवसभर चालणाऱ्या ध्यान कार्यक्रमांमध्ये सक्रिय तसंच निष्क्रिय, परंपरागत तसंच क्रांतिकारक, खासकरून 'ओशो डायनॅमिक मेडिटेशन'पद्धतीनुसार, प्रत्येक व्यक्तीनुसार अनेक ध्यानपद्धती उपलब्ध आहेत. या सर्व ध्यानपद्धती जगातल्या सर्वांत भव्य अशा 'ओशो ऑडिटोरियम' ध्यान सभामंडपात पार पाडल्या जातात.

विविधता : इथल्या विविध व्यक्तिगत सेशन्समध्ये, शिबिरात सर्जनशील अशा कलांपासून ते संपूर्ण स्वास्थ्यापर्यंत, तसंच व्यक्तिगत परिवर्तन, व्यक्तिगत संबंध, जीवनातील अग्रक्रम, कार्यध्यान, गुह्यविज्ञान, खेळ, मनोरंजन या सर्व गोष्टीत अगदी 'झेन पद्धती'चा सुद्धा समावेश आहे. इथल्या (मल्टिव्हर्सिटी) विविध गोष्टींच्या यशाचं रहस्य म्हणजे इथले सर्वप्रकार पूर्णपणे ध्यानाशी जोडलेले आहेत. त्यामुळे इथल्या माणसांमध्ये हा विचार घट्टपणे रुजवला जातो की, 'मनुष्य म्हणजे फक्त शरीराशी निगडीत नसून त्यापलीकडेही खूप आहे.'

बाशो स्पा : हिरव्यागार झाडांच्या सान्निध्यात, मोकळ्या हवेत असलेला भव्य असा, पाण्यात मनसोक्त तरंगण्याचा आनंद देणारा जलतरण तलाव म्हणजे मोठं आकर्षण आहे. वैशिष्ट्यपूर्ण तयार केलेली मोठी झकूझी, सौना, जीम, टेनिसकोर्ट या सर्वांचा समावेश इथे केलेला आहे.

भोजन : निरनिराळ्या पद्धतींनी बनवलं जाणारं इथलं स्वादिष्ट भोजन पूर्णपणे शाकाहारी असून ते पाश्चात्य तसंच आशियाई ढंगामध्ये उपलब्ध आहे. मेडिटेशन रिसॉर्टसाठी विशेषत्वानं लागवड केलेल्या सेंद्रिय भाज्याच इथं वापरल्या जातात. ब्रेड आणि केक रिसॉर्टच्या स्वत:च्याच बेकरीत बनवले जातात.

संध्याकाळचे कार्यक्रम : या कार्यक्रमांची यादी तर खूप मोठी आहे. पण सर्वांत पहिल्या स्थानावर आहे नृत्य! इतर कार्यक्रमात चांदण्यारात्रीतलं ध्यान, विविध मनोरंजक कार्यक्रम, संगीताचे कार्यक्रम तसंच रोजच्या जीवनासाठी ध्यान हे सम्मिलित आहे.

याव्यतिरिक्त प्लाझा कॅफेमध्ये मित्र-परिवारा बरोबर गाठीभेटी तसंच रात्रीच्या शांतवेळी या परिकथेसारख्या वाटणाऱ्या वातावरणात भटकण्याचा आनंदही घेऊ शकतो.

सोयी : रोजच्या उपयोगाच्या वस्तू आपण रिसॉर्टच्या दुकानांमधून खरेदी करू शकता. मल्टिमीडिया सभागृहात ओशोंची सर्व 'मीडिया' सामुग्री मिळू शकते. बँक ट्रॅव्हल एजन्सी तसंच सायबरकॅफेची सोयही इथे आहे. खरेदीची आवड असणाऱ्यांना पुण्यामध्ये भरपूर गोष्टी उपलब्ध आहेत. अगदी पारंपरिक भारतीय वस्तुंपासून ते आंतरराष्ट्रीय बँडपर्यंतची सर्व दुकाने आहेत.

राहाण्यासाठी : ओशो गेस्टहाउसमध्ये एखादी छानशी खोली मिळू शकते. खूप दिवस राहायचं असेल, तर 'लिव्हिंग-इन'चं पॅकेज घेऊ शकता. याव्यतिरिक्त आसपास बरीच चांगली हॉटेल्स आणि सर्व्हिस्ड अपार्टमेंट सुद्धा आहेत.

www.OSHO.com/meditationresort
www.OSHO.com/guesthouse
www.OSHO.com/livingin

अधिक माहितीसाठी

सध्या सोशल नेटवर्किंगद्वारा संपूर्ण माहिती मिळू शकते. हे माध्यम फक्त तरुण वर्गच वापरतो असं नाही. काळ बदलतोय तसंच आम्हीही बदलतोय.

* विविध वेबसाइट – www.OSHO.com

* हिंदीसाठी – www.OSHO.com/hindi

* ओशो लायब्ररीमध्ये आपल्या आवडत्या विषयांसाठी
  www.OSHO.com/library
  www.OSHO.com/library-hindi

* संपूर्ण ओशो ध्यानपद्धती आणि संबंधित संगीतासाठी
  www.OSHO.com/Meditation

* ओशोंचं संपूर्ण हिंदी-इंग्रजी साहित्य आणि इ-बुक्ससाठी
  www.OSHO.com/shop
  www.OSHO.com/shop-hindi
  www.OSHO.com/ebooks

* ऑडिओ प्रवचनांसाठी MP3 व इतर
  www.OSHO.com/hindiAudiobooks

* रिसॉर्टला येण्यासाठी माहितीखातर
  www.OSHO.com/MeditationResort

* ओशो इंटरनॅशनल न्यूजलेटरच्या मोफत सदस्यत्वासाठी
  www.OSHO.com/newsletters
  www.OSHO.com/hindinewsletters

* ओशो टॅराकार्ड ऑनलाइन वाचनासाठी
  www.OSHO.com/tarot

* ओशो हिंदी रेडिओसाठी पाहा.
  www.OSHOtalks.info
  radiohindi.OSHO.com

* इथल्या कार्यक्रमांसाठी, उत्सवांसाठी माहिती घेण्यासाठी
www.facebook.com/OSHO.International

* विविध उपक्रम, कार्यक्रमांसाठी माहिती
www.facebook.com/OSHO.International.Meditation.Resort

* ओशो व्हिडीओ चॅनल, कुठेही केव्हाही
www.youtube.com/OSHO.International

* दिवसाची सुरुवात ओशोंच्या संदेशानं
www.twitter.com/OSHOtimes

* या साइट्सवर रजिस्ट्रेशन तसंच ब्राउज करण्यासाठी थोडा वेळ काढा. ओशोंबद्दल भरपूर माहिती मिळेल.

* या व्यतिरिक्त आणखीनही निरनिराळ्या रोचक पद्धतीनं आपण शोधू शकता ज्यायोगे 'ओशोंना जगभरात' प्राप्त करता येईल.

ओशो का हिंदी साहित्य

उपनिषद
सर्वसार उपनिषद
कैवल्य उपनिषद
अध्यात्म उपनिषद
कठोपनिषद
ईशावास्य उपनिषद
निर्वाण उपनिषद
आत्म-पूजा उपनिषद
केनोपनिषद

महावीर
महावीर-वाणी (दो भागों में)
जिन-सूत्र (दो भागों में)
महावीर या महाविनाश
महावीर : मेरी दृष्टि में
ज्यों की त्यों धरि दीन्हीं चदरिया

कृष्ण
गीता-दर्शन
(आठ भागों में अठारह अध्याय)
कृष्ण-स्मृति

बुद्ध
एस धम्मो सनंतनो (बारह भागों में)

अष्टावक्र
अष्टावक्र महागीता (नौ भागों में)

लाओत्से
ताओ उपनिषद (छह भागों में)

च्वांगत्सु
संसार और मार्ग
सत्य असत्य

मीरा
मैंने राम रतन धन पायो
झुक आई बदरिया सावन की

जगजीवन
नाम सुमिर मन बावरे
अरी, मैं तो नाम के रंग छकी

कबीर
सुनो भई साधो
कस्तूरी कुंडल बसै
कहै कबीर दीवाना
मेरा मुझमे कुछ नही
गुंगे केरी सरकारा
कहै कबीर मैं पूरा पाया
होनी होय सो होय

शांडिल्य
अथातो भक्ति जिज्ञासा (दो भागों में)

दादू
सबै सयाने एक मत
पिव पिव लागी प्यास

पलटू
अजहूंचेत गंवार
सपना यह संसार
काहे होत अधीर

दरिया
कानों सुनी सो झूठ सब
अमी झरत बिगसत कंवल

सुंदरदास
हरि बोलौ हरि बोल
ज्योति से ज्योति जले

धरमदास
जस पनिहार धरे सिर गागर
का सोवै दिन रैन

मलूकदास
कन थोरे कांकर घने
रामदुवारे जो मरे

बाउल संत
प्रेम योग
आनंद योग

अन्य रहस्यदर्शी
भक्ति-सूत्र (नारद)
शिव-सूत्र (शिव)
भजगोविन्दम् मूढ़मते (आदिशंकराचार्य)
एक ओंकार सतनाम (नानक)
जगत तरैया भोर की (दयाबाई)
बिन घन परत फुहार (सहजोबाई)
नहीं सांझ नहीं भोर (चरणदास)
संतो, मगन भया मन मेरा (रज्जब)
कहै वाजिद पुकार (वाजिद)
मरौ हे जोगी मरौ (गोरख)
सहज-योग (सरहपा-तिलोपा)
बिरहिनी मंदिर दियना बार (यारी)

प्रेम-रंग-रस ओढ़ चदरिया (दूलन)
दरिया कहै सब्द निरबाना (दरियादास बिहारवाले)
हंसा तो मोती चुगैं (लाल)
गुरु-परताप साध की संगति (भीखा)
मन ही पूजा मन ही धूप (रैदास)
झरत दसहुं दिस मोती (गुलाल)
अकथ कहानी प्रेम की (फरीद)

झेन, सूफी और उपनिषद की कहानियां
बिन बाती बिन तेल
सहज समाधि भली
दीया तले अंधेरा
मनुष्य होने की कला
सदगुरु समर्पण
उस पथ के पथिक
अंतर्यात्रा के पथ पर

विचार-पत्र
क्रांति-बीज
पथ के प्रदीप

पत्र-संकलन
अंतर्वीणा
प्रेम की झील में अनुग्रह के फूल
ढाई आखर प्रेम का
पद घुंघरू बांध
प्रेम के फूल
प्रेम के स्वर
पाथेय

बोध-कथा
मिट्टी के दीये

सत्य की प्यास	शिक्षा में क्रांति
शून्य समाधि	गहरे पानी पैठ
व्यस्त जीवन में ईश्वर की खोज	ज्योतिष विज्ञान
अज्ञात की ओर	नव संन्यास क्या
धर्म और आनंद	सत्य का अन्वेषण
जीवन-दर्शन	सत्य का दर्शन
जीवन की खोज	घाट भुलाना बाट बिनु
क्या ईश्वर मर गया है	पथ की खोज
क्या मनुष्य एक यंत्र है	जीवन अलोक
नानक दुखिया सब संसार	जीवन की कला
नये मुनष्य का धर्म	जीवन क्रांती की दिशा
धर्म की यात्रा	जीवन गीत
स्वयं की सत्ता	मन का दर्पण
सुख और शांति	आंखों देखी सांच
नारी और क्रांति	आनंद की खोज
सम्यक शिक्षा	स्वर्णिम बचपन

ओशोंच्या साहित्यासंबंधी माहितीसाठी तसेच मागणीकरिता संपर्क :

ओशो मिडिया इंटरनॅशनल

१७ कोरेगाव पार्क, पुणे ४११००१ (महाराष्ट्र-भारत)

फोन नं. +९१ (२०) ६६०१९९८१

Email : distribution@osho.net

ओशोंच्या ऑडियो व्हिडियो प्रवचनांसंबंधी माहितीसाठी तसेच मागणीकरिता संपर्क :

ओशो मल्टिमीडिया ॲन्ड रिसॉर्ट्स प्रा. लि.

१७, कोरेगाव पार्क, पुणे ४११००१ (महाराष्ट्र-भारत)

फोन नं. +९१ (२०) ६६०१९९८१

Email : distribution@osho.net

श्रोत्यांसमोर प्रत्यक्ष दिलेल्या तत्कालीन प्रवचनांचा समावेश असणारी ही ओशोंची पुस्तकं आहेत. ओशोंची सर्व प्रवचनं, पुस्तकरूपात तसंच ऑडिओ रेकॉर्डिंगच्यारूपात उपलब्ध आहेत. ही रेकॉर्डिंग्ज तसंच पुस्तकं यांच्यासाठी www.OSHO.com/library या संकेतस्थळावर संपर्क साधता येईल.

मीरेची मधुशाला

ओशो

अनुवाद
स्वाती चांदोरकर

मीरा

मीरा म्हणजे भक्ती.

भक्तीने परमात्मा साध्य करणारे अनेक आहेत आणि तरीही मीरा वेगळी आहे.

का?

ओशो सांगतात की भक्तिसाराची इतकी पारदर्शकता मीरामध्ये आहे,

की ही पारदर्शकताच तिचं वेगळेपण सिद्ध करते.

मीरा कृष्णमय आहे हे कुणी नव्याने सांगायला नको.

पण आपण तिची भक्ती बघून मीरामय होऊन जातो हे निश्चित.

भक्तिमार्ग हा सर्वांत कठीण मार्ग. न दिसणाऱ्या परमात्म्यावर तन, मन, भान विसरून प्रेम करणं, स्वतःला त्याच्यावर सोपवून देणं हे कठीणच.

आणि म्हणूनच मीराचं कृष्णासाठी केलेलं समर्पण अनमोल आहे.

यमक जुळतंय की नाही याची विवंचना न करता

जे हृदयातून उमटत गेलं असं ते काव्य, गीत, भजन आजही आपल्या हृदयाला भिडतात आणि मीरा म्हणते 'मैं तो प्रेम दीवानी'.

हा तिचा भाव, ही तिची भावदशा आपल्यालाही भारावून टाकते.

www.ingramcontent.com/pod-product-compliance
Lightning Source LLC
LaVergne TN
LVHW020746200726
843506LV00009B/905